बोल बच्चन

सुपरस्टार अमिताभ बच्चन यांचा जीवनसंघर्ष, त्यांची लक्षात ठेवावीत अशी गाणी आणि संवाद, यातून प्रेरणा देणारी यशाची १८ सूत्रे.

आपणही या सूत्रांचा अवलंब करा आणि यशस्वी व्हा.

रुपेश दुबे

अनुवाद
मंजुषा मुळे

मेहता पब्लिशिंग हाऊस

Please contact us at **Mehta Publishing House, Pune 411030.**
✆ +91 020-24476924 / 24460313 / Mob. No. 9545000513
Email : production@mehtapublishinghouse.com
Website : www.mehtapublishinghouse.com

◆ *या पुस्तकातील मते, घटना, वर्णने ही त्या लेखकाची असून त्याच्याशी प्रकाशक सहमत असतीलच, असे नाही.*

BOL BACHCHAN by RUPESH DUBEY

PUBLISHED IN AGREEMENT WITH RAJPAL & SONS, 1590
MADARSA ROAD, KASHMERE GATE, DELHI-6
Translated into Marathi Language by Manjusha Mulay

बोल बच्चन / मार्गदर्शनपर

अनुवाद : मंजुषा मुळे
author@mehtapublishinghouse.com

मराठी अनुवादाचे व प्रकाशनाचे हक्क : मेहता पब्लिशिंग हाऊस, पुणे

प्रकाशक : सुनील अनिल मेहता, मेहता पब्लिशिंग हाऊस,
१९४१, सदाशिव पेठ, माडीवाले कॉलनी, पुणे ४११०३०.

मुद्रक : पार्कसन्स ग्राफिक्स

मुखपृष्ठ : मेहता पब्लिशिंग हाऊस

प्रथमावृत्ती : जानेवारी, २०२२

किंमत : ₹ २५०

P Book ISBN 9789391151737
E Book ISBN 9789391151089
E Books available on : amazonkindle Apple Books Google Play Books

मनोगत

माझ्या विचारांमध्ये आणि दृष्टिकोनामध्ये जी काही सकारात्मकता आहे, त्यामध्ये, मी वाचलेल्या खूप साऱ्या उत्तम पुस्तकांचं, खूप मोठं योगदान आहे. स्वयंप्रेरित राहण्याचा, आणि स्वत:च्या संपर्कात येणाऱ्या माणसांमध्ये सकारात्मकता निर्माण करण्याचा मी शक्य तितका प्रयत्न करत असतो. पण वैयक्तिक पातळीवर असा प्रयत्न करण्याला एक मर्यादा असते. पुस्तकं हे एक असं माध्यम आहे, जे या मर्यादा यशस्वीपणे ओलांडू शकतं. म्हणूनच या माझ्या पुस्तकाद्वारा, जास्तीत जास्त लोकांमध्ये उत्साह आणि सकारात्मकता निर्माण व्हावी, असा प्रयत्न मी केलेला आहे. माझा काही वर्षांचा अनुभव, हाच माझा यासाठीचा शिक्षक आहे, ज्याने मला एक गोष्ट शिकवली आहे, ती ही की, इतरांना कोणताही संदेश देताना, त्याला जर मनोरंजनाची जोड दिली, तर तो संदेश जास्त परिणामकारक होतो. म्हणूनच या पुस्तकातून सिनेमा आणि सकारात्मकता यांचा, सर्वांना भावेल असा मेळ घालण्याचा मी प्रयत्न केला आहे.

हे पुस्तक माझे स्वर्गवासी वडील, पूज्य श्री. प्रेमकुमार दुबे, यांच्या स्मृतीस मी अर्पण करत आहे. राजपाल ॲण्ड सन्सच्या प्रकाशिका श्रीमती मीरा जौहरी यांनी माझ्यासारख्या नवोदित लेखकाचे पुस्तक प्रकाशित करण्याचा धोका पत्करून, मला प्रोत्साहित केल्याबद्दल, मी त्यांचे मनापासून आभार मानतो.

– रुपेश दुबे

अनुक्रमणिका

आज खुश तो बहुत होगे तुम । १
मैं पल दो पल का शायर हूँ । १०
जाओ! पहले उस आदमी का साइन लेकर आओ । १९
देखा एक ख़्वाब । २७
छोरा गंगा किनारेवाला । ३८
चेन कुली की मेन कुली की चेन । ४७
कभी कभी मेरे दिल में, ख़याल आता है । ६०
तीन पत्ती । ७१
चीनी कम । ८४
ए.बी.सी. से के.बी.सी. तक । ९५
बहुत नाइन्साफी है । १०१
मेरे पास माँ है । ११४
मुझे जो सही लगता है, वो मैं करता हूँ । १२६
मैं आज भी फेंके हुए पैसे नहीं उठाता । १३६
देवियों और सज्जनों । १५१
मैं और मेरी तन्हाई अक्सर ये बाते करते है । १६२
दो और दो पाँच । १७२
'इंग्लिश इज ए फन्नी लँग्वेज' । १८१

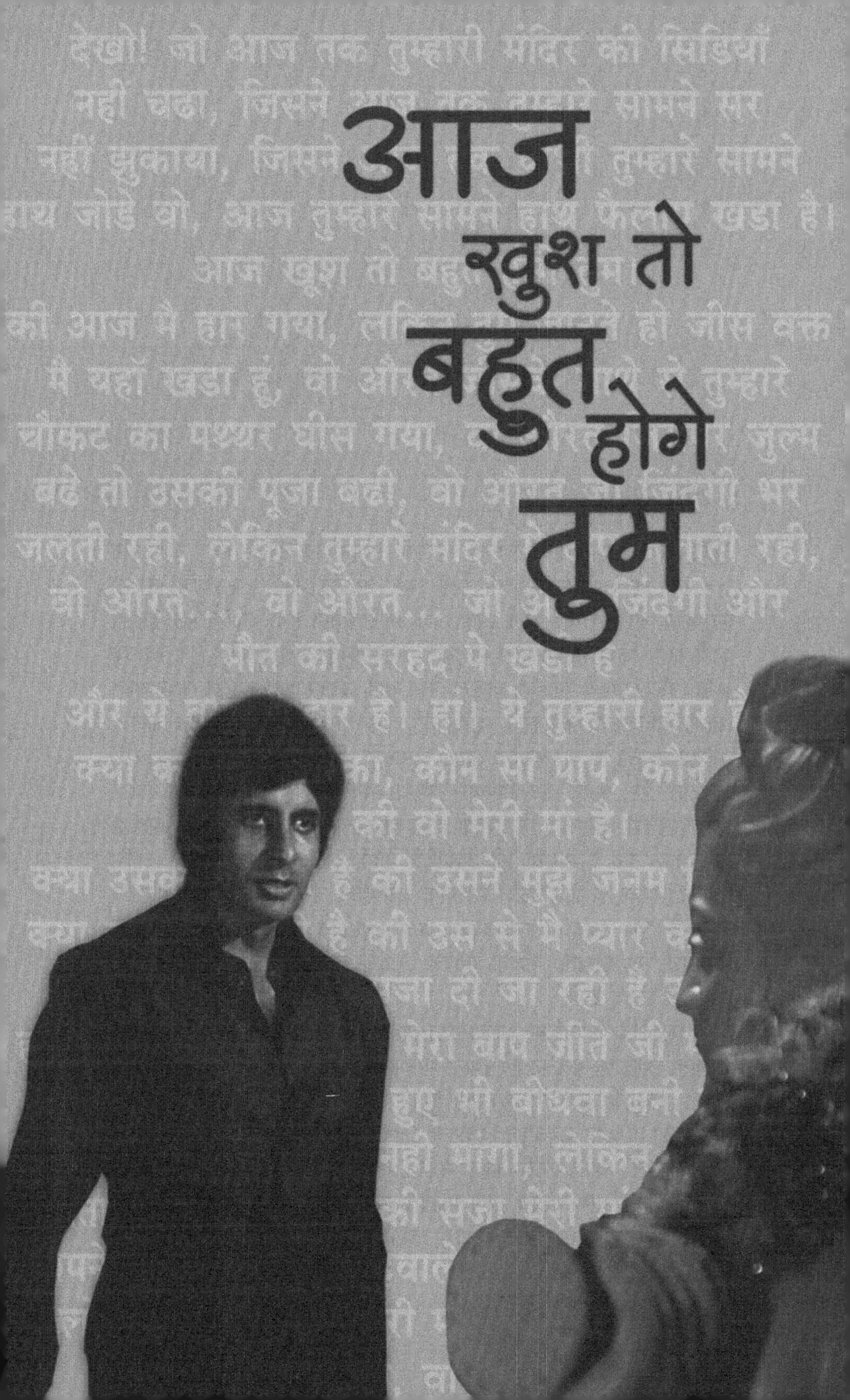
आज
खुश तो
बहुत होगे
तुम

अमिताभ बच्चन यांना त्यांच्या यशस्वी अभिनय कारकिर्दीमध्ये, 'अँग्री यंग मॅन' अशीच उपाधी दिली गेली आहे. इतकंच नाही, तर त्यांची तशीच प्रतिमा या क्षेत्रात तयार झाली आहे. पण अशी प्रतिमा तयार होण्यासाठी इतरही काही गोष्टी किंवा मालमसाला म्हणूयात, कारणीभूत ठरलेला आहे, जो त्यांच्या बऱ्याच चित्रपटांमध्ये पुन:पुन्हा वापरला गेला आहे. उदाहरणार्थ, त्यांच्या लहानपणीच त्यांच्या वडिलांचा मृत्यू होणे. वडिलांनी त्यांना वाऱ्यावर सोडून निघून जाणे... त्यांच्या रागाची बहुधा अशीच कारणं असायची. किंवा मग स्वत:च्या आईवरचं कमालीचं प्रेम, सतत दारू पिण्याचं व्यसन, मग पुन्हा हे व्यसन सोडून देणं... असं काहीतरी. समाजात जागोजागी होणाऱ्या अत्याचारांबद्दलचा त्यांचा आक्रोश तर इतका तीव्र असायचा की देवाशीही नेहमी त्यांचं भांडण व्हायचं. आणि चित्रपट संपायला काही रिळंच शिल्लक असेपर्यंत, ते नास्तिक असल्यासारखेच वाटायचे. पण स्वत:चा राग व्यक्त करण्यासाठी ते मग देवाशीच बोलायचे, भांडायचे. या लेखाचं शीर्षक म्हणजे, त्यांनी देवाशी केलेला सर्वांत जास्त लोकप्रिय संवाद आहे.

'दीवार' या चित्रपटात, आपण स्वत: महादेव शंकर यांच्या बरोबरीचे असल्याचे समजत, अतिशय कडवटपणे त्यांनी भगवान शंकराला उद्देशून हे वाक्य म्हटले आहे ... "आज खुश तो बहुत होगे तुम।" आता ते 'बिग बी' असल्याने त्यांनी महादेवाला हा प्रश्न सहजपणे विचारून टाकला. आणि महादेवांनाही त्या प्रश्नाचं वाईट वाटलं नाही, रागही आला नाही... त्यांचा हा संवाद मग जणू 'अमर' झाला. रागावणं तर सोडाच, पण महादेव त्यांच्यावर इतके प्रसन्न झाले, की हा चित्रपट सुपरडुपर हिट झाला आणि चक्क शंभर आठवडे चालला. पण मी

आधीच म्हटल्याप्रमाणे, ते 'बिग बी' होते. तुम्हाला जर तुमच्या आयुष्यात 'दीवार' चित्रपटाप्रमाणे यशस्वी व्हायचं असेल, आणि या चित्रपटासारखं तुमचं जीवनही कायम इतरांच्या स्मरणात राहावं असं वाटत असेल, तर "आज खुश तो बहुत होगे तुम" असा प्रश्न त्या महादेवाला विचारण्याऐवजी, तुम्ही तुमच्यातच वसणाऱ्या ईश्वराला प्रश्न विचारा की, "आज मी खूश आहे का?"

बघा या प्रश्नाचं उत्तर काय मिळतंय... 'काय म्हणाला तो? तू खूश नाही आहेस.' चला, तुम्ही खूश नाही आहात ते बरंच आहे. कारण खूश असता तर तुम्ही हा लेख पुढे वाचलाच नसता. असो. ही गंमत बाजूला ठेवू या. माझं हे पुस्तक - 'स्वतःच स्वतःची मदत करायला शिकणं (सेल्फ हेल्प)' अशाप्रकारचं आहे. हल्ली अशाप्रकारचं साहित्य लिहिलं जाऊ लागलंय आणि ते लोकांनाही आवडतंय. यावरून हे स्पष्ट दिसून येतं की, आपल्या आयुष्यात आता आधुनिकतेच्या जोडीने दुःख आणि द्विधा मनःस्थिती यातही वाढ होत चाललेली आहे. डोक्याला थोडासा ताण देऊन विचार केलात, तर तुमच्या असं लक्षात येईल, की तुमची स्वतःची कौटुंबिक स्थिती, शैक्षणिक पात्रता, आर्थिक परिस्थिती, करिअरच्या मागे धावणं, या सगळ्यांमध्ये खूप खूश व्हावं असं काय आहे? तर काहीही नाही... आणि माणूस इथेच चुकतो. 'अंडं आधी की कोंबडी आधी' हा वाद शेकडो वर्षांपासून सुरू आहे आणि पुढची शेकडो वर्षं तो सुरूच राहणार आहे. म्हणूनच पुस्तकाच्या या भागात, एक गोष्ट आपण निश्चितपणे लक्षात घेणार आहोत, ती ही की, बहुतेक वेळा प्रत्यक्ष यश मिळण्याआधीच माणूस खूश होतो. म्हणजे यश मिळेल या विचाराने प्रत्यक्ष यश मिळण्याआधीच माणसाला आनंद व्हायला लागतो. खरंतर बहुतेक वेळा दुःखाचं कारण, आपल्या एखाद्या अपूर्ण राहिलेल्या इच्छेशीच जोडलेलं असतं, ज्यामध्ये 'जर' हा शब्द खूप महत्त्वाची भूमिका बजावत असतो.

- जर मला दहावीत ९० टक्क्यांपेक्षा जास्त मार्क मिळाले, तर मी खूप खूश होईन.
- जर मला बारावीत ९० टक्क्यांपेक्षा जास्त मार्क मिळाले, तर मी खूश होईन.
- जर त्या अमुक एका मुलाने किंवा मुलीने माझ्या प्रेमाला प्रतिसाद दिला, तर मी खूश होईन.
- जर माझी बायको माझं ऐकायला लागली, तर मी खूश होईन.
- जर मला नोकरीत बढती मिळाली, तर मी खूश होईन.

एकापाठोपाठ एक अशी कितीतरी वाक्यं मी लिहू शकलो, तरी या 'जर' शब्दाला अंत असणार नाही, आणि त्या खुशीचं दर्शन आपल्याला कधी होणार

नाही. इथे 'खुशीचा अनुभव कधीच मिळणार नाही,' असं मी मुद्दामच म्हणत नाही. याचं कारण असं की, आपण वर्षानुवर्षं 'खुशी' ही एक भावना आहे, असं मानत आलोय. एखादं काम आपल्या मनाप्रमाणे झालं की ती 'खुशी' आपल्याला अनुभवता येते, हेही आपण ओघानंच समजत आलोय. जरा वेगळेपणानेच सांगायचं झालं, तर आपण आपल्या खुशीला चित्रपटातल्या 'एक्स्ट्रा' नट-नट्यांसारखं समजतो; जे चित्रपटातल्या नाचगाण्यांमध्ये हिरो-हिरॉइनच्या आसपास घुटमळताना दिसतात. खरंतर आपलं लक्ष हिरो-हिरॉइनकडेच असतं, आणि अधूनमधून आपलं लक्ष उगीचच त्यांच्याकडे जातं, म्हणून ते आपल्या नजरेला पडतात.

पण, आपण इथेच चुकतो. 'खूश होणं' ही एक क्रिया आहे असं आपण गृहीत धरलं पाहिजे आणि कुठलीही क्रिया प्रत्यक्ष केल्यावरच पूर्णत्वाला जाते. म्हणूनच 'खुशी' किंवा 'आनंद' हा आपल्या आयुष्यातला (एक्स्ट्रा नट नसून) प्रमुख हिरो आहे, सुपरस्टार आहे, असंच आपण मानायला पाहिजे.

आता आपण चित्रपटांबद्दल बोलतोच आहोत, आणि पुढेही बोलत राहणारच आहोत, तर मी तुम्हाला इथे एक उदाहरण देतो. हिंदी चित्रपट बनवण्याची कार्यपद्धती ज्यांना माहीत आहे, त्यांना या उदाहरणाची गरज नाही. पण ज्यांना त्याबाबतीत काहीही माहिती नाही, त्यांच्यासाठी मी जरा सविस्तरपणे सांगतो. आपल्याकडे चित्रपटात जर एखादा सुपरस्टार काम करणार असेल, तर बाकीच्या गोष्टी आपोआपच जुळून येतात. म्हणजे अशा चित्रपटासाठी पैसे पुरवणारी माणसं सहजपणे मिळतात. एखादी प्रसिद्ध नायिका त्यात काम करायला पट्कन तयार होते. वितरक आणि थिएटरवाले सगळ्या अटी मान्य करायला तयार होतात. आणि तुमच्या-आमच्यासारखे जनताजनार्दन घाईघाईने पहिल्या दिवशीच्या पहिल्या खेळाच्या तिकिटांचे ॲडव्हान्स बुकिंग करायला जातात. आपल्या आनंदालाही आपण असा सुपरस्टारच मानायला हवे. आजकालचे निर्माते-दिग्दर्शक जसे आपल्या चित्रपटासाठी सगळ्यांत आधी सलमान, आमीर, शाहरुख खान किंवा अक्षयकुमार यांच्याकडे जातात किंवा याआधी जसे अमिताभ बच्चनकडे जात होते, तसंच सर्वांत आधी आपण आपल्या आनंदापर्यंत पोचायला पाहिजे. शेवटी आपल्या जीवनाचे निर्माता-दिग्दर्शक आपण स्वत:च असतो ना!

पण 'खुशी' किंवा 'आनंद' या सुपरस्टारबरोबरच, 'नियम व अटी लागू' नावाचा एक छोटा स्टारही आपल्याला फुकट मिळतो. हा स्टार आपल्याला धोक्याची अशी एक पूर्वसूचना देण्यासाठी असतो की... 'मित्रा फक्त अशा खुशीच्या जवळ पोहोचून किंवा प्रत्यक्षात ती खुशी मिळवून, जीवनाची ही वैतरणा नदीप्रमाणे असणारी भयानक नदी तू पार करू शकणार नाहीस. त्यासाठी एखादं मोठं, महत्त्वाचं असं उत्तम कामही करावंच लागेल.' एक सत्य लक्षात घ्यायला

हवं की, मोठ्यातल्या मोठ्या नटाचा चित्रपट, त्याच्याभोवतीच्या प्रसिद्धीच्या वलयामुळे पहिले दोन-तीन दिवस प्रचंड कमाई करून देतो. पण नंतर मात्र, तो चित्रपट किती चांगला आहे, यावरच त्या चित्रपटाचं यश अवलंबून असतं.

यावर आता काय म्हणाल तुम्ही? "शेवटी जर कामच करायचं आहे, तेही उत्तम काम करायचंय, तर मग त्या बेभरवशाच्या खुशीच्या मागे आम्ही पळायचं तरी कशाला? सांगा ना, कशासाठी पळायचं?" हा प्रश्न एखाद्या लाटेने वारंवार किनाऱ्यावर आदळावं, तसा तुमच्या मनात सतत येत असणार... मनावर आदळत असणार आणि असं व्हायलाच पाहिजे.

तुमच्याकडे दोन पर्याय असतात. एकतर आनंदी राहायचं किंवा दुःखी राहायचं. यांपैकी कशाची निवड करायची हे तुमच्या विचारांवर, समजूतदारपणावर अवलंबून आहे. आणि मला खात्री आहे की, तुमच्याप्रमाणेच, प्रत्येक समजूतदार व्यक्ती, आनंदी राहण्याचं ठरवेल. प्रत्येकाच्याच जीवनातली ही टाळता न येणारी निवडणूक आहे, जिथे कुणाला मत द्यायचं हे तुम्हाला ठरवावंच लागतं. इथे NOTA (नोटा) म्हणजे यापैकी कुणालाच मत नाही, असं म्हणण्याची मुभा दिलेलीच नसते. जर तुम्ही खुशीला निवडलं नाहीत, तर तुमचं मन आणि बुद्धी, तुम्हाला थांगपत्ताही लागू न देता दुःखाची निवड करते. कारण आपलं मन आणि बुद्धी 'शून्य' अवस्थेत काम करूच शकत नाही.

दुसरी एक महत्त्वाची गोष्ट ही आहे की, हा जो 'जर' आहे, तो एकुलत्या एक मुलासारखा नाहीये. त्याला एक भाऊही आहे, ज्याचं नाव आहे 'पण'... 'अगर' आणि 'मगर'. क्षणभर असं गृहीत धरू या, की तुम्ही आणि तुमच्या आनंदाच्यामध्ये भिंतीसारख्या उभ्या असलेल्या वरच्यासारख्या सगळ्या गोष्टींचं निराकरण झालंय, सगळं आता व्यवस्थित झालंय. पण नेमक्या अशावेळी, अगदी 'जर' सारखाच वागणारा त्याचा लहान भाऊ 'पण' तुमच्या आयुष्यात प्रवेश करतो...

- दहावीत हवे होते तेवढे गुण मिळाले हे ठीक आहे, पण बारावीतसुद्धा ९० टक्क्यांपेक्षा जास्त गुण मिळतील का?
- बारावीतही हवे तेवढे गुण मिळाले, पण आता चांगल्या महाविद्यालयामध्ये प्रवेश मिळेल का?
- पदवी परीक्षेतही छान गुण मिळाले, पण आता चांगली नोकरी मिळेल का?
- तिच्या प्रेमात पडलोय खरा, आणि तिचंही माझ्यावर प्रेम आहे, पण आमचं लग्न होईल का?
- बायको तर माझं सगळं ऐकते आहे (वा: वा:), पण मुलं माझं कधी ऐकतील?

- नोकरीत बढती तर मिळाली आहे, पण या वर्षी ३० टक्के तरी पगारवाढ होईल का?

नेहमीच असं होतं की, 'जर' आणि 'पण' नावाचे हे दोघे भाऊ तुमचं लक्ष विचलित करतात, तुमचा रस्ता चुकायला लागतो आणि मग 'खुशी' नावाच्या तुमच्या प्रेयसीची, तुम्ही फक्त वाट बघत राहता. अशावेळी खुशी तर तुमच्याबरोबर नसतेच, पण मोहम्मद रफी आणि त्यांचं हे गाणं तुमच्या सोबत असतं...

'सुहानी रात ढल चुकी, ना जाने तुम कब आओगे,
जहाँ की रुत बदल चुकी, ना जाने तुम कब आओगे'

अशा कितीतरी सुंदर रात्री येतील आणि जातील, पण खुशी मात्र कधीच येणार नाही. कारण एकतर तुम्ही सतत 'जर' आणि 'पण' या भावांच्या संगतीत राहता, आणि दुसरं महत्त्वाचं कारण हे की, तुम्ही त्या खुशीला 'एक्स्ट्रा' समजूनच टाकलेलं आहे, त्यामुळे ती तितकीशी आवश्यक वाटत नाही. 'एकावर एक फ्री' मिळाल्यासारखी ती मिळावी, असं तुम्हाला वाटत असतं. जर तुम्हाला खुशी मिळावी, असं मनापासून वाटत असेल, तर या दोन भावांची वाईट संगत तुम्हाला जाणीवपूर्वक सोडावी लागेल. आणि प्रयत्नपूर्वक वागून त्या खुशीपर्यंत स्वत:ला पोचावं लागेल. ती आपणहून तुमच्याकडे येणार नाही.

एक काळ असा होता, जेव्हा लोक स्वत:च्या बोलण्याला थोडं वजन प्राप्त व्हावं, म्हणून त्या बोलण्याला पूरक असा चाचा गालिबचा एखादा शेर ऐकवायचे. काही काही साहित्यरसिक अजूनही असं करतात. पण हल्ली मात्र बरेचसे लोक आपल्या दुसऱ्या एका 'चाचा'ची मदत, जरा जास्तच घ्यायला लागलेत, असं स्पष्ट जाणवायला लागलंय. या दुसऱ्या चाचाचं नाव आहे 'गुगलचाचा.' याच्याजवळ त्याच्या भाच्या-पुतण्यांच्या जवळजवळ सगळ्याच प्रश्नांची उत्तरं असतात. त्याची मदत मागायला गेलेला कोणताही माणूस रिकाम्या हाताने परत येत नाही. मग मी तरी याला अपवाद कसा असेन? मी जेव्हा या चाचाला विचारलं की, आनंदी राहण्यासाठी आणि स्वत:ची कार्यक्षमता वाढवण्यासाठी एखादा शास्त्रीय शोध लागलेला आहे का, तेव्हा त्याने मला सांगितलं ते असं की -

'ब्रिटनमध्ये सोशल मार्केट फाउंडेशन आणि वार्विक युनिव्हर्सिटीच्या सेंटर फॉर कॉम्पिटेटिव्ह ॲडव्हान्टेज इन ग्लोबल इकॉनॉमी, या दोघांनी मिळून सातशे कर्मचाऱ्यांवर एक प्रयोग केला. या कर्मचाऱ्यांचे दोन गट केले. त्यातल्या एका गटाला विनोदी चित्रपट दाखवून त्यांना 'आनंदा'ने चार्ज केले. दुसऱ्या गटाचं मात्र असं कसलंच 'चार्जिंग' केलं नाही. ज्यांना असा आनंद दिला गेला होता, त्यांच्या कार्यक्षमतेत १२ टक्के वाढ झालेली दिसून आली. काहींची कार्यक्षमता तर २० टक्के इतकी वाढलेली होती. हा प्रयोग करणाऱ्या डॉ. डॅनियल सिग्रोई यांनी

आपल्या अहवालामध्ये असं लिहिलं होतं की, देशाच्या अर्थव्यवस्थेमध्ये जी.डी.पी. फक्त तीन टक्क्यांनी वाढला, तरी ती खूप चांगली गोष्ट मानली जाते.'

तुमच्याकडे पाहून मला आता असं वाटतंय की, माझ्या बोलण्याचा तुमच्यावर थोडाथोडा परिणाम व्हायला लागला आहे. माझ्या सांगण्यामध्ये आणि तुमच्या ऐकण्यामध्ये सुरुवातीला जी एक अदृश्य भिंत असल्याचं जाणवत होतं, ती भिंत आता बरीचशी दूर झाल्यासारखी दिसते आहे. अर्थात असेही काही लोक नक्कीच दिसताहेत, ज्यांनी या भिंतीला घट्ट पकडून ठेवलं आहे. तिला ते ढासळू देत नाहीयेत.

'वास्तविकतेला धरून अर्थपूर्ण अशा आशा-आकांक्षा बाळगणं, हे खुशीचं, म्हणजेच आनंदाचं गमक आहे. खूश होण्यासाठी आणि राहण्यासाठी एकतर वास्तवात बदल करा, ते आणखी समृद्ध करा, नाहीतर आपल्या आशा-आकांक्षा कमी करा,' असं जूडी पिकल्ट (नाइन्टी मिनट्स) यांनी म्हटलं आहे.

पण मग बरीचशी माणसं अशीच असतात, का, की जी स्वतःच्या आशा-आकांक्षा कमी करायला तयार नसतात? आणि जरी खरंच असं असलं, तरी त्यात वाईट काहीच नाही. कारण माणसाच्या अशा महत्त्वाकांक्षेनेच माणसाला प्रगतीच्या मार्गावर सतत चालत ठेवले आहे. पण बरेच लोक, मी आधीच जी 'सुपरस्टार'वाली गोष्ट सांगितली आहे, तसेच वागत असतात. 'महत्त्वाकांक्षा' हा चित्रपट नंतर तयार होतो, त्याआधी 'खुशी' नावाच्या सुपरस्टारला त्यात घेण्याचं नक्की केलं जातं. या विषयाच्या आणखी जवळ जाऊन पाहू या. असे लोक खरे महत्त्वाकांक्षी नसतातच आणि काही लोकांच्या चेहऱ्यावर तर कायम असे भाव असतात की -

'हमारे हृदय की पीड़ा तुम क्या जानो रूपेश बाबू।
हम चाहकर भी खुश नहीं हो सकते।'

म्हणजे अशा लोकांना कितीही वाटत असलं, तरी ते खूश होऊच शकत नाहीत. हे असे लोक गालिबची आठवण काढत, सतत त्याचा हा शेर स्वतःशीच म्हणत असतात -

'हम भी जानते हैं जन्नत की हकिकत लेकिन
दिल को खुश रखने को गालिब, ये खयाल अच्छा हैं।'

मग ते स्वतःचं दुःख काय आहे ते सांगतात. तसं पाहिलं तर प्रत्येक माणसाजवळ दुःखी होण्याचं एक 'लायसन्स' असतं. लोक सांगत राहतात -

- मला एक असाध्य रोग झालाय.
- मी कर्जात अगदी गळ्यापर्यंत बुडालोय.
- मी विकलांग आहे.

- मी एक अशी अबला आणि असहाय्य स्त्री आहे, जिचा घटस्फोट झाला आहे आणि जिच्या पदरात एक मूल आहे.
- मी आयुष्यातले चाळीस पावसाळे पाहिलेत, पण अजूनही मी कुठलीच गोष्ट साध्य केलेली नाही.

आता असली एखादी यादी वाचल्यावर, चांगला उत्साही माणूसही क्षणभर स्वत:च्याही नकळत विचार करायला लागेल की, 'अरेच्या, आता काय करायचं?' मग अशावेळी अशा माणसांकडे आपण दुर्लक्ष करायचं का? तर नाही. लोकांमध्ये उत्साह निर्माण करण्यासाठी हे पुस्तक लिहिलेलं आहे. मग पहिल्या लेखानंतरच या पुस्तकाला पूर्णविराम देऊन कसं चालेल, नाही का? आमच्याकडे आणखी एक यादी आहे, आता तिचा जरा मनापासून आणि जागरूकपणे विचार करू या. कदाचित ही यादी वाचून तुम्हाला पुन्हा सतत आनंदी आणि उत्साही राहावं असं वाटायला लागेल -

- पाकिस्तानचा 'ऑल-राउंडर' क्रिकेटपटू वसीम अक्रम यांना मधुमेह असल्याचं निदान १९९७ साली झालं होतं. पण तरीही ते २००३ सालापर्यंत यशस्वीरीत्या क्रिकेट खेळत राहिले होते.
- २००० साली, म्हणजे अमिताभ बच्चन जेव्हा ५८ वर्षांचे होते, तेव्हा जवळपास १०० कोटी रुपयांच्या कर्जात ते अक्षरश: बुडाले होते. आणि आज त्यांच्या संपत्तीच्या आकड्यात पुढे किती शून्यं आहेत हे मोजण्यासाठी माझं गणिताचं ज्ञान तोकडं पडत आहे.
- भौतिक विज्ञानातले जगप्रसिद्ध शास्त्रज्ञ स्टीफन हॉकिंग, यांना 'मोटर न्यूरॉन' नावाचा दुर्धर असा भयंकर रोग झालेला होता. तरीही ते आजच्या काळातले सर्वांत महान शास्त्रज्ञ म्हणून ओळखले जातात.
- 'हॅरी पॉटर' या पुस्तकांच्या सुप्रसिद्ध मालिकेची लेखिका जे. के. रोलिंग, तिच्या पहिल्या पुस्तकाच्या प्रकाशनाच्या वेळी एक घटस्फोटिता होती आणि एकेरी पालकत्व सांभाळत असताना, सरकारी मदतीवर अवलंबून होती.
- १९०८ साली हेन्री फोर्ड यांनी 'टी-कार'चा क्रांतिकारी म्हणावा असा शोध जेव्हा लावला आणि ऑटोमोबाइल क्रांतीला सुरुवात केली, तेव्हा ते ४५ वर्षांचे होते.

ही यादी वाचल्यावर, तुमच्यामध्येही काहीतरी विशेष करून दाखवण्याचा उत्साह निर्माण होईल, अशी मी आशा करतो.

नॉर्मन विन्सेंट पील या प्रसिद्ध विचारवंताने असं म्हटलं आहे की – 'आपण विचार करण्याची कुठली पद्धत अंगीकारली आहे, यावर आपली खुशी किंवा आनंद अवलंबून असतो. आपल्या विचारप्रक्रियेत आपण जर सतत आनंदी विचारच पेरत राहिलो, आणि आनंदी राहण्याची सवय स्वत:ला लावून घेतली, तर एक आनंदी मन सतत आपल्या दिमतीला राहील आणि मग जीवन म्हणजे आपल्यासाठी कधीही न संपणारा एक उत्सव असेल.'

कॉम्प्युटर महाशय हे वाक्य 'लॉक' केलं जावं –

> *'आनंदी राहणं हे आपल्या दैनंदिन कामांमधलंच एक काम आहे, असं कायमचं ठरवून टाका आणि मग हे काम रोजच तुम्ही यशस्वीपणे साध्य कराल.'– यासाठी पूर्ण प्रयत्न करा.*

मैं पल दो पल का शायर हूँ

'यश'ची निर्मिती आणि दिग्दर्शन असलेल्या, १९७५ साली प्रदर्शित झालेल्या 'कभी कभी' या चित्रपटात अनेक तारे-तारका होत्या. पण यातले दोन मोठे तारे, पडद्यावर नाही तर पडद्याच्या मागे होते. मी यश चोपडांबद्दल मुळीच बोलत नाहीये. मी बोलतो आहे गीतकार साहिर लुधियानवी आणि संगीतकार खय्याम, या पडद्यामागच्या दोन कलाकारांबद्दल. या दोघांनी या चित्रपटासाठी इतकी अवीट गोडीची, ऐकतच राहावी अशी गाणी तयार केली, जी अजूनही नकळत गुणगुणली जातात. चित्रपटांचा इतिहास लिहिणाऱ्या काही जणांचं तर असं म्हणणं आहे की, अतिशय सुमधुर संगीताने नटलेल्या जुन्या हिंदी चित्रपटांच्या यादीत 'कभी कभी' या त्या मानाने अलीकडच्या चित्रपटाचं नाव आवर्जून घातलं गेलंय. या चित्रपटात जी अनुपम सुंदर शायरीच म्हणावी अशी गाणी होती, त्यातलं एक गाणं होतं -

'मैं पल दो पल का शायर हू
पल दो पल मेरी कहानी हैं
पल दो पल मेरी हस्ती हैं
पल दो पल मेरी जवानी हैं'

हे गाणं म्हणजे हिंदुस्थानी व्यावसायिक चित्रपट संगीतामधला एक अनमोल हिरा आहे, असंच मी केव्हापासून मानत आलो आहे. मुकेश यांनी हे गाणं गाऊन, ते आणखीनच संस्मरणीय करून ठेवलं आहे. या शायरीतलं मर्म समजायला थोडा वेळ लागला खरा, पण जेव्हा नेमका अर्थ समजला, तेव्हा तो या पुस्तकातला एक लेख होऊन गेला. साहिर लुधियानवी यांनी अतिशय सुंदर शब्दांत एक सत्य सांगून ठेवलंय की, आपलं जग आणि त्याच्याशी निगडित असलेल्या सगळ्या गोष्टी क्षणभंगुर असतात. अगदी काही क्षणच टिकणाऱ्या.

प्राचीन भारतीय संस्कृती आणि आमची प्राचीन पुराणे यांमध्ये जीवनाच्या क्षणभंगुरतेबद्दल अनेक वेळा बोललं गेलं आहे आणि अजूनही त्याविषयी बोललं जात आहे. आपणही वेळोवेळी ही क्षणभंगुरता मान्य करतो. पण प्रत्यक्षात जेव्हा ती स्वीकारण्याची वेळ येते, तेव्हा मात्र हे सत्य आपण जणू विसरूनच जातो. आयुष्यातला वाईट काळ हीच ती खरी वेळ असते असंच मी म्हणेन, जी प्रत्येकाच्याच आयुष्यात कधी ना कधी येतच असते. फक्त प्राचीन भारतीय संस्कृतीमध्येच नाही, तर पूर्वीच्या काळातल्या सगळ्याच संस्कृतींमध्ये थोड्याफार फरकाने नेहमी असंच मानलं गेलंय, की जीवन हे एखाद्या चक्रासारखं आहे. या चक्रात अडकलेल्या गोष्टी गोल गोल फिरत पुन्हा पुन्हा एकाच जागेवर परत येतात. या गोष्टी एका क्षणी आकाशाला हात लावून येतात. पण हे चक्र एका जागी कधीच थांबत नाही. ते कधीच स्थिर राहत नाही. सतत फिरतच असतं.

आजच्या कॉर्पोरेट क्षेत्रात 'कस्टमर लाइफ सायकल मॅनेजमेंट' नावाचा एक स्वतंत्र विभागच उघडलेला असतो. टेलिकॉम इंडस्ट्रीमधल्या किंवा मग सर्व्हिस इंडस्ट्रीमधल्या बऱ्याचशा कंपन्यांमध्ये तर असा विभाग असतोच असतो. सामान्यत: याला 'ग्राहकसेवा' विभाग असंही म्हटलं जातं. ग्राहक आल्यापासून परत जाईपर्यंतच्या सर्व गोष्टींची नोंद या विभागात केली जाते. इथे आवर्जून सांगायची बाब ही आहे की, इथेही आयुष्याला सायकलशी जोडलेलं आहे. 'लाइफ सायकल.' अशा कंपन्यांना हे नक्कीच मााहत असतं की, आज त्यांच्याकडे आलेला ग्राहक उद्या त्यांच्याकडे पाठही फिरवू शकतो. आणि बरेचदा तो त्यांच्याकडे परतही येऊ शकतो. ग्राहकांची अशी ये-जा चालूच राहणार याची कंपनीला पूर्ण कल्पना असते. पण तिथे काम करणारे कर्मचारी मात्र ही गोष्ट नेहमीच विसरतात. एक गमतीची गोष्ट बघा हं! गुलाबी रंग नेहमी प्रेमाशी जोडलेला असतो. पण या कॉर्पोरेट क्षेत्रात मात्र जेव्हा कंपनी आणि कर्मचारी, म्हणजे प्रत्यक्षात कर्मचारी आणि त्याचा बॉस यांच्यातलं प्रेम संपतं, तेव्हा त्या कर्मचाऱ्याला कामावरून काढून टाकलं जातं आणि ही गोष्ट त्याला अधिकृतपणे सांगण्यासाठी त्याला गुलाबी रंगाची स्लिप दिली जाते, ज्याचा अर्थ अर्थातच असा असतो की 'बाबा रे, आता आम्हाला तुझी अजिबात गरज राहिलेली नाही. यापुढे काय करायचं ते तुझं तू बघ.'

अशावेळी त्या कर्मचाऱ्यावर ओढवलेल्या भीषण परिस्थितीचं वर्णन करण्यासाठी 'कुऱ्हाडीचा घाव घातला जाणं' किंवा 'वज्राघात होणं' यासारखे भक्कम शब्दही कमी पडतात. एखाद्या कंपनीत बऱ्याच दिवसांपासून काम करत असलेला कर्मचारी, त्याच्या त्या खासगी नोकरीला पक्की नोकरी समजून चालायला लागतो आणि ती नोकरी कच्ची असते, अर्थात कायमस्वरूपी नसते, हे पहिल्यापासूनच विसरलेला

असतो. आणि मग अशी गुलाबी रंगाची अचानक मिळालेली स्लिप, तितक्याच अचानकपणे त्याची काळ्याकठोर वास्तवाशी ओळख करून देते. अशावेळी साहिर लुधियानवी यांनी लिहिलेल्या आणि बच्चन यांनी अभिनीत केलेल्या पुढच्या ओळी आणखीनच यथार्थ वाटायला लागतात.

'कल और आयेंगे नगमों की खिलती कलियाँ चुननेवाले
मुझसे बेहतर कहनेवाले, तुमसे बेहतर सुननेवाले
कल कोई मुझको याद करे क्यों कोई मुझको याद करे
मसरूफ जमाना मेरे लिए क्यों वक्त अपना बरबाद करे'

स्वत:वर कठीण प्रसंग ओढवलेला असताना कविता कशी आठवेल, हा विचार नक्कीच तुमच्या मनात येऊ शकतो.

पण मी तर म्हणेन, की अशावेळी कविता आपणहून नाही आठवली, तरी ती मुद्दाम आठवायला पाहिजे. अन्यथा त्या सगळ्या विचारवंतांची आणि तत्त्वज्ञांची 'विचार निर्मिती' व्यर्थ ठरेल, ज्यांनी माणसाच्या मनात आशा आणि उत्साह निर्माण व्हावा म्हणून किती आणि काय काय लिहून ठेवलेलं आहे. कुठल्याही कर्मचाऱ्याने एक गोष्ट अगदी कायमची लक्षात ठेवली पाहिजे की, कंपनी आपल्यामुळे चालू राहात नाही आणि आपण गेल्यावरही ती नेहमीसारखीच चालू राहणार आहे. पण याचबरोबर प्रत्येकाने ही एक महत्त्वाची गोष्टही विसरता कामा नये की, आपलं अस्तित्व फक्त त्या कंपनीमुळेच आहे, असं नाही. अर्थात आपली आत्ताची किंवा आधीची कंपनी म्हणजे आपलं संपूर्ण आयुष्य नाही. खरंतर कुठल्याही क्षेत्रात कर्मचारी म्हणून काम करणाऱ्या प्रत्येकानेच हे सत्य लक्षात ठेवलं पाहिजे. कदाचित म्हणूनच इकबाल सांगून गेलेत की -

'सितारोंसे आगे जहाँ और भी हैं
अभी इश्कके इम्तिहान और भी हैं'

पण याहीपेक्षा मला असं वाटतं की, पुस्तकाच्या माध्यमातून अशा गोष्टी समजून घेण्याबरोबरच काही सत्य घटनाही जर तुम्हाला समजल्या, तर कदाचित माझं म्हणणं तुम्हाला अधिक चांगल्या रीतीने आणि लवकर लक्षात येईल.

नेहमी नवनवे तांत्रिक शोध लावणे आणि स्टीव्ह जॉब्ज, हे समीकरण आज सर्वश्रुत झालेलं आहे. स्टीव्ह जॉब्ज यांची याहून वेगळी ओळख करून देण्याची खरंतर गरज नाही. तरीही इथे त्यांच्या व्यावसायिक जीवनाची पुन्हा थोडक्यात माहिती करून दिल्याने, हा लेख सार्थकी लागल्यासारखं होईल. जॉब्ज हे 'ॲपल'सारख्या एका नावाजलेल्या कंपनीचे संस्थापक सदस्य होते. सन १९८३मध्ये ॲपल कंपनीने जॉब्ज यांच्या नेतृत्वाखाली 'लीसा कॉम्प्युटर' नावाचं एक उत्पादन

बाजारात आणलं, पण ते अयशस्वी ठरलं. याचा परिणाम असा झाला की, कंपनीने जॉब्ज यांना चक्क बाहेरचा रस्ता दाखवला. पण त्यांच्या नशिबाची विटंबना इथे संपली नव्हती. कंपनीचे सीईओ असणारे जॉन स्कुली, ज्यांनी हे आदेश दिले, त्यांची नेमणूक स्वत: जॉब्ज यांनीच केली होती.

जॉब्ज एक सामान्य व्यक्ती असते तर ते आपल्या नशिबाला दोष देत रडत बसले असते. पण ते सामान्य नव्हतेच. ते असामान्य होते हे आता सगळेच जाणतात. आणि ते असामान्य होते, म्हणूनच आयुष्यातल्या या वाईट आणि दुःखद वळणावर थांबून राहिले नाहीत. त्यांनी 'नेक्स्ट' नावाची नवी कंपनी सुरू केली आणि ते आपलं काम करत राहिले. इथे त्यांचं काम म्हणजे 'तांत्रिक शोध' असं मी जाणीवपूर्वक म्हणतो. बघता बघता १९९७ साल उजाडलं. त्यांची 'नेक्स्ट' कंपनी 'ॲपल' कंपनीने विकत घेतली. जॉब्ज पुन्हा ॲपल कंपनीत आले आणि २००० साली त्या कंपनीचे 'चीफ एक्झिक्यूटीव्ह ऑफिसर' म्हणून काम पाहू लागले. त्यानंतर जे जे झालं, तो आत्ताच्या दृष्टीने जरी 'इतिहास' असला तरी तो इथे सांगणं खूप गरजेचं आहे. आज 'स्टेटस सिम्बॉल' समजला जाणारा जो 'आय-फोन' सतत आपल्या हातात असतो, ज्या आयपॅडवर आपण येता-जाता आपल्या आवडीची गाणी ऐकत असतो, ज्या आयपॅड आणि मॅकबुकच्या साहाय्याने आपण आपली व्यावसायिक कामं सहजसोप्या पद्धतीने करू शकतो, त्या आय-फोन, आय-पॅडसारख्या अतिशय उपयुक्त गोष्टी स्टीव्ह जॉब्ज यांनी आपल्याला दिलेली मौल्यवान भेट आहे. याच सुमारास त्यांनी 'पिक्सर' नावाची एक ॲनिमेशन कंपनीसुद्धा सुरू केली होती, हेही इथे आवर्जून सांगायला पाहिजे.

स्टीव्ह जॉब्ज यांच्या आयुष्यातली ही सत्यकहाणी, आपल्याला नक्कीच एका गोष्टीवर विश्वास ठेवायला सांगते की – तो 'उपरवाला' जेव्हा एक दरवाजा बंद करतो, तेव्हा दुसरा आणि कदाचित पहिल्यापेक्षा मोठा दरवाजा आपल्यासाठी उघडून देतो.

म्हणून लक्षात ठेवा की, तुमच्या ऑफिसमधल्या 'उपरवाल्याने,' अर्थात तुमच्या बॉसने जरी तुमच्यासाठी दरवाजा बंद केला, तरी तो खरा सर्वांचा 'उपरवाला' अर्थात भगवान तुमच्यासाठी एक नवा दरवाजा उघडून देतो.

लेखक असल्यामुळे मी शब्दांशी खेळण्याचा मोह टाळू शकत नाही. त्यामुळे हीच गोष्ट मी अशाप्रकारेही सांगू शकतो की –

'असफलता अस्थायी होती हैं, लेकिन पराजय स्थायी होती हैं ।'

'अपयश हे तात्पुरतं, क्षणभंगुर असतं, पण पराजय मात्र कायमस्वरूपी असतो.'

म्हणूनच अपयशाला पराजय किंवा हार मानण्याची मोठी चूक तुम्ही कधीही करायची नाही.

इथे आणखी एका महान व्यक्तीबद्दल सांगणं आवश्यक आहे. त्या व्यक्तीची महानता, फक्त त्याने लावलेल्या शोधांपुरती मर्यादित नाही, तर त्यांची जिद्द आणि महत्त्वाकांक्षाही महान म्हणावी अशीच आहे. एखाद्या गोष्टीत एकदा अपयश आलं तर आपण दुःखी होतो. दहावीमध्ये मनासारखे गुण मिळाले नाहीत, तर निराशेत बुडून जातो. काही लोकांनी दृढ निश्चय करून पुन्हा प्रयत्न करायचा ठरवला, तरी ते किती वेळा प्रयत्न करतील? फार तर २० ते ३० वेळा ते प्रयत्न करू शकतील. पण आत्ता मी ज्या महान शास्त्रज्ञाबद्दल बोलतोय, ते मात्र निश्चितपणे वेगळ्याच कुठल्यातरी मातीचे बनले होते. ते त्यांच्या प्रयत्नात पन्नास वेळा नाही, शंभर वेळा नाही, तर चक्क एक हजार वेळा अपयशी ठरले होते. पण त्यांनी स्वतःला कधीही पराजित मानलं नाही. हार मानून स्वतःचे प्रयत्न कधीच सोडले नाहीत. आणि शेवटी हे शास्त्रज्ञ त्यांना हवा तो शोध लावण्यात यशस्वी झाले. हा शोध होता विजेच्या दिव्याचा आणि ते शास्त्रज्ञ होते थॉमस अल्वा एडिसन. आणि मग या थोर शास्त्रज्ञाने त्यांचं ते अतिशय लोकप्रिय आणि प्रेरणादायक वाक्य उच्चारलं –

'माझ्या प्रयत्नांत मी कधीच असफल झालो नाही – उलट मी अशा एक हजार पद्धती शोधून काढल्या, ज्या योग्य नव्हत्या.'

लक्षात घ्या की, काही वेळा प्रयत्न करूनही यश न मिळाल्यामुळे, एडिसन यांनी एखाद्या सामान्य माणसासारखी हार मानली असती आणि स्वतःचे प्रयत्न सोडून दिले असते, तर कदाचित अजूनही, प्रकाशासाठी आपल्याला सूर्यदेवाच्या कृपेवरच अवलंबून राहावं लागलं असतं.

म्हणून यापुढे कधीही जर अपयश आल्यामुळे तुम्ही निराशेने ग्रासले गेलात, तर त्या वेळी या एडिसनसाहेबांना आठवा.

प्रत्येक गोष्ट तात्पुरत्या स्वरूपाची असते, हे सत्य दुःखदही वाटू शकतं किंवा सुखदही वाटू शकतं.

आणि हे सत्य इथे सांगणं आवश्यक आहे कारण, आमचे तरुण, एडिसनच्या शोधांबद्दल त्यांच्या शास्त्राच्या पुस्तकात वाचतात हे खरं, पण एडिसनच्या यशस्वितेच्या मागे त्यांचे किती कठोर परिश्रम आहेत, केवढा संघर्ष आहे, याचा विचार करण्याकडे मात्र बहुधा दुर्लक्षच करतात. जर असं नसतं, तर कुठल्याही बोर्डाच्या परीक्षेच्या निकालानंतर, टीव्हीवरची बातमीपत्रे आणि वर्तमानपत्रांचे रकाने, आत्महत्यांच्या बातम्यांनी कशाला भरून गेले असते? आणि परीक्षेत नापास होणं हेच फक्त अशा आत्महत्यांचं कारण असत नाही. अपेक्षेपेक्षा कमी गुण मिळाले

म्हणूनसुद्धा विद्यार्थी आत्महत्येचं चुकीचं पाऊल उचलतात. केवळ एका परीक्षेत अपयश आलं म्हणून इतकं निराश व्हायचं, आत्महत्येसारखं मोठं पाऊल उचलायचं, हे योग्य आहे का? या प्रश्नाचं उत्तर 'मुळीच नाही,' असंच आहे.

शिक्षणव्यवस्थेने ठरवून दिलेल्या मापदंडानुसार परीक्षेत असफल होणं हे खरोखरच अपयश आहे का? या प्रश्नाचं उत्तर तुम्ही तर्कशुद्ध मापदंडांच्या साहाय्याने शोधणार असाल, तर त्याआधीच एक उदाहरण देऊन मी माझं म्हणणं तुमच्यासमोर मांडतो. बिल गेट्स आणि मार्क झुकेरबर्ग, हे आजच्या युवकांचे आदर्श असणारे दोघेजण म्हणजे 'सफलता' असंच आजकाल सर्रासपणे समजलं जातं आहे. अर्थात यश म्हणजे बिल गेट्स आणि मार्क झुकेरबर्ग असं समीकरणच होऊन गेलंय. या दोघांनी महाविद्यालयीन शिक्षण मध्येच सोडून दिलं होतं. पदवी हातात येण्याच्या कितीतरी आधी त्यांनी स्वत:च महाविद्यालयाचा निरोप घेतला होता. पण उगीचच रिकामटेकडेपणाने भरकटत राहण्यासाठी ते असं वागले नव्हते. त्यांना स्वत:ची अशी स्वप्नं पूर्ण करायची होती, ज्या स्वप्नांवर त्यांचा पूर्ण विश्वास होता.

आजकाल स्वत:चं आयुष्य आणि तारुण्य यातला बराचसा वेळ फेसबुकवर घालवणाऱ्या युवकांनी एक गोष्ट कधीही विसरता कामा नये की, आजच्या शिक्षणपद्धतीमध्ये, विद्यार्थ्यांना मिळालेल्या ज्ञानापेक्षा त्यांच्या स्मरणशक्तीचीच परीक्षा कदाचित जास्त घेतली जाते. अशा परीक्षेत अपयश आल्यामुळे दु:खी होणं साहजिक आहे, पण निराश मात्र होता कामा नये. आणि या अपयशामुळे आयुष्यच संपवून टाकण्याचा विचार तर अजिबातच करता कामा नये. बिल गेट्स आणि झुकेरबर्ग यांचं उदाहरण तुम्ही शिक्षण सोडून द्यावं, किंवा शिक्षणाच्या वाटेलाच जाऊ नये, यासाठी अजिबातच दिलेलं नाहीये, हे आवर्जून लक्षात ठेवा. हे दोघंही कमालीचे बुद्धिवान आहेत, त्यांची स्वप्नं आणि सामर्थ्य या दोन्ही गोष्टी, सामान्य लोकांच्या तुलनेत, अपेक्षेपेक्षा कितीतरी जास्त वरच्या पातळीवरच्या होत्या. त्यामुळे या उदाहरणाचे तंतोतंत किंवा शब्दश: अनुकरण करू नका. आणि शिक्षणात अपयश आलं म्हणून शिक्षणही सोडू नका आणि आपलं जीवनही संपवू नका. त्याऐवजी, नव्या जोमाने आणि पूर्ण तयारीनिशी पुन्हा प्रयत्न करा. मग तुम्हाला नक्कीच यश मिळेल.

डॉ. हरिवंशराय बच्चन या महान कवीमहोदयांनी असं म्हटलंय की –

'लहरों से डरकर नौका पार नहीं होती,
कोशिश करनेवालों की हार नहीं होती ।'

अपयशामुळे जसा मनाला खूप त्रास होता कामा नये, अगदी त्याचप्रमाणे, यशसुद्धा डोक्यावर चढता कामा नये. वास्तव जीवनातल्या पुढच्या नायकाची

कहाणी कुणा यशस्वी पण दांभिक आणि अहंकारी व्यक्तीच्या अध:पतनाची किंवा अंताची गोष्ट नाही. पण या गोष्टीचं सार हे आहे की अपयशाप्रमाणेच यशसुद्धा क्षणभंगुरच असतं.

कवी कैसर रत्नागिर्वी म्हणतात की –

'याद रख सिकंदरके हौसले तो आली थे
जब गया था दुनिया से, दोनों हाथ खाली थे'

एखादा कुणीतरी इतक्या वेगाने गाडी चालवतो, की तो वेग नुसता जाणवूनही आपण अस्वस्थ होतो. आणि, 'अरे भाऊ, गाडी जरा हळू चालव. शूमाकर बनायला जाऊ नकोस...' असं किंवा यासारखं एखादं वाक्य आपल्या तोंडून आपसूकच बाहेर पडतं. हा शूमाकर म्हणजे तोच माइकल शूमाकर, जो जगप्रसिद्ध 'फॉर्म्युला वन' मोटाररेसर होता आणि ज्याने अनेकदा या खेळात जागतिक विजेतेपद मिळवलेलं होतं. त्यात त्याने कोट्यवधी डॉलर्सची कमाई केलेली आहे. पण एकेकाळी आपल्या वेगाने संपूर्ण जगाला आश्चर्यचकित करून टाकणारा हा माणूस, आज स्वत:च्या पायांवर उभं राहण्यासही असमर्थ आहे. आणि याचं कारण काय, तर २०१३ सालच्या डिसेंबर महिन्यात फ्रान्समधल्या आल्प्सच्या पर्वतरांगांमध्ये स्कीइंग करत असताना शूमाकर यांना अपघात झाला होता. त्यानंतरचे सहा महिने ते कोमामध्ये होते आणि आता ४-५ वर्षांपासून ते अंथरुणावर पडून आहेत. ज्या माणसाची संपत्ती तेव्हा ८०० मिलियन पौंड्स इतकी होती, त्याला या आजारामुळे आर्थिक चणचण नक्कीच भासणार नाही. पण विचार करण्यासारखी गोष्ट ही आहे की, कार रेसिंगमधल्या आपल्या कौशल्याच्या जोरावर संपूर्ण दुनियेच्या मनावर राज्य करणाऱ्या या माणसाची स्वत:ची दुनिया मात्र आज त्याच्या अंथरुणाभोवती सीमित होऊन गेली आहे. त्याला सर्वतोपरी स्वास्थ्य लाभो अशी मनोकामना तर आपण करायलाच हवी. पण त्याच्या जोडीने आपण आणखी एक कामही करू शकतो. ते म्हणजे, हे मानवी जीवन आणि त्याच्याशी जोडल्या गेलेल्या सगळ्याच गोष्टी तात्पुरत्या स्वरूपाच्या आहेत हे पक्कं समजून घेणं, आणि या क्षणभंगुरतेचा मनापासून स्वीकार करणं.

आपलं आयुष्य आणि निसर्ग, यात अनेकप्रकारे साम्य आहे. ज्याप्रमाणे रात्रीनंतर दिवस आणि दिवसानंतर पुन्हा रात्र येते, जसा उन्हाळ्यानंतर पावसाळा, पावसाळ्यानंतर हिवाळा आणि हिवाळ्यानंतर वसंत ऋतूची चाहूल लागली की पुन्हा उन्हाळा येतो, अगदी त्याचप्रमाणे, आपल्या आयुष्यात वाईट दिवसांनंतर बरे दिवस येतात, त्यानंतर चांगले दिवस येतात आणि त्यानंतर पुन्हा वाईट दिवस येऊ शकतात. येत-जात राहतातही. यावरून एक गोष्ट पक्की लक्षात

ठेवली पाहिजे की, आयुष्य हे चक्रासारखं आहे, ज्याला इंग्रजीत 'life cycle' असं यथार्थपणे म्हटलं जातं. आयुष्याचं हे चक्र कधीही थांबत नाही, स्थिर राहत नाही. ते सतत फिरतच असतं. आयुष्यातील कुठलीही अवस्था किंवा स्थिती क्षण-दोन क्षण टिकणारी असते. कुठलंही यश किंवा अपयशही अल्पजीवी असतं. पण यशाने धुंद झालेला, किंवा अपयशाने निराशेच्या गर्तेत बुडालेला माणूस नेहमीच हे सत्य विसरतो, आणि आयुष्य हे चक्र नसून फक्त एक साधी-सरळ रेषा आहे, असं मानण्याची चूक करून बसतो... पण अशी रेषासुद्धा कुठेतरी सुरू होते आणि कुठेतरी संपते, हे तो विसरतो. मग यशस्वी माणसाला असं वाटत राहतं की त्याचे चांगले दिवस कधीच संपणार नाहीत आणि निराश झालेल्या माणसाला असं वाटत राहतं की त्याचे चांगले दिवस कधी सुरूच होणार नाहीत. आणि नेमक्या अशाच वेळी अमिताभ बच्चन यांचं हे गाणं आवर्जून आठवायला पाहिजे –

'मैं पल दो पल का शायर हूँ
पल दो पल मेरी कहानी हैं'

कॉम्प्युटर महाशय, कृपया हे वाक्य 'लॉक' केलं जावं –

> *'या क्षणभंगुर आयुष्यात, चिरंतनाचा किंवा शाश्वततेचा मोह धरू नका. त्यापेक्षा प्रत्येक क्षण, प्रत्येक प्रसंग सकारात्मक दृष्टिकोन बाळगून जगत रहा.'*

जाओ! पहले उस आदमी का साइन लेकर आओ

निकाल दिया था,

पहले उस आदमी का

साइन लेकर आओ,

जिसने मेरे हाथपर ये

लिख दिया था...

ये... उसके बाद...

उसके बाद... मेरे भाई,

तुम जहाँ कहोगे,

मैं साइन कर दूंगा।''

अमिताभ बच्चन यांनी आपल्या मुलाखतीत, 'दीवार' हा चित्रपट म्हणजे एक परिपूर्ण चित्रकथा आहे असं म्हटलं होतं. हा चित्रपट १९७५ साली प्रदर्शित झाला होता. कसदार पटकथा आणि दमदार संवाद लाभलेल्या या चित्रपटाने बॉक्स ऑफिसवर धमाका उडवून दिलेला होता. मुंबईचा त्यावेळचा अंडरवर्ल्ड डॉन समजला जाणारा हाजी मस्तान याच्या आयुष्यावरून बेतलेली ही चित्रपटकथा होती. जे लोक जुने हिंदी चित्रपट बघत असतील, त्यांना या 'दीवार' चित्रपटात दिलीप कुमारचा 'गंगा-जमना,' आणि नर्गिसचा 'मदर इंडिया,' या दोन्ही गाजलेल्या चित्रपटांची झलक नक्कीच दिसेल. 'दीवार'वर या दोन्ही चित्रपटांचा प्रभाव पडलेला दिसून येतो. या चित्रपटामधले अनेक संवाद लोकप्रिय झाले होते आणि त्यातलाच एक दमदार संवाद असा होता की –

'जाओ! पहले उस आदमी का साइन लेकर आओ ।'

ज्या लोकांनी हा चित्रपट पाहिलेला नाही, त्यांना त्याबद्दल थोडं विस्ताराने सांगतो. या चित्रपटातही बच्चन यांची 'अँग्री यंग मॅन' ही प्रतिमाच समोर येते. सुरुवातीला शांतताप्रिय आणि सरळमार्गी असणारा हा नायक, सतत अन्याय सहन करावा लागल्याने, हळूहळू कायदा झुगारून देऊन विद्रोहीपणाने वागायला लागतो. जगण्याचा साधा सरळ मार्ग सोडून जुलूम-जबरदस्तीचा मार्ग अवलंबायला लागतो. या चित्रपटात त्यांच्या लहान भावाची भूमिका शशी कपूर यांनी केली होती, आणि यात ते एक पोलिस इन्स्पेक्टर दाखवलेले आहेत. या इन्स्पेक्टरला जेव्हा आपला मोठा भाऊ एक गँगस्टर असल्याचं समजतं, तेव्हा तो या भावासमोर एक पर्याय ठेवतो. तो पर्याय असा असतो की, मोठा भाऊ विजय याने स्वत:ची सही करून स्वत:चे सगळे गुन्हे लेखी स्वरूपात तर कबूल करायचेच आणि

त्याचबरोबर आपल्या साथीदारांचे गुन्हे उघड करायलाही तयार व्हायचं. पण स्वत:च्या बंडखोर स्वभावानुसार विजय त्याला सांगतो, की तो सही करायला या एकाच अटीवर तयार होईल की, तो एकटाच सही करणार नाही आणि सगळ्यांच्या आधीही करणार नाही. त्या प्रसंगात पुढे विजय असं म्हणतो की –

'जाओ! पहले उस आदमी का साइन लेकर आओ, जिसने मेरे बापसे साइन लिया था।'

आणि नंतर तो त्याच्या आजूबाजूला असणाऱ्या सगळ्यांना दोषी ठरवतो... फक्त स्वत:ला सोडून. आपण चुकतो आहोत हे त्याला मान्य असतं, पण तो स्वत:ला दोषी समजत नाही. आपल्या वाईट आणि चुकीच्या कृत्यांचं खापर तो दुसऱ्या कुणावर तरी फोडत असतो. या संपूर्ण सीनच्या वेळी, विशेषत: या वाक्यावर, चित्रपटगृहात नेहमीच टाळ्यांचा कडकडाट होत असे. पण या पुस्तकात या संवादाचा उपयोग करण्याचा उद्देश टाळ्या मिळवण्याचा अजिबात नाही. तर उद्देश आहे तुमच्या मनाला आणि बुद्धीला आवर्जून हे विचारायचा की, तुम्हीसुद्धा स्वत:च्या चुकांसाठी, दुर्दैवासाठी, किंवा तुमच्यावर ओढवलेल्या वाईट परिस्थितीसाठी स्वत:ला दोष न देता, इतरांना दोष देणंच पसंत करत नाही ना?

संत कबीर यांनी अतिशय समर्पकपणे असं म्हटलंय की –

'बुरा जो देखन मैं चला, बुरा ना मिलिया कोय
जो मन खोजा अपना, मुझसे बुरा ना कोय।'

किती खरं आहे हे. पण आपण आपल्या मनाचा शोध घेण्याचा प्रयत्नच करत नाही. कारण त्यापेक्षा कुठल्याही त्रासाचं, दु:खाचं खापर दुसऱ्या कशावर तरी, कुणावर तरी फोडणं खूप सोप्पं असतं. या अशा प्रवृत्तीला इंग्लिशमध्ये 'ब्लेम गेम' असं म्हणतात. याचा अर्थ अगदी साधा सोपा आहे... दुसऱ्यावर दोषरोप करण्याचा खेळ : आत्ताच म्हटलं त्याप्रमाणे, या खेळातला खेळाडू त्याच्या प्रत्येक चुकीचं, प्रत्येक संकटाचं, इतकंच नाही तर त्याच्या स्वत:च्या दुर्भाग्याचं खापरही इतरांवर फोडतो आणि अल्पजीवी आनंद मिळवत राहतो. पण असा तात्पुरता आनंद मिळवत राहताना, एक गोष्ट त्याच्या लक्षातच येत नाही, की या खेळात शेवटी तोच हरणार असतो आणि ही काळ्या दगडावरची रेघ असते.

स्टीफन आर. कोवी या विचारवंताने एक खूप छान वाक्य लिहून ठेवलं आहे – 'समस्या कुठेतरी दुसरीकडेच आहे, असा विचार जेव्हा आपण करतो, तेव्हा हा विचार हीच खरी समस्या असते.'

आपण सगळेच कधी ना कधी असा विचार करतो किंवा अशा वृत्तीने वागतो. ज्यांनी कॉर्पोरेट क्षेत्रात काम केलेलं आहे, त्यांच्या लक्षात यावरून एक

गोष्ट आलेली असेल की, 'मंथली रिव्ह्यू' मीटिंग्जमध्ये जी प्रेझेंटेशन्स होतात त्या सगळ्या प्रेझेंटेशन्समधून ही एकच गोष्ट सिद्ध करण्याचा किंवा ठासून सांगण्याचा प्रयत्न केला जातो की – 'मंथली टार्गेट पूर्ण झालेलं नाही हे खरं असलं तरी त्याला ही अमुक किंवा तमुक गोष्ट कारणीभूत आहे. मात्र आम्ही त्याला नक्की कारणीभूत नाही.' 'अप्रेजल,' म्हणजे कामाचे मूल्यांकन करण्यासाठी ज्या मीटिंग्ज होतात, त्यामध्येही जवळपास असंच घडताना दिसून येतं. एप्रिल महिना म्हणजे तुम्ही वर्षभर केलेल्या कामाचा, घेतलेल्या मेहनतीचा हिशेब मांडण्याचा महिना. कोणत्या कर्मचाऱ्याचा पगार किती टक्के वाढणार आहे, कोणत्या भाग्यवान कर्मचाऱ्याला बढती मिळणार आहे, आणि कोणत्या कमनशिबी कर्मचाऱ्यावर नोकरी जाण्याची टांगती तलवार असणार आहे, या सगळ्या गोष्टी याचवेळी ठरवल्या जातात. असं सगळं मूल्यमापन करणारा 'बॉस', कंपनीची पॉलिसी, मार्केटची स्थिती, अशासारख्या गोष्टींचा पाढा वाचतो आणि कर्मचाऱ्यांचं मूल्यांकन कमी करावं आणि कमीत कमी पगारवाढ द्यावी असं सांगतो. तर ज्या कर्मचाऱ्याचं मूल्यांकन केलं जात असतं तो, मार्केटमधल्या अडचणी, त्रास, त्याच्या टीममधल्या सहकाऱ्यांची अपात्रता किंवा अकार्यक्षमता, आणि हेड ऑफिसने झोपेत घेतल्यासारखे निर्णय, यासारख्या कारणांची भलीमोठी यादी वाचत, थोडक्यात स्वत: चोखच काम करत असल्याचा निर्वाळा देत, स्वत:साठी चांगलं काहीतरी मिळावं, अशी अपेक्षा करत असतो.

संपूर्ण आयुष्याचा पट मांडून पाहिला, तर वरील दोन्ही गोष्टी त्यामानाने खूपच लहान आहेत. एका महिन्यात पूर्ण करता न आलेलं कामाचं 'टार्गेट' त्याच्या पुढच्या महिन्यात पूर्ण करता येऊ शकतं. पगार आणि पद दोन्हीही पुढच्या १०-१२ महिन्यात वाढू शकतात. पण या आयुष्यरूपी खेळात, आपण दुसऱ्यावर दोषारोप करत राहण्याचा डावच जर सतत खेळत राहिलो, तर एखादा डाव आपण जिंकणं जरी शक्य असलं, तरी पूर्ण मॅच मात्र आपण नक्कीच हरू.

आपल्यावर जेव्हा एखादं मोठं संकट कोसळतं, तेव्हा सर्वांत आधी आपण हेच म्हणतो की, 'देवा, अरे माझ्याच बाबतीत का घडलं हे?' खरंय ना?

आता खेळ, मॅच याबद्दल आपण बोलतोच आहोत, तर इथे क्रीडाविश्वातलंच एक उदाहरण देणं योग्य ठरेल. हे उदाहरण क्रिकेटपटू युवराज सिंगचं असेल, असं तुम्हाला वाटत असेल. कारण कॅन्सरसारख्या भयंकर आजारावर मात करून तो परत खेळायला लागला आणि ही गोष्ट खरंच अतिशय प्रेरणादायक आहे. पण इथे मी ४०-५० वर्षांपूर्वीच्या आणि सातासमुद्रापलीकडच्या एका खेळाडूचं उदाहरण तुम्हाला सांगणार आहे.

सुप्रसिद्ध लॉन टेनिसपटू ऑर्थर ऐश यांचा जन्म १९४३ साली अमेरिकेत

झाला होता. ते आफ्रो-अमेरिकन वंशाचे असल्याने, अमेरिकेत जरी जन्मलेले होते, तरी ते श्वेतवर्णीय समजले न जाता, कृष्णवर्णीय गणले जात होते. जातीयवाद ही जशी भारतातली समस्या आहे, तशी वर्णभेद आणि वंशभेद ही या समस्येची पश्चिमी देशात आढळणारी भावंडे आहेत.

पन्नास सालच्या आसपास हे ऑर्थर ऐश जेव्हा लहानाचे मोठे होत होते, तेव्हा अमेरिकेत खूप मोठ्या प्रमाणात अशा प्रकारचा भेदभाव केला जात होता. पण तरीही ऐश यांनी या वर्ण आणि वंशभेदाला आपल्या कर्तृत्वाच्या मार्गातला अडथळा बनू दिलं नाही. असा वंशीय भेदभाव आणि गरिबी या दोन कारणांमुळे निर्माण होणाऱ्या एकाही अडचणीला अजिबात भीक न घालता, ते असे पहिले कृष्णवर्णीय खेळाडू बनले, ज्यांची निवड अमेरिकेच्या डेव्हिस कपसाठीच्या टीमसाठी करण्यात आली होती. पण ते एवढ्यावरच थांबले नाहीत. तर तीन ग्रँड स्लॅम किताब मिळवणारे ते पहिले कृष्णवर्णीय खेळाडू ठरले... विम्बल्डन, यू.एस. ओपन आणि ऑस्ट्रेलियन ओपन या तीन महत्त्वपूर्ण स्पर्धांमध्ये त्यांनी हे किताब मिळवले होते. टेनिसपटूंच्या जागतिक क्रमवारीतही ते पहिल्या क्रमांकापर्यंत पोहोचले होते.

पण या निष्णात खेळाडूसाठी काळाने अशी एक चाल ठरवूनच ठेवली होती, ज्यावर मात कशी करायची हे ऐश यांना माहीतच नव्हतं. ऐंशीचं दशक सुरू होता होता, ऐश यांची बायपास शस्त्रक्रिया करावी लागली. त्या वेळी त्यांना जे रक्त देण्यात आलं होतं, त्यातून संसर्ग होऊन, त्यांना एड्ससारखा घातक आणि असाध्य रोग झाला. ही बातमी सर्वदूर पसरली. जगभरातल्या त्यांच्या असंख्य चाहत्यांनी त्यांना पत्र पाठवायला सुरुवात केली. एका चाहत्याने त्याच्या पत्रात असं लिहिलं होतं की, 'अशा असाध्य आणि भयानक रोगासाठी परमेश्वराने तुम्हालाच का निवडावं?'

या प्रश्नाचे ऑर्थर ऐशने जे उत्तर दिलं होतं, ते आता जगभरातल्या निराश झालेल्या लोकांमध्ये उत्साह निर्माण करण्यासाठी अनेकदा दिलं जातं. 'शेवटी मीच का?' या प्रश्नाचंही हेच उत्तर आहे.

'जगभरातली पाच कोटी मुलं टेनिस खेळायला सुरुवात करतात. त्यातली पन्नास लाख मुलं टेनिस खेळायला शिकू शकतात. त्यातली पाच लाख मुलं व्यावसायिक पातळीवर टेनिस खेळू शकतात. त्यातले फक्त पन्नास हजार टेनिसच्या व्यावसायिक वर्तुळाचा भाग बनू शकतात. त्यातले पाच हजार खेळाडू ग्रँड स्लॅमसाठी खेळू शकतात. पन्नास विंबल्डनपर्यंत मजल मारू शकतात. त्यातूनही फक्त चौघेजण उपान्त्य फेरीमध्ये खेळतात, आणि फक्त दोघेजणच अंतिम फेरीत खेळतात. मी जेव्हा विजेतेपदाचा चषक हातात अभिमानाने धरला होता,

तेव्हा मी परमेश्वराला विचारलं नव्हतं की, 'यासाठी मीच का?' तर मग आज मी क्लेश सहन करताना त्याला का विचारू की, 'शेवटी मीच का?''

इथे आवर्जून विचार करावा अशी गोष्ट ही आहे की, दुसऱ्यावर दोषारोप करण्याची गरज किंवा एखादा बळीचा बकरा शोधण्याची खटपट करण्याची गरज, नेहमी हरलेल्या माणसालाच भासत असते. विजेत्याला मुकुट घालायला मात्र सगळं जग आतुर असतं.

एक गोष्ट लक्षात घ्यायला हवी की, प्रत्येक बाबतीत एखाद्या प्रसिद्ध व्यक्तीचं उदाहरणच डोळ्यापुढे ठेवणं आवश्यक नसतं. आपण नीट लक्षपूर्वक पाहिलं, तर आपल्या आसपासच आपल्याला असे चॅम्पियन सापडतील, ज्यांनी त्यांच्या आयुष्यरूपी उद्यानात फक्त आनंदाची आणि समाधानाची झाडं लावण्यावर स्वतःचं लक्ष केंद्रित केलं आहे. दोषारोपण अजिबातच केलेलं नाही.

आता जरा चित्रपटातल्यासारखा 'फ्लॅशबॅक'मध्ये जाऊन बोलतो. ही गोष्ट १९ मार्च १९९५ या दिवशीची आहे. तेव्हा मी १७-१८ वर्षांचा होतो, आणि बारावीची परीक्षा देण्यात व्यस्त होतो. तेव्हा मला अशी एक बातमी समजली, जी फक्त दुःखदच नव्हती, तर अन्यायकारकही होती. माझ्याच वर्गात असलेला माझा मित्र जयेश ठक्कर याच्या वडिलांचं हार्ट ॲटॅकमुळे अकाली निधन झालं होतं. अशावेळी त्या शोकाकुल व्यक्तीशी काय बोलायचं हे इतरांना सुचत नाही, हे तर खरंच. पण ज्याच्यावर असा प्रसंग ओढवलेला असतो, त्याला एकच गंभीर प्रश्न पडलेला असतो की, 'आता मी काय करू?'

जयेश हा एक हुशार मुलगा होता. अशा परिस्थितीतसुद्धा त्याने बारावीची परीक्षा दिली आणि मग आपलं पिढीजात किराणा दुकान चालवायला त्याने सुरुवात केली. पण किराणा दुकान चालवणं ही त्याची महत्त्वाकांक्षा नव्हतीच. त्याला खूप काही साध्य करायचं होतं. त्या छोट्याशा किराणा दुकानात त्याची स्वप्नं मावतच नव्हती. पण दुकान चालवण्याची कसरत हा त्याच्या मार्गातला अडथळा होऊन बसला होता आणि त्याच्या शिक्षणावर, अभ्यासावर त्याचा विपरीत परिणाम व्हायला लागला होता. त्याला काहीतरी निर्णय घ्यायलाच हवा होता, आणि त्याने तो घेतलाही. त्याचे काका, त्यांची मुलं अशा इतरांबरोबर चालवलं जात असलेलं ते दुकान त्याने विकून टाकलं आणि दैनंदिन आर्थिक गरजा पूर्ण करण्यासाठी तो पार्ट-टाइम काम करायला लागला.

'पण त्याचं स्वप्न नेमकं काय होतं?' हा प्रश्न तुम्हाला पडला असेल.

तर त्याचं स्वप्न हे होतं, की जास्तीत जास्त शैक्षणिक योग्यता प्राप्त करायची आणि मोठी नोकरी मिळवायची. तो कॉमर्सचा विद्यार्थी होता. त्यामुळे कॉलेजमधल्या पदवीच्या अभ्यासाबरोबरच त्याने सी.ए. आणि कंपनी सेक्रेटरी

असे दोन कोर्सही पूर्ण केले... हो, दोन्ही कोर्स एकाच वेळी पूर्ण केले. तुम्हाला माहीतच असेल, की, सी.ए. होण्यासाठी लोक दहा-दहा वर्षं वाया घालवतात, पण सी.ए. होऊ शकत नाहीत. पण जयेश मात्र या दोन्ही अवघड परीक्षांमध्ये सहज पास झाला आणि तेही पहिल्याच प्रयत्नात पास झाला. आज नाशिकमधल्या 'एप्कोस इंडिया प्रा. लि.' या कंपनीत तो जनरल मॅनेजर आहे आणि अर्थातच भरपूर पगार मिळवतो आहे.

खरंतर परमेश्वर आणि स्वत:चं नशीब यांच्यावर खापर फोडून, त्यांना त्या परिस्थितीचे कारण ठरवून टाकून, उरलेलं आयुष्य जगत राहणं जयेशसाठी किती सोप्पं होतं. वडिलांचा असा अकाली मृत्यू व्हायला नको होता, याच विचाराने आयुष्यभर दु:ख करत, कुढत राहिला असता तो. माझ्या वयाच्या सतरा-अठराव्या वर्षी जर माझ्या वडिलांच्या कृपाछत्राला मी असा पारखा झालो नसतो, तर मी असं केलं असतं, किंवा तसं केलं असतं, असं रडगाणं गात बसला असता. आपल्या दुर्भाग्याने क्रूरपणे आपल्याला बळीचा बकरा बनवलंय, असं गाऱ्हाणं गात जगत राहणंही किती सोप्पं ठरलं असतं त्याच्यासाठी. पण जयेशने असं जगणं स्वीकारलं नाही.

पण जयेश किती हुशार होता हे सांगण्यासाठी इथे त्याचं उदाहरण दिलेलं नाही. तर त्याने आपल्या नशिबाची दशा आणि दिशाही प्रयत्नपूर्वक बदलताना कुठलीही पळवाट न शोधता खंबीरपणे त्याच्याशी कशी झुंज दिली, हे आवर्जून सांगण्यासाठी त्याचं उदाहरण दिलं आहे.

'दोषारोपण' नावाच्या खेळातली उपरोधाची बाब हीच आहे की, माणूस दुसऱ्याला दोष देतो खरा, पण त्याची जखम मात्र त्याला स्वत:लाच होते. आणि ही जखम एक अशी लपून राहिलेली जखम असते, जी बाहेरून अजिबात दिसत नाही, लक्षात तर येतच नाही. आणि जेव्हा ती आतून खूप चिघळलेली असते, बरी होणं खूप अवघड होऊन बसलेलं असतं, तेव्हा ती लक्षात येते.

पुन्हा 'दीवार' चित्रपटाकडे वळू या. यातला नायक विजय (म्हणजे अमिताभ बच्चन) याचं सर्वांत जास्त प्रेम त्याच्या आईवर असतं. पण इतरांवर दोषारोप करण्याची ढाल आपल्या हातात घट्ट धरून तो जेव्हा चुकीच्या रस्त्याने जायला लागतो, तेव्हा इतर सगळ्यांच्या आधी त्याची आईच (म्हणजे निरुपा रॉय) त्याला सोडून निघून जाते. यश, स्वास्थ्य, समृद्धी, सदाचार, मन:शांती या सगळ्या गोष्टी, त्या चित्रपटातल्या निरुपा रॉयसारख्या आहेत. तुम्ही स्वत:च्या चुकीच्या वागण्याचा ठपका दुसऱ्यांवर ठेवून, त्यांना दोषी ठरवण्यालाच आयुष्याची इतिकर्तव्यता समजायला लागलात, तर तुम्हाला सोडून निघून जायला या सगळ्या गोष्टींना एक मिनिटही लागणार नाही.

तुमचं अपयश, तुमची वाईट वेळ, तुम्हाला ग्रासणारी निराशा, यांसारख्या तुमच्या आयुष्यातल्या नकोशा गोष्टींना कारणीभूत ठरवण्यासाठी, तुम्ही जर रोजच एखादा बळीचा बकरा शोधत राहिलात, तर बळी शोधण्याचं हे काम खूपच कठीण होऊन बसेल, तुम्हाला बकरा सापडणारच नाही आणि सगळ्याच गोष्टी तुमच्या बाबतीत विपरीत घडायला लागतील. मग तुम्ही असा विचार करत बसाल की, 'बळी देऊन देवीला प्रसन्न करून घेण्यास मी असमर्थ झालो आहे, म्हणून माझ्याबाबतीत सगळं असं चुकीचं घडायला लागलंय.' आणि ही तुमची घोडचूक असेल. वास्तव हे आहे की, जर तुम्हाला बळी द्यायचाच होता, तर पहिला बळी तुम्ही तुमच्या त्या विचाराचा द्यायला हवा होता... 'माझी चूक नाहीये. इतरांमध्येच दोष आहेत', या विचाराचा. आधीच जर असं केलं असतंत, तर या तुमच्या चुकीच्या विचाराच्या एकाच बळीने ती जीवनरूपी देवी प्रसन्न झाली असती आणि मग तिचा आशीर्वादाचा हात कायम तुमच्या मस्तकावर राहिला असता. अजूनही हे शक्य आहे. आणि यासाठी कसली वाट बघण्याची अजिबात गरज नाही. वेळ निघून गेलेली नाही. तुमची चूक मनापासून मान्य करा आणि ती पुन्हा न करण्याचा निश्चय करा. लक्षात ठेवा, अशा बाबतीत 'कल करे सो आज कर, आज करे सो अब' हेच उत्तम.

कॉम्प्युटर महाशय, कृपया हे वाक्य 'लॉक' केलं जावं...

'या जीवनरूपी खेळात तुम्ही तेव्हाच विजयी व्हाल, जेव्हा तुम्ही तुमच्या स्थितीसाठी दुसऱ्या कोणाला तरी दोषी ठरवणार नाही.'

देखा एक ख़्वाब

देखा एक ख़्वाब तो ये सिलसिले हुए
दूर तक निगाहों में हैं गुल खिले हुए
देखा एक ... सिलसिले हुए
दूर तक ... खिले हुए

ये गिला है आप... निगाहों से
फूल भी हो ...
देखा एक ख़्वा...
दूर तक निगाहों ... गुल खिले हुए

मेरी साँसों में बसी ख़ुशबू तेरी
ये तेरे प्यार की है जादूगरी
आऽऽहा आऽऽहा आऽऽहा
तेरी आवाज़ है हवाओं में
प्यार का रंग है फ़िज़ाओं में
धड़कनों में तेरे गीत हैं मिले हुए
क्या कहूँ की शर्म से हैं
लब सिले हुए
देखा एक ख़्वाब तो ये
सिलसिले हुए
फूल भी हो दरमियान
तो फ़ासले हुए

‘देखा एक ख़्वाब तो ये सिलसिले हुए
दूर तक निगाहमें हैं गुल खिले हुए’

‘सिलसिला’ हा चित्रपट १९८१ साली प्रदर्शित झाला होता. या चित्रपटातली बहुतेक सगळीच गाणी अगदी सुंदर म्हणावीत अशीच होती. वर उल्लेख केलेलं गाणं त्यापैकीच एक असं गाणं आहे, जे वेगवेगळ्या कारणांनी वेगवेगळ्या लोकांच्या आठवणीत राहिलं आहे. अमिताभ बच्चन आणि दिग्दर्शक यश चोप्रा यांच्या चाहत्यांना हा चित्रपट सर्वार्थाने सुंदर वाटत असला, तरी तो अपेक्षेपेक्षा खूपच कमी चालला होता. ‘फिल्मी गॉसिप’मधून ज्यांना आनंद मिळतो ते लोक या चित्रपटातल्या ‘अमिताभ-रेखा-जया बच्चन’ या त्रिकोणाचाच वेगवेगळ्या प्रकारे अर्थ लावत बसतील. पण असेही काही लोक असतात, ज्यांना पडद्यावर दिसणाऱ्या घडामोडींइतक्याच, पडद्याच्या मागे घडणाऱ्या गोष्टीही महत्त्वाच्या वाटतात. अशा लोकांना ‘सिलसिला’ हा चित्रपट यासाठी आठवत राहील की, या चित्रपटापासूनच हिंदुस्तानी शास्त्रीय संगीतातील दोन श्रेष्ठ कलावंत, संतूरवादक पं. शिवकुमार शर्मा आणि बासरीवादक पं. हरिप्रसाद चौरासिया या दोघांनी ‘शिव-हरी’ या नावाने ‘संगीतकार जोडी’ म्हणून काम करायला पहिल्यांदा सुरुवात केली आणि यश चोप्रांमुळे त्यांचे या क्षेत्रात पदार्पण झाले. सुरुवातीला उल्लेख केलेले ते सुमधुर गाणे ही या तिघांनी रसिकांना दिलेली भेट आहे. नेदरलँडमधल्या ट्यूलिप्सच्या उद्यानात, खूप साऱ्या सुंदर फुलांच्या सान्निध्यात, तितक्याच सुंदरपणे यश चोप्रांनी हे गाणं चित्रित केलेलं आहे.

शायर आणि कवी यांच्या विश्वात जर आपण रमून गेलो, तर आपल्या

विश्वातही नक्कीच सगळीकडे असे फुलांचे ताटवे बहरलेले असतील. पण प्रत्यक्षात मात्र आपण आपल्या विश्वाला अशा बहरलेल्या जगाच्या सान्निध्यात जास्त काळ रमू देत नाही. आपलं विश्व अर्थात आपलं जग आणि आपलं जगणं, आपण, आपले आई-वडील, मित्र, नातेवाईक आणि आपले शेजारी यांच्या हवाली करून टाकलेलं असतं आणि याचा परिणाम काय?... 'गुल तो नहीं खिलते, पर हमारे सपनोंकी, हमारे ख़्वाबोंकी बत्ती गुल अवश्य हो जाती हैं।'... आयुष्यात हव्या त्या फुलांचे अर्थात आपल्या स्वप्नांचे, इच्छांचे ताटवे प्रत्यक्षात तर फुलू शकतच नाहीत, पण स्वप्ने मात्र अक्षरशः स्वप्नवत राहतात.

याचा अर्थ असा नक्कीच नाही, की ही सगळी माणसं आपल्या आयुष्यातले खलनायक असतात. असं अजिबातच नसतं. पण त्यांचं, विशेषतः आपल्यापेक्षा वयाने मोठ्या असलेल्याचं जग आणि आपलं जग, यात जवळजवळ चोवीस-पंचवीस वर्षांचं अंतर असतं. आणि सगळा दोष या अंतराचाच असतो.

पिढ्यांमधलं हे अंतर, ज्याला इंग्लिशमध्ये 'जनरेशन गॅप' म्हटलं जातं, तेच बऱ्याचदा बऱ्याच गोष्टींसाठी, वादांसाठी कारणीभूत ठरतं. त्याच कारणाने, 'मुगल-ए-आझम' पासून आजपर्यंत बऱ्याच 'जिल्ले इलाही'नी त्यांच्या सलीमला त्याच्या अनारकलीपासून तोडलंय. 'गम-ए-आशिकी' म्हणजे प्रेमभंगाचं दुःख हे फक्त एक उदाहरण म्हणून इथे मी दाखवलं आहे. पण आता मात्र मी 'गम-ए-रोजगार' याविषयी बोलणार आहे.

तर स्वप्न आणि वास्तव यात नेहमीच जी एक तफावत असते, ती कशा प्रकारची असते? काही उदाहरणं सांगतो –

स्वप्नं अशी असतात...

- लहानपणापासूनच काहीतरी भरीव, नवीन, वेगळं असं काम करण्याकडे माझा कल आहे.
- मला कार्पोरेट विश्वातला एखादा मोठा पदाधिकारी व्हायचं आहे.
- मला एखादा नवा उद्योग किंवा व्यवसाय सुरू करण्याची तीव्र इच्छा आहे.
- मी एक अशी मुलगी आहे, जिला आपली सगळी स्वप्नं प्रत्यक्ष साकार करायची आहेत.
- वरची चार स्वप्नं बघणाऱ्यांपैकी कुणीही व्हायला मला चालेल, आणि मी तसा बनूही शकतो.

आता या स्वप्नांच्या दुनियेतून बाहेर पडून वास्तव जगात येऊ या. वास्तविकता ही असते...

- काहीतरी नवं आणि भरीव काम करण्याकडे माझा कल होता. पण आता मात्र मी एका चाकोरीबद्ध नोकरीत अडकलो आहे.

हे वाक्य आदर्शासारखं डोळ्यांसमोर ठेवून, 'लिहिणे' आणि 'चित्रपट पाहणे' या माझ्या दोन्ही छंदांचं मी जणू एक 'कॉकटेल' बनवलं. मग सहज म्हणून फेसबुकवर हिंदी चित्रपटांची समीक्षणं लिहायला सुरुवात केली. माझं लिखाण लोकांना आवडलं. अर्थात हे लोक म्हणजे अधिकतर माझे मित्र, नातेवाईक आणि ऑफिसमधले माझे ज्युनिअर्स होते, ही गोष्ट वेगळी. पण फेसबुकवर आलेल्या 'लाइक्स' कुणी पाठवल्या आहेत, हे आपण कशाला बघत बसायचं, असा साधासरळ विचार मी करतो. अशा 'लाइक्स'ची कोणती जात किंवा धर्म नसतोच. त्या 'फेसबुक-लाइक्स' आहेत, एवढंच महत्त्वाचं असतं. याच लाईक्सनी आणि कॉमेंट्सनी मला प्रोत्साहन दिलं. अशी हिम्मत दिली, की मी माझ्या लिखाणाचा परीघ वाढवण्याचा निर्णय घेतला. आता तुमच्या हातात हे जे पुस्तक आहे ते म्हणजे माझ्या या निर्णयाची पहिली अभिव्यक्ती आहे. देवी सरस्वतीच्या कृपेने माझी पहिली कादंबरीही आता लवकरच तुमच्या हातात असेल. मला पूर्ण जाणीव आहे, की या एवढ्याशा लिखणामुळे, मी चेतन भगत, अमीश त्रिपाठी किंवा अश्विन सांघी यांच्यासारखा प्रसिद्ध आणि यशस्वी लेखक झालो नाही. पण आधी इच्छा, मग स्वप्न आणि पुढे ध्येय हा प्रवास मी पूर्ण केला आहे आणि माझं ध्येयही यशस्वीपणे साध्य केलं आहे. मी आता लेखक झालो आहे.

हा एक परिच्छेद लिहिता लिहिता माझा आत्मविश्वास अगदी तसाच वाढला आहे, जसा क्रिकेटमध्ये एखाद्या कठीण पीचवर खेळताना, थोड्या वेळानंतर फलंदाजाचा आत्मविश्वास वाढतो. आता मीही माझ्या लिखाणात जराशा – मोकळेपणाने 'शॉट्स' मारत असतो. मी तर आता असं गृहीतच धरून चाललो आहे की, एखाद्या दुर्दम्य आणि वेगवान गोलंदाजासारखा 'बाऊन्सर' टाकत तुम्हीही मला विचाराल की, 'वा रूपेश बाबू, इतकं व्यक्तिनिष्ठ उदाहरण देऊन सुटका करू पाहताय का स्वत:ची? मग जरा आम्हाला हेही सांगा की लिखाण करून किती पैसे मिळवू शकाल? आणि लेखकाचं काय हो... ६०-७०व्या वर्षीही एखादा कुणी लेखक बनू शकतो. पण एखाद्या कुणाला अभिनेता बनायचं होतं, तर आणखी कुणाला खेळाडू बनायचं होतं आणि ते त्यांना नाही जमलं, तर त्यांनी काय करायचं, हे सांगा ना...'

तुमच्या पहिल्या बोलण्यावर मी जरा भुवया उंचावूनच असं विचारेन, की तुम्हाला तुमच्या बहिणीचं नाहीतर मुलीचं माझ्याशी लग्न लावून द्यायचं नाहीये. मग मला किती पैसे मिळू शकतील, हा प्रश्न तुम्हाला पडण्याचं काही कारणच नाही. एकतर माझं लग्न झालेलं आहे आणि दुसरी महत्त्वाची गोष्ट म्हणजे,

लेखकाला त्यातून हिंदी लेखकाला, कुणी त्याची कमाई किती असं विचारतं का? असं विचारणाऱ्याची कमालच आहे. पण तुमचं दुसरं जे म्हणणं आहे, ते अर्धसत्य आहे असं मी म्हणेन.

तुमच्या पहिल्या प्रश्नाकडे जरा गांभीर्याने पाहत मी असं स्पष्टपणे म्हणेन की, सचिन तेंडुलकर जेव्हा दररोज अनेक तास नेमाने आणि निश्चयपूर्वक बॅटिंगची प्रॅक्टिस करत होते, तेव्हा कोट्यवधी पैसे मिळावेत म्हणून तेवढी प्रॅक्टिस करत नव्हते. तर स्वतःच्या क्रिकेटच्या वेडापायी, कमालीच्या आवडीपायी करत होते. हिंदी चित्रपटसृष्टीत 'शो-मॅन' म्हणून ओळखले जाणारे महान अभिनेते राज कपूर यांनी चित्रपटाचं स्वप्न साकार करण्यासाठी 'मेरा नाम जोकर' हा चित्रपट बनवला. त्यासाठी त्यांनी स्वतःकडे होतं नव्हतं ते सगळं खर्ची घातलं. अगदी स्वतःचा स्टुडिओसुद्धा गहाण ठेवला. सचिन तेंडुलकरांनी क्रिकेट खेळून कोट्यवधी रुपये कमावले. राजकपूर यांचा हा चित्रपट मात्र संपूर्ण अपयशी ठरला आणि त्यांचे सगळे पैसे वाया गेले. पण ते जे करायचे, त्याचे ते सर्वेसर्वा असायचे. त्यामुळे त्यानंतर त्यांनी जे यशस्वी चित्रपट बनवले, त्यातून त्यांनी लगेचच भरपूर कमाई केली. कालांतराने हाच 'मेरा नाम जोकर' चित्रपट, चित्रपटाच्या इतिहासात एक उत्कृष्ट प्रातिनिधिक चित्रपट म्हणून गणला जाऊ लागला. ही दोन्ही उदाहरणे आपल्याला हेच सांगतात की, आपल्या कमालीच्या आवडीची जी गोष्ट असते, तिचं मोल कधीही पैशात ठरवू नका. आणि तसं करायचं असेल, तर तुमची आवड ही फक्त आवड नसून ते पैसे कमावण्याचं एक साधन आहे असं तुम्ही मानता, ही गोष्ट कबूल करा.

आता जरा व्यावसायिकता आणि व्यावहारिकता या गोष्टी लक्षात घेऊन बोलतो, म्हणजे माझं बोलणं तुम्हाला फारसं 'क्रांतिकारक' वाटणार नाही. ९९ टक्के लेखक, फक्त लिखाण करून आपली उपजीविका करू शकत नाहीत, हे अगदी बरोबर आहे. पण 'लिखाण' हे जर तुमचं वेड असेल, तर नोकरीच्या किंवा तुमच्या व्यवसायाच्या जोडीने, तुम्ही ते वेड जपू शकता, जगू शकता. पण काहीही झालं तरी या वेडाचा बळी मात्र देऊ नका. जर तुमच्या या आवडत्या गोष्टीचा तुम्ही रोज पाठपुरावा केलात, त्याविषयी अभ्यास केलात, तर असं होणंही अशक्य नाही, की सरस्वतीदेवीच्या कृपेने एक दिवस तुमच्या हातून असं काहीतरी उत्तम लिहिलं जाईल, की त्यानंतर तुम्हाला कधीही आणखी कुठलं काम करण्याची गरजही पडणार नाही. पत्रकारितेसारखं लिखाणाशी मिळतंजुळतं काम जर तुम्हाला करायला मिळालं, तर मग उत्तमच. पण काहीही झालं तरी तुमच्या त्या वेडाचा, आवडीचा बळी देऊ नका. उलट रोज ते वेडच घेऊन जगा.

संत कबीर यांनी असं म्हटलंय की –

'करत करत अभ्यास के जडमती होत सुजान
रसरी आवत जातही सिल पर होत निसान'

सतत अभ्यास आणि अथक प्रयत्न करत राहिल्यास, जडबुद्धी असणारा माणूसही शहाणा, समजूतदार आणि कुशल होतो, स्वत:चा ठसा उमटवू शकतो. 'प्रयत्ने वाळूचे कण रगडिता, तेलही गळे' ही उक्तीही हेच सुचवते.

माझ्या या आत्मविश्वासपूर्ण विवेचनामुळे तुम्ही माझ्याशी सहमत झाला असाल अशी मी आशा करतो. पण सहमत नसाल, तरीही हरकत नाही. हो शिवाय वय आणि यश याबद्दलचं माझं बोलणंही मी अर्धवटच सोडलं होतं, हेही माझ्या लक्षात आहे.

तर समजा, राम नावाच्या एका माणसाला अभिनेता बनायचं होतं आणि श्याम नावाच्या एका माणसाला खेळाडू बनायचं होतं. पण काही सत्य गोष्टी शरीरप्रकृतीशी निगडित असतात आणि या प्रकृतीला एका मर्यादेपर्यंतच आपण आपल्या तालावर नाचायला लावू शकतो. काही कामं अशी असतात, की ती कधीपर्यंत करता येतील हे निश्चितपणे ठरलेलं असतं. खेळाडू किंवा अभिनेता बनणं, याप्रमाणेच सरकारी किंवा खासगी नोकरीतसुद्धा कामाच्या स्वरूपानुसार ते काम कधीपर्यंत करता येईल हे ठरवलं जातं. म्हणजे हे कसं आहे, की स्टेशनवर पोहोचायला दुर्दैवाने तुम्हाला उशीर झाला, तर तोपर्यंत गाडी निघूनच गेलेली असणार.

म्हटलेलंच आहे ना की, 'अब पछताये होत क्या, जब चिडिया चुग गयी खेत.'

म्हणूनच आपली स्वप्नं पूर्ण करण्यासाठी वेळेवरच मेहनत घ्या. तरच ती स्वप्न सत्यात उतरतील, नाहीतर नुसतंच तक्रार करत बसावं लागेल.

पण मी लोकांमध्ये सकारात्मकता निर्माण करण्याचा विडाच उचलला आहे. त्यामुळे ते काम पूर्ण होईपर्यंत मी मागे हटणार नाही. तुमची कुंडली पाहणाऱ्या ज्योतिष्य पंडिताकडे जसा तुमच्या कुंडलीतल्या प्रत्येक दोषांवर मात करण्याचा उपाय किंवा तोडगा असतो, अगदी त्याचप्रमाणे माझ्याकडेही अनेक उपाय आहेत. अर्थात लेखक असल्यामुळे यासाठी मी शब्दांचाच उपयोग करणार म्हणा.

तुम्हाला अभिनेता व्हायचं आहे, तर व्हा ना. कोण अडवणार आहे? 'मुन्नाभाई एम.बी.बी.एस.' या चित्रपटामुळे चर्चेत आलेले बोमन इराणी यांचा हा पहिलाच चित्रपट होता आणि त्या वेळी ते ४४ वर्षांचे होते. प्रसिद्ध खलनायक अमरीश पुरी यांनी वयाच्या ३८व्या वर्षी, त्यांच्या पहिल्या चित्रपटात एक छोटीशी भूमिका साकारली होती. १९८० साली आलेल्या 'हम पाँच' या चित्रपटापासून अभिनेता म्हणून त्यांना प्रसिद्धी मिळाली आणि तेव्हा त्याचं वय फक्त ४८ वर्षे इतकं

होतं. पण या चित्रपटांद्वारा त्यांनी अभिनय क्षेत्रात पदार्पण केलं, असं मात्र अजिबात नाही. हे दोन्ही अभिनेते रंगभूमीवर म्हणजे नाटकांमध्ये आधीपासून काम करत होते आणि आपलं अभिनयकौशल्य दिवसेंदिवस आणखी वाढवण्यासाठी झटत होते. अखेर एक दिवस त्यांच्या संघर्षाला यश आलं आणि त्यांचं स्वप्न साकार झालं.

त्यांच्याप्रमाणेच तुम्हीही अभिनेता तर नक्की बनू शकता. पण तुम्हाला जर या क्षेत्रात 'स्टार' बनायचं असेल तर सध्याच्या बॉलिवूड क्षेत्रात त्यासाठी तुम्ही तरुण असणं, नाहीतर तरुण दिसणं खूपच आवश्यक आहे. आणि तुमचं तरुण वय निघून गेलं असेल, तर 'मोहब्बतें' चित्रपटात शाहरूख खानने साकारलेला 'राज आर्यन' काही तुम्ही साकारू शकणार नाही. पण त्याच चित्रपटात अमिताभ बच्चन यांनी साकारलेला 'नारायण शंकर' तुम्ही साकारू शकता आणि त्याद्वारे तुमची 'परंपरा', 'प्रतिष्ठा' आणि 'अनुशासन' नक्कीच अमलात आणू शकता.

मी जरा अतिशयोक्ती करतो आहे, असं तुम्हाला वाटत असेल ना? अमिताभ बच्चन यांनी साकारलेली भूमिका आपण स्वत: साकारण्याचं स्वप्न बघायचं, हे जरा जास्तच अवास्तव वाटत असेल तुम्हाला. पण 'साधारण' आणि 'असाधारण' यातलं अंतर इथेच अधोरेखित होतं. असाधारण संपत्ती आणि असामान्य यश मिळवणारी माणसं नेहमी स्वप्नं ही असाधारण अशीच बघत असतात. शाहरुख खान हासुद्धा असाच माणूस आहे. त्याने अनेक वेळा असं काहीतरी करण्याचा प्रयत्न केला आहे, की ज्याची घोषणा होताच, तुलनांचा पूर येणार हे त्यांना माहिती होतं. पण तरीही पुढे टाकलेलं पाऊल त्यांनी मागे घेतलं नाही. आधी त्यांनी 'देवदास' हा चित्रपट केला. त्यातली 'शरदबाबू' ही प्रमुख व्यक्तिरेखा आधी दिलीपकुमार यांनी साकारली होती आणि ती भूमिका जणू अमर करून टाकली होती. मग शाहरुख यांनी 'डॉन' चित्रपटाच्या पुनर्निर्मितीमध्ये काम करायला होकार दिला. आता 'डॉन' या चित्रपटाची गणना अमिताभ बच्चन यांच्या अत्यंत यशस्वी ठरलेल्या चित्रपटांमध्ये केली जाते, हे तर सर्वज्ञात आहे. यानंतर शाहरुख यांनी 'कौन बनेगा करोडपती' या कार्यक्रमाचेही एकदोनदा सूत्रसंचालन केले. 'के.बी.सी.' या नावाने सुप्रसिद्ध झालेला हा कार्यक्रम म्हणजे अमिताभ बच्चन यांच्या कारकिर्दीच्या दुसऱ्या यशस्वी टप्प्याची सुरुवात होती. शाहरुख यांना या तीनही प्रयत्नांमध्ये अपेक्षेपेक्षा जास्त यश मिळालं. या यशाचं कारण त्यांनी असाधारण स्वप्न पाहण्याचं धाडस केलं, एवढं एकच नव्हतं. तर आपलं हे स्वप्न पूर्ण करता यावं म्हणून त्यांनी त्याच्या प्रतिभेला आणि अभिनयकौशल्याला अथक परिश्रमांची दमदार जोड दिली होती. कारण नुसतीच मोठी मोठी स्वप्नं पाहण्याने काहीच साध्य होत नाही. त्यासाठी तेवढीच उच्च बुद्धिमत्ता आणि

त्याच्याच तोडीचे परिश्रम या दोन्ही गोष्टींची गरज असते.

आता हेच सगळं विस्ताराने सांगण्यासाठीसुद्धा, अमिताभ बच्चन आणि त्यांचे चित्रपटच आपल्याला साहाय्य करणार आहेत. जर एखाद्या माणसाने असं म्हटलं, की त्याला 'शोले' चित्रपटाची पुनर्निर्मिती करण्याची इच्छा आहे, तर त्या माणसाला 'बहाद्दर' असंच म्हणावं लागेल. पण बहादुरी आणि अविचारी धाडस यामध्ये फरक आहे. बॉलिवूडमधल्या अशा भीषणतम धाडसाबद्दल बोलायचं झालं, तर त्यामध्ये राम गोपाल वर्मा यांच्या 'आग' चित्रपटाचं नाव आवर्जून घ्यावं लागेल. सन २००७ मध्ये 'शोले' चित्रपटाची पुनर्निर्मिती करण्याचा हा जो प्रयत्न केला गेला, त्यात निर्माता, दिग्दर्शक यांचे करोडोंचे नुकसान झाले. या चित्रपटात सहभागी असणाऱ्या कलाकारांसाठीही ही गोष्ट कदाचित लाजिरवाणी ठरली असावी. पण या चित्रपटाने त्याच्या तमाम प्रेक्षकांचा जवळजवळ तीन तास छळ केला हे मात्र नक्की. राम गोपाल वर्मा यांनी स्वप्न तर खूप मोठं पाहिलं होतं. पण ते पूर्ण करण्यासाठी आवश्यक असणारी बुद्धिमत्ता आणि परिश्रम मात्र त्यामानाने खूपच कमी पडले.

आता खेळाडू होण्याचं स्वप्न पाहणाऱ्या श्यामबद्दल बोलू या. खेळामध्ये दुसरीच एखादी व्यक्तिरेखा साकारण्याचा पर्याय नसतोच. त्यामुळे स्वतःच एक व्यक्ती म्हणून उत्तम काम करण्याशिवाय गत्यंतरच नसतं. ॲथलेटिक्स या क्रीडाप्रकारात अनुभवी आणि ज्येष्ठ खेळाडूंच्या स्पर्धाही होत असतात. आणि हल्ली तर शहराशहरांत पूर्ण मॅरॅथॉन आणि अर्ध-मॅरॅथॉनसारख्या स्पर्धाही होत असतात. अशा स्पर्धांमध्ये भाग घेऊन तुम्ही तुमच्या खेळाडू होण्याच्या स्वप्नाला तात्पुरते मूर्तरूप देऊ शकता. कधीकधी तर असं होतं की, जोपर्यंत तुम्ही प्रयत्न आणि परिश्रम करत नाही, तोपर्यंत तुमच्यामध्ये एखादं नैपुण्य किंवा कला दडलेली आहे, हे तुम्हालाच कळलेलं नसतं.

नोकरीच्या निमित्ताने मी दोन वर्षे महाराष्ट्रातल्या औरंगाबादमध्ये वास्तव्य केलं होतं. तिथे एका अर्ध-मॅरॅथॉनमध्ये मी भाग घेतला होता. या स्पर्धेच्या वेळी ४४ वर्षे वय असणाऱ्या श्री. विजय शिंपी यांच्याशी माझी ओळख झाली. ते 'ग्रीव्ह्ज कॉटन लि.' या कंपनीत कामाला आहेत. वयानुसार कमरेभोवती वाढलेली थोडीशी चरबी कमी करण्यासाठी काही वर्षांपूर्वी म्हणजे सन २००५ मध्ये त्यांनी पळण्याचा व्यायाम करायला सुरुवात केली. एक चांगला धावपटू होण्याची त्यांच्यात क्षमता आहे, हे लक्षात आल्यावर, त्यांना आणि त्यांच्या जवळच्या माणसांना कमालीचं आश्चर्य वाटलं आणि आता नुकतीच शिंपी यांनी त्यांच्या वयोगटात नाशिकमध्ये झालेली मॅरॅथॉन जिंकली. आज जालन्यात झालेली स्पर्धा

जिंकली, अशी बातमी दर दोन-तीन महिन्यातून एकदा तरी फेसबुक -पोस्ट वरून कळणं, हे नेहमीचंच झालेलं आहे. आता यामुळे श्री. शिंपी यांना उसेन बोल्ट या जगप्रसिद्ध धावपटूएवढी प्रसिद्धी आणि पैसा मिळणार नाही, हे उघडच आहे. पण मी आधीच एक गोष्ट स्पष्टपणे सांगितली आहे, की पैसे आणि तुमची कमालीची आवड, या दोन गोष्टी तुम्ही एकमेकांपासून लांबच ठेवायला पाहिजेत.

स्वप्नं पूर्ण करण्यासाठी तुम्ही मेहनत घ्यायला सुरुवात तर करा, मग जगात कसे कसे चमत्कार होत असतात, हे तुमच्या लक्षात येईल; फौजासिंह हे नाव कदाचित तुम्ही ऐकलं असेल. किंवा नसेलही. पण ठीक आहे. मी तुम्हाला त्यांची गोष्ट सांगतो. मूळ भारतीय वंशाच्या असलेल्या या ब्रिटिश नागरिकाने ८९ वर्षांचं वय झाल्यावर पळायला सुरुवात केली. हो, चक्क ८९ व्या वर्षी. तेव्हा त्यांच्या लक्षात आलं की, त्यांच्यामध्ये धावपटू बनण्याची क्षमता आहे. मग १०२ वर्षांचं वय होईपर्यंत ते धावत राहिले आणि त्यांच्या वयोगटासाठी असणाऱ्या स्पर्धाही जिंकत राहिले. त्यांच्या वयाचे ते एकमेव 'सेलिब्रिटी' ठरले. या प्रसिद्धीमुळे खेळाचं साहित्य बनवणाऱ्या 'आदिदास' या प्रसिद्ध कंपनीने त्यांच्या एका जाहिरातीमध्ये फुटबॉलपटू डेव्हिड बॅकहॅम आणि महान बॉक्सर मोहमद अली, यांच्याबरोबर या फौजासिंहांनाही घेतलं होतं.

आता इतकी उदाहरणं दिल्यावर मोठी स्वप्नं बघितली पण ती पूर्ण झाली नाहीत, हे सांगण्यासाठी एखादं तरी कारण शिल्लक राहिलंय का तुमच्याकडे?

हो, पण मी स्त्रियांचा संघर्ष याबद्दल अजून काहीच बोललेलो नाही.

समजा, तुम्हाला लग्न करायचंच नव्हतं, पण तरी तुमचं लग्न लावून दिलं गेलं. तर अशावेळी 'लग्न मोडून टाका आणि नवऱ्याचं घर सोडून जा', असा समाजविरोधी, कुटुंबविरोधी आणि घरच तोडणारा सल्ला तर मी तुम्हाला मुळीच देणार नाही. मी तुम्हाला तेच सांगेन, जे आत्तापर्यंत मी या पुस्तकात सांगत राहिलो आहे... आशा बाळगणे आणि त्यासाठी उदाहरणे सांगणे.

हे उदाहरण अपेक्षेप्रमाणे भारतातल्या रूढीप्रिय समाजातलं नाही. ते आहे एका पश्चिमेकडच्या देशातलं. पण कुठल्याही देशातल्या एका महिलेचा संघर्ष हा जगभरातल्या इतर महिलांना प्रेरणा देणाराच असतो आणि हे मी गांभीर्याने म्हणतो आहे. गंमत म्हणून नाही. नव्वदच्या दशकात भारतात एक नवी आणि खुली अर्थव्यवस्था आकार घेऊ लागली होती. आणि तेव्हाचे पंतप्रधान नरसिंह राव आणि वित्तमंत्री डॉ. मनमोहन सिंग हे त्या अर्थव्यवस्थेचे शिल्पकार होते. याच सुमारास ब्रिटनमध्ये राहणारी एक महिला अत्यंत वाईट परिस्थितीशी झगडत जगत होती. आधीपासून ती नोकरी करत होती. मग तिचं लग्न झालं. तिला मूल

झालं. त्यामुळे तिच्या नोकरीमध्ये अडथळे यायला लागले. त्यात तिचं ते लग्नही टिकलं नाही. परिणामत: तिला जोडीदाराची साथही उरली नाही, आणि उत्पन्नाचं कोणतंही साधनसुद्धा उरलं नाही. ही एकटी पडलेली आई ब्रिटिश सरकारकडून मिळणाऱ्या बेरोजगार भत्त्याच्या आधाराने कसातरी स्वत:चा आणि स्वत:च्या मुलाचा उदरनिर्वाह चालवत होती. पण त्या बरोबरीने ती रोज स्वत:चं स्वप्न पूर्ण करण्यासाठीही प्रयत्न करत होती. न चुकता अगदी प्रत्येक दिवशी त्यासाठी मेहनत करत होती. वर्षभर असे अथक प्रयत्न केल्यानंतर तिचं स्वप्नं साकार झालं. पण तिचं ते उत्पादन विकत घेणारा खरेदीदार मात्र तिला लगेच कुठेही मिळाला नाही. जवळजवळ अकरा-बारा वेळा ते नाकारलं गेल्यानंतर तिला पसंतीचा हिरवा झेंडा दिसला. तिचं हे उत्पादन म्हणजे कुठलीही वस्तू नव्हती, तर ती होती... 'हॅरी पॉटर' नावाची एक व्यक्तिरेखा. आणि त्या महिलेचं नाव आहे जे. के. रोलिंग. त्यांनी शब्दांत उभी केलेली ही व्यक्तिरेखा वाचकांना इतकी प्रचंड आवडली, की त्यानंतर या लेखिका पुस्तकामागून पुस्तकं लिहीत गेल्या आणि त्या पुस्तकांची रॉयल्टी म्हणून कोट्यवधी रुपये मिळवत राहिल्या. एक वेळ तर अशीही आली, की पूर्वी ब्रिटिश सरकारच्या दयेवर आयुष्य कंठणारी ही महिला, एक दिवस ब्रिटनच्या महाराणीपेक्षाही जास्त श्रीमंत झाली. हॅरी पॉटर आणि त्याच्या रहस्यमय जगाचं स्वप्नं या महिलेने पाहिलं आणि त्याला आपल्या बुद्धीची, लेखनकौशल्याची आणि अपार मेहनतीची जोड देऊन आपलं स्वप्नं प्रत्यक्षात उतरवलं. आता या लेखिकेचं नाव साहित्य जगतात सुवर्णाक्षरात लिहिलं गेलं आहे.

हा लेख पूर्ण करण्यासाठी हे उदाहरण बहुतेक सर्वांत योग्य आणि अगदी पुरेसं आहे.

तुमची स्वप्नं पूर्ण का होत नाही, हे सांगण्यासाठी आता तुमच्याकडे एकही कारण शिल्लक राहिलेलं नाही. कारण तुमचं वय आणि तुमची परिस्थितीही तुमच्या प्रयत्नांच्या आड येऊ शकत नाही. तुम्ही असं मात्र म्हणू शकता की, तुमची आवड पूर्ण करण्यासाठी तुमच्याकडे वेळ नाही.

पण पहिली गोष्ट ही आहे की वेळ कधीच आपणहून असत नाही, तर तो काढावा लागतो.

आणि दुसरी शंभर गोष्टीतली एक गोष्ट ही आहे की, तुमच्या आवडत्या गोष्टींसाठी जर तुमच्याकडे वेळ नसेल, तर ती गोष्ट तुमच्या दृष्टीने तुमची खूप आवडती गोष्ट आहे, तुमचं वेड आहे, असं म्हणताच येणार नाही.

कॉम्प्युटर महाशय कृपया हे वाक्य 'लॉक' केलं जावं...

'स्वप्न बघा, मोठी मोठी स्वप्नं बघा, आणि ती पूर्ण करण्यासाठी, स्वत:चा विचार, सामर्थ्य आणि सकारात्मकता, या सगळ्या गोष्टींना एकाच दिशेने, म्हणजे अर्थातच तुमच्या ध्येयाच्या दिशेने कार्यान्वित करा.'

छोरा गंगा किनारेवाला

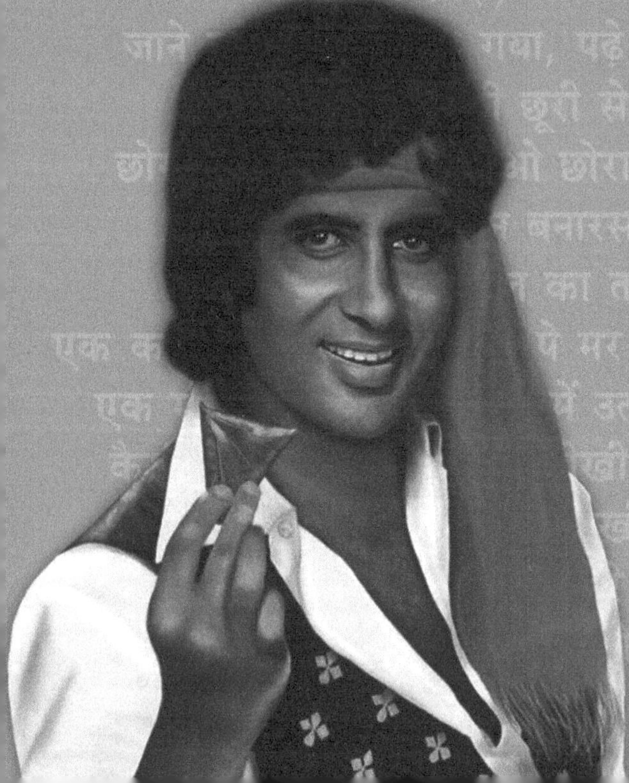

'दाने दाने पे लिखा है, खानेवाले का नाम।' ही म्हण आपण अनेक वेळा ऐकलेली आहे आणि बोलताना अनेक वेळा आपण ही म्हण वापरतोसुद्धा. अमिताभ बच्चन यांच्या 'डॉन' या चित्रपटाच्या बाबतीतही अगदी असंच झालं होतं. आधी या चित्रपटाची पटकथा विकत घ्यायलाच कुणी तयार नव्हतं. आधीच कर्जबाजारी असलेले निर्माते नरीमन इराणी यांनी पटकथा- लेखक सलीम आणि जावेद यांच्याकडून ती कथा विकत घेतली. देव आनंद, प्रकाश मेहरा आणि जितेंद्र यांनीसुद्धा या चित्रपटासाठी नकार दिला होता, असं बोललं जातं. त्याचं कारण कदाचित हेच असावं की, या चित्रपटाची गणना अमिताभच्या सर्वांत जास्त यशस्वी चित्रपटांमध्ये होणार हे जणू ठरलेलंच होतं. हा 'डॉन' चित्रपट जेव्हा आठवतो, तेव्हा अमिताभ बच्चन यांच्याबरोबरच पहिल्यांदा आठवतं, ते या चित्रपटातलं हे प्रसिद्ध गाणं –

'खईके पान बनारसवाला, खुल जाये बंद अकल का ताला ।'

तुमच्यापैकी बऱ्याचशा लोकांना बहुतेक हे माहीत नसेल, की हे गाणं 'डॉन' चित्रपटासाठी लिहिलेलंच नव्हतं. १९७३ साली आलेल्या देव आनंद यांच्या 'बनारसी बाबू' या चित्रपटासाठी गीतकार अंजान यांनी हे गाणं लिहिलं होतं आणि कल्याणजी-आनंदजी या संगीतकार जोडीने ते संगीतबद्ध केलं होतं. १९५० आणि ६०च्या दशकात देव आनंद यांनी फक्त एकाच चित्रपटात नाइलाजाने एक ग्रामीण व्यक्तिरेखा साकारली होती. या काळात, नेहरूजींच्या विचारांना अनुसरून बरेच चित्रपट समाजवादाचा पुरस्कार करणारेच केले जात होते, ज्यांच्यामध्ये दाखवली जाणारी परिस्थिती किंवा वातावरण अधिकतर ग्रामीणच असायचं. पण देव आनंद यांनी नेहमीच शहरात राहणाऱ्या, शिकल्या सवरलेल्या पण जराशा

संभ्रमात पडलेल्या तरुणाच्या भूमिकाच साकारलेल्या होत्या. त्यामुळे थोडासा खेडवळपणा आणि अडाणीपणा दाखवलं गेलेलं हे गाणं त्यांना साजेसं नाही, असं त्यांना वाटलं होतं. त्यांच्या तोपर्यंतच्या प्रतिमेला साजेसं हे गाणं नव्हतंच. अखेर 'बनारसी बाबू' या चित्रपटात हे गाणं घेतलं गेलं नाही.

१९७४ साली 'डॉन' चित्रपटाची निर्मिती सुरू झाली होती. पण त्यात अनेक अडचणी आल्याने चित्रपट पूर्ण व्हायला १९७८ साल उजाडलं. याचे दिग्दर्शक होते चंद्रा बारोट, ज्यांनी त्याआधी अभिनेता निर्माता-दिग्दर्शक मनोजकुमार यांचे सहाय्यक दिग्दर्शक म्हणून काम केलं होतं. चित्रपट पूर्ण झाल्यावर बारोट यांनी सर्वांत आधी त्यांचे गुरू मनोजकुमार यांना तो दाखवला. मनोजकुमार यांनाही तो खूप आवडला. पण त्यांनी बारोट यांना असाही सल्ला दिला की, मध्यंतरानंतर चित्रपट इतका आकर्षक वेधक आणि अतिशय वेगाने पुढे सरकणारा असा आहे, की प्रेक्षक 'वॉशरूम ब्रेक'ही घेऊ शकणार नाहीत. त्यामुळे त्या भागात एखादं गाणं घालून तो वेग जरा कमी करावा. दिग्दर्शक चंद्रा यांनी गुरूंची ही सूचना ऐकली आणि त्यासाठी कल्याणजी-आनंदजी यांना एक गाणं तयार करायला सांगितलं. त्या दोघांकडे एक गाणं आधीपासूनच तयार होतं –

'खईके पान बनारसवाला, खुल जाये बंद अकल का ताला ।'

संपूर्ण चित्रपटाचं चित्रीकरण संपल्यानंतर, त्यात हे गाणं घातलं गेलं आणि या सुपरहिट चित्रपटाचं ते सर्वांत मोठं आकर्षण ठरलं. बहुतेक ईश्वरी इच्छा अशीच होती, की गंगेच्या काठावर राहणारा जो एक मुलगा, आपलं नशीब आजमावण्यासाठी मुंबईत आला होता, त्यालाच अशा गाण्याचा एक भाग बनण्याची संधी मिळावी, ज्या गाण्यात 'छोरा गंगा किनारेवाला' हे शब्द वारंवार आलेले आहेत. हो, अमिताभ बच्चन यांच्याचबद्दल बोलतो आहे मी. तेसुद्धा गंगेकाठी वसलेल्या अलाहाबादमधूनच मुंबईत आले होते. चित्रपटक्षेत्रावर तर त्यांचा प्रभाव पडलाच पडला. पण त्यांनी अभिनित केलेलं हे गाणं आणि 'छोरा गंगा किनारेवाला' हे त्या गाण्याचे शब्द यांनी संपूर्ण देशावर आणि परदेशातसुद्धा आपला प्रभाव पाडला.

पण मग आत्ताही गंगाकिनारी राहणारी आमची मुलं आणि मुली स्वत:चे मूळ स्थान, स्वत: राहतात ती गावं किंवा शहरं लहान आहेत, या सारखी कारणं सांगत, स्वत:चे विचारही तेवढ्या वर्तुळातच सीमित, वर्तुळापुरतेच मर्यादित का ठेवतात? इथे 'छोरा गंगा किनारेवाला' या गाण्यातल्या ओळीकडे, मी अशा मुलांच्या खेड्याचं, त्यांच्या बोलीभाषेचं केवळ एक 'रूपक' म्हणून बघत नाही. अशी मुलं फक्त गंगाकिनारीच नाही तर यमुनाकिनारी, नर्मदाकिनारी, कावेरीकिनारी अशी कुठेही, आणि इतकंच नाही तर ज्या गावाच्या जवळपास एकही नदी नसते

अशा कुठल्याही कोपऱ्यातल्या गावातलीही असू शकतात.

अशा लहान गावात किंवा अगदी छोट्या शहरात राहणाऱ्यांचीसुद्धा खूप स्वप्नं असतात. त्यांच्याही खूप आशा-आकांक्षा असतात. पण त्यांच्या स्वप्नांना पंख फुटण्याआधीच दुर्दैवाने ते एका आजाराने ग्रासले जातात आणि हा आजार त्यांच्या शरीरावर नाही, तर त्यांच्या मनावर आणि बुद्धीवर हल्ला करतो. या आजाराचं हिंदीमधलं संक्षिप्त नाव 'छो.क.रो.' असं सांगता येऊ शकेल. हा आजार लहान गावांमधून येणाऱ्या लोकांमध्ये मोठ्या प्रमाणात आढळून येतो. आता अशा कुठल्या आजाराचं नाव तुम्ही आजपर्यंत कधीच ऐकलं नसेल. पण म्हणजे तुमचं सामान्यज्ञान कमी आहे, असं अजिबात समजू नका. हा एक आजार आहे हे नक्की, पण याचं हे नाव, 'म्या पामराने'च शोधून काढलं आहे. 'छो.क.रो.' पूर्ण नाव 'छोटेपन का रोग'... 'स्वत:ला सदैव कमी लेखण्याचा आजार.' लहान शहरातली बरीचशी मुलं-मुली या आजाराचे बळी ठरतात. माझं तर असं मत आहे, की हा एक संसर्गजन्य आजार आहे, जो एका व्यक्तीमुळे दुसऱ्या व्यक्तीलाही होऊ शकतो, म्हणजे बहुतेकदा होतोही.

या आजाराचं प्रमुख लक्षण असं आहे की, हा आजार झालेला माणूस स्वत:जवळ बुद्धिमत्ता, ज्ञान आणि कष्ट करण्याची अफाट क्षमता असनूही, त्याच्यापेक्षा कदाचित कमी बुद्धिमान असणाऱ्या अशा तरुणापेक्षाही स्वत:ला कमजोर समजतो, जो तरुण एखाद्या महानगरात किंवा मोठ्या शहरात राहत असतो. हे आणि एवढंच तसा कमीपणा वाटण्याचं कारण असतं. अर्थातच या आजाराचं एकही शारीरिक लक्षण दिसत नाही, कारण हा आजार मनाचा असतो.

आत्मविश्वास कमी असणे, स्वत:ची क्षमता कमी आहे असं गृहीत धरणे, आणि आपली मुळं जिथे रुजलेली आहेत, त्या ठिकाणाबद्दल, तिथल्या भवतालच्या वास्तवाबद्दल लाजिरवाणे वाटत राहणे, ही असा आजार जडलेल्यांमध्ये आढळणारी ठळक लक्षणं असतात. लक्षपूर्वक पाहिलंत तर तुमच्याही लक्षात येईल, की कितीतरी वेळा, लहान गावातून आलेल्या माणसाला जर त्याच्या मूळ गावाबद्दल विचारलं, तर तो त्याच्या जवळच्या मोठ्या शहराचं नाव सांगतो. म्हणजे मध्य भारतातल्या छत्तीसगड, मध्य प्रदेश किंवा विदर्भ यापुरतं बोलायचं झालं तर, छत्तीसगडमधल्या बलोदा बाजार या गावातून आलेला माणूस, तो रायपूरचा असल्याचं सांगतो. होशंगाबादहून आलेला माणूस, तो भोपाळचा असल्याचं सांगतो. उज्जैनहून आलेला, इंदोरहून आल्याचं सांगतो. शिवपुरीहून आलेला ग्वाल्हेरचं नाव घेतो, मंडलाहून आलेला, जबलपूरचा असल्याचं सांगतो. आणि भंडाऱ्याहून आलेला नागपूरचा असल्याचं सांगतो. खरंतर मध्य भारतातली ही मोठी शहरंही महानगरांच्या तुलनेत लहान आहेत, पण त्यांच्या क्षेत्रफळाचा विचार केला तर

तीही बरीच मोठी आहेत.

अर्थात प्रत्येक जणच असं करतो असं नाही. आणि प्रत्येक वेळी, शरम वाटणं हेच कारण असतं असंही नाही. कधीकधी असंही होतं की आपलं गाव नेमकं कुठे आहे हे सांगत बसण्याची धडपड करण्याची इच्छा नसते आणि मग एखाद्या मोठ्या शहराचं नाव सांगून टाकून तो विषयच संपवून टाकला जातो. पण बरेच लोक कितीतरी वेळा, त्यांच्या सतत नकारात्मक विचार करण्याच्या वृत्तीमुळेच असं करतात.

आता जर तुम्हाला स्वत:लाच आपल्या मूळ गावाचं नाव सांगायला लाज वाटत असेल, तर समोरचा माणूस तुम्हाला मान देईल, असा विचारच तुम्ही का करत राहता? आणि हे का विसरता की, असा भेदभाव करण्याचा विचार सगळ्यात आधी तुम्हीच करायला लागलेले असता. समोरचा माणूस हा विचार नंतर करतो. तुमच्या विचारातच जर अशी शरम वाटणं ही गोष्ट अंगभूत झालेली असेल, तर तुमच्या प्रत्येक कृतीत, वागण्या-बोलण्यात ती डोकावतच राहणार. आणि तुम्ही तुमच्या या 'छो.क.रो.' आजाराचं चालतं बोलतं उदाहरण ठरणार हे नक्की.

हल्ली टी.व्ही.वर एक जाहिरात दाखवली जायची, ज्यात अभिनेत्री कंगना राणावतबरोबर भारतीय क्रिकेट संघातले काही खेळाडूही होते. ही जाहिरात प्रसारित व्हायला लागल्यानंतर, एका पत्रकाराने कंगनाला विचारलं, की खेळाडूंसोबत जाहिरात करण्याचा अनुभव कसा होता? यावर तिने असं उत्तर दिलं की बाकीचे खेळाडू जरा संकोचल्यासारखे झाले होते, पण एम. एस. धोनी मात्र खूप मोकळेपणाने वागत होता, सर्वांमध्ये छान मिसळत होता. यावर पत्रकाराने पुढचा प्रश्न विचारला... "मग तुमच्या दोघांमध्ये काय बोलणं झालं?" त्यावर कंगनाने जे उत्तर दिलं, ते या लेखात लिहिणं खूप गरजेचं आहे. तिच्या उत्तराचा सारांश असा होता की, "ती आणि धोनी दोघेही एका छोट्या शहरातून आलेले आहेत. धोनी रांचीचा आहे आणि कंगना हिमाचल प्रदेशातल्या एका छोट्या गावाची आहे. त्यामुळे आमच्यात ज्या गप्पा झाल्या, त्यामध्ये एकमेकांचा आदर आणि प्रशंसा करण्याची भावना होती. आम्ही दोघेही एकमेकांचं यश योग्यप्रकारे समजू शकत होतो, कारण लहान गावातून मोठ्या शहरात आल्यावर कुठल्या कुठल्या अडचणींना तोंड द्यावं लागतं, स्वत:वरची आधीची किती बंधनं तोडावी लागतात आणि कोणत्या सीमा ओलांडून पुढे जावं लागतं, हे आम्हा दोघांनाही चांगलंच माहीत होतं...."

ही दोन्ही व्यक्तिमत्त्वे म्हणजे, छोट्या शहरात राहणाऱ्यांनी मिळवलेल्या अफाट यशाचे चालते बोलते 'ब्रॅन्ड ॲम्बॅसिडर' आहेत, ज्यांनी आपल्या मनाला

आणि बुद्धीला 'स्वत:ला सतत कमी लेखण्याचा आजार' जडू दिलेला नाही. उलट कधीकधी असं व्यक्तिगत यश इतकं प्रचंड मोठं असतं, की त्यामुळे त्या व्यक्तीबरोबर त्याच्या त्या छोट्याशा गावालाही आपोआपच प्रसिद्धी मिळते.

आता धोनीबद्दल सांगतो. भारतात क्रिकेटमध्ये पश्चिम भारत, उत्तर भारत, दक्षिण भारत इथून येणाऱ्या खेळाडूंचा खूप दबदबा आहे. पूर्व भारतातून मात्र त्या मानाने खूपच कमी खेळाडू येऊ शकलेले आहेत आणि जे आले आहेत तेही फक्त बंगालमधून आलेले आहेत. उदाहरण सौरभ गांगुली. म्हणजे एका बाजूला बिहार मात्र क्रिकेटपासून लांबच राहिलेला होता. अर्थात जमशेदपूरमध्ये कधीकधी एकदिवसीय सामने होत असत. त्यामुळे संपूर्ण बिहारचा विचार करता, जमदेशपूर हे एकच असं ठिकाण होतं, जिथे क्रिकेट संदर्भातली थोडी फार हालचाल होत होती. तुम्हाला आठवत असेल की, धोनीच्या आयुष्यावर काढलेल्या चित्रपटात दाखवलेली बिहार विरुद्ध पंजाब ही मॅच जमदेशपूरमध्येच झालेली असते. २००० साली बिहारचे विभाजन झाले आणि 'झारखन्ड' हे नवे राज्य तयार झाले. या राज्याची राजधानी रांची. हे धोनीचे राहण्याचे ठिकाण किंवा मूळ गाव आहे. धोनी जसजसा यशाच्या पायऱ्या चढत गेला, तसतसे त्याचे हे शहरही प्रसिद्धीच्या झोतात येत गेले. आणि गेल्या फक्त तेरा वर्षांत इतकी प्रगती झाली आहे की, आता विश्वक्रिकेटच्या नकाशात, रांचीचं एक स्वत:चं स्थान निर्माण झालेलं आहे. 'झारखन्ड स्टेट क्रिकेट असोसिएशन'च्या रांची इथे असलेल्या मैदानावर, आंतरराष्ट्रीय टी-२० सामने, आंतरराष्ट्रीय एकदिवसीय सामने आणि या व्यतिरिक्त कसोटी सामनेही खेळले गेलेले आहेत. जमदेशपूर येथील कीनन स्टेडिअममध्ये मात्र २००६ साली शेवटची आंतरराष्ट्रीय मॅच खेळली गेली होती. धोनीच्या उदाहरणावरून हेच लक्षात येतं की, तुमचं शहर ही तुमची ओळख असू शकते. पण तुमच्या त्या शहराची नव्याने ओळख करून देण्याची ताकद तुमच्या एकट्यामध्येही असते. धोनीच्या जीवनपटामधून प्रेरणा घेण्यासारखं इतकं काही आहे, की या लेखात धोनी आपल्याबरोबर पुढेही असणार आहेत.

धोनीच्या जीवनावर २०१६मध्ये प्रदर्शित झालेल्या चित्रपटात सगळ्यांनी पाहिलं की, त्यांचा संघर्ष हा केवळ एका लहानशा शहरातून आलेल्या मुलाचा संघर्ष नव्हता. तर जीवनाच्या एका छोट्याशा, मर्यादित परिघातून बाहेर पडू पाहणाऱ्या एका तरुणाचाही तो संघर्ष होता. हा असा एक खेळाडू आहे, जो एका कनिष्ठ मध्यमवर्गातल्या कुटुंबातून आलेला असतो. त्या परिस्थितीत त्याच्यासाठी एक क्रिकेटकिट घेणंही त्याच्या वडिलांसाठी कठीण असतं. पण पुढे तोच खेळाडू, स्वत:ची बुद्धिमत्ता, प्रचंड आत्मविश्वास आणि अपार अथक परिश्रम यांच्या जोरावर इतके पैसे मिळवतो की, 'फोर्ब्ज' मासिकामध्ये सगळ्यात श्रीमंत

खेळाडू म्हणून त्यांची गणना केली जाते. हो, पण 'भाग्य' नावाचा एक प्राणी असतो, ज्याच्याशी सख्य साधलं जाणं आवश्यकच होऊन बसलेलं असतं. पण तो तुमचा मित्र होईल की नाही, हे तुमच्या ग्रहताऱ्यांनी तुमच्या जन्माच्या वेळीच ठरवून ठेवलेलं असतं. म्हणूनच तुम्ही स्वत:ची बुद्धिमत्ता आणि स्वत:चे परिश्रम यावरच लक्ष केंद्रित करायला हवं. काय सांगावं, तुमच्या या विशेष गुणांमुळे प्रभावित होऊन, तुमचं भाग्य स्वत: पुढे होऊन तुमच्याशी मैत्री करेल.

ही झाली स्वत:च्या बाबतीत स्वत:च विचार करण्याची बाब. पण ही दुनिया कठोर आहे आणि काळ क्रूर असतो, असं उगीच म्हटलं जात नाही. काही बाह्य कारणं तुमच्या दुखऱ्या जखमेवर नेमकं बोट ठेवण्याची एकही संधी सोडणार नाहीत. पण याही बाबतीत सत्य हे आहे की, तुमची जखम तेव्हाच जास्त दुखेल, जेव्हा तुम्ही स्वत:च ती जखम खूप दुखरी आहे, असं म्हणत तिला कुरवाळत राहाल. इंग्रजीत एक म्हण आहे, जिचा अर्थ असा आहे की – 'जर कुणी तुमच्यावर दगड फेकला, तर तुम्ही त्या दगडाला 'मैलाचा दगड' बनवा.'

आणि ही म्हण सार्थ करून दाखवणारं सर्वांत ज्वलंत उदाहरण म्हणजे आपले आत्ताचे पंतप्रधान श्री. नरेन्द्र मोदी. तशी राजकारणामध्ये छोट्या शहरातल्या लोकांनी मोठे यश मिळवल्याची अनेक उदाहरण आहेत. पण पंतप्रधान मोदी यांचं उदाहरण सगळ्यात उत्तम आहे आणि अगदी अलीकडचं म्हणजे 'लेटेस्ट' आहे. तुम्हाला २०१४ साली झालेल्या निवडणुकीवेळचं वाग्युद्ध आठवतच असेल. मोदीजींवर मानसिक दडपण यावं आणि ते स्वत:च्याच नजरेतून उतरावेत म्हणून विरोधी पक्ष अगदी आरडाओरडा करून जाहीरपणे सारखे सांगत होते, की मोदीजी लहानपणी 'चायवाला' म्हणून काम करत होते आणि ते फक्त चहा विकणाऱ्याचंच काम चांगल्या प्रकारे करू शकतात. ते पंतप्रधान कधीच होऊ शकत नाहीत. पण मोदीजींची श्रेष्ठता जग उगीचच मान्य करत नाहीये. ते वडनगर या एका छोट्याशा शहरातून आलेले आहेत. त्यांची कौटुंबिक पार्श्वभूमीही अगदी साधारण म्हणावी अशी आहे. पण त्यांचे विचार छोटे किंवा सीमित नक्कीच म्हणता येणार नाहीत. त्यांच्यावर सोडलं गेलेलं हे टीकास्त्र त्यांनी स्वत:च पुढे होऊन स्वत:च्या हाताने पकडलं. त्या टीकास्त्राला नवं नाव दिलं... 'चायपे चर्चा', आणि मग तेच अस्त्र परत विरोधकांवर सोडलं. 'चायपे चर्चा' ही एक यशस्वी जनसंपर्क मोहीमच झाली. बी.जे.पी. आणि एन.डी.ए.च्या निवडणुकीतील प्रचंड यशामध्ये या मोहिमेचे खूप मोठं योगदान झालं.

मोदीजींच्या या शहाला काटशह देता येईल, असं विरोधकांकडे काहीच नव्हतं. पण आपण मात्र कितीतरी वेळा स्वत:च स्वत:चे विरोधक बनतो –

कदाचित सगळ्यात मोठा विरोधक. आपलं छोटं, शहर सामान्य पार्श्वभूमी, दुर्बल आर्थिक परिस्थिती अशी कारणं पुढे करत, स्वत:बरोबरची लढाई स्वत:च हरतो. आणि अशावेळी आपण एक गोष्ट लक्षातच घेत नाही की आपल्याच आत दडलेल्या मोदींना, धोनींना किंवा मग कंगनाला जागवण्याची आणि आपल्या संकुचित विचारांमधून बाहेर पडण्याची हीच नामी संधी असते.

एक काळ असा होता की, महानगरातल्या कितीतरी गोष्टी, कितीतरी बातम्या, कितीतरी फॅशन्स लहान शहरात पोचायला अक्षरश: बरीच वर्षे लागायची. पण आता 'इंटरनेट' नावाच्या क्रांतीने त्यांच्यातलं अंतर मिटवून टाकलं आहे. आता एका 'क्लिक'मुळे ग्रामीण आणि शहरी तरुणांना एकाच वेळी एकसारखीच माहिती ताबडतोब आणि जशीच्या तशी मिळते. आता डी.टी.एच. म्हणजे 'डायरेक्ट टु होम' या तंत्रज्ञानाच्या साहाय्याने केवळ लांबलांबच्या गावातच नाही, तर अगदी जंगलातसुद्धा तुम्ही टी.व्ही. बघण्याचा आनंद घेऊ शकता. तंत्रज्ञान जर माणसामाणसातलं, तसंच महानगरातलं आणि लहान शहरातलं अगदी खेड्यातलंसुद्धा अंतर कमी करण्याचा कसून प्रयत्न करतं आहे, तर मग तुम्ही तुमच्या डोक्यात 'कमीपणाचा, न्यूनतेचा' खड्डा का खणता आहात?

मी इतकं सगळं सांगितल्यानंतर, इतकी उदाहरणे दिल्यानंतरही तुमच्या मनातल्या एखाद्या कोपऱ्यात जर एखादी शंका राहिली असेल, तर कवी गुलजार यांनी लिहिलेल्या या पुढच्या ओळी वाचा, ज्या त्यांनी २००५ साली प्रदर्शित झालेल्या 'बंटी और बबली' या चित्रपटासाठी लिहिल्या होत्या. या ओळी वाचून समजून घेऊन, आधी स्वत:मध्ये थोडी ऊर्जा निर्माण करा, आणि मग त्यानंतर मी दिलेली एक यादी वाचा –

'छोटे-छोटे शहरों से खाली बोर दोपहरों से
हम तो झोला उठा के चले ।
बारिश कम-कम लगती है, नदिया मध्यम लगती है
हम समंदर के अन्दर चले ।
ओहोहो हम चले हम चले । ओए रामचंद्र रे
धडक-धडक, धडक-धडक, धुआं उडाये रे
धडक-धडक, धडक-धडक, सीटी बजाये रे
धडक-धडक, धडक-धडक, धुआं उडाये रे
धडक-धडक, धडक-धडक, मुझे बुलाये रे ।'

- मनोज बाजपेयी पश्चिम चंपारणमधल्या बेलवा नावाच्या एका लहान गावाचे रहिवासी होते.
- क्रिकेट टीममधले पूर्वीचे द्रुतगती गोलंदाज झहीर खान, हे महाराष्ट्रातल्या

श्रीरामपूरचे रहिवासी होते.

- आपले माजी राष्ट्रपती माननीय श्री. ए.पी.जे. अब्दुल कलाम भारताच्या दक्षिण किनाऱ्यावरच्या रामेश्वरम इथे राहणारे होते.
- अभिनेते रजनीकांत हे सुपरस्टार होण्याआधी बस-कंडक्टर होते.
- अभिनेते नवाजुद्दिन सिद्दीकी यांनी त्यांच्या संघर्षाच्या काळात, सिक्युरिटी गार्डचे कामसुद्धा केले होते आणि ते पश्चिम उत्तर प्रदेशातल्या मुझफ्फरनगर जिल्ह्यामधल्या बुलडाणा गावातून आलेले आहेत.
- विनोदवीर जॉनी वॉकर आधी बस कंडक्टर होते आणि विनोदवीर महमूद गरिबीच्या काळात ड्रायव्हर म्हणून काम करत होते.

ही यादी आणखी कितीतरी मोठी होऊ शकते. पण तुम्ही जर अशी दुसऱ्यांच्या नावाची यादीच फक्त वाचत राहिलात, तर भविष्यात अशा एखाद्या यादीत तुमचं नावही घेतलं जावं, यासाठी आवश्यक असणारी मेहनत कधी करणार? त्यामुळे आता या लेखाला इथेच पूर्णविराम देणं योग्य ठरेल.

मी आशा करतो की, या 'छो.क.रो.'ने म्हणजेच स्वत:ला सदैव कमी लेखण्याच्या आजाराने तुम्हालाही जर ग्रासले असेल, तर हा लेख वाचून तुम्ही या आजारातून स्वत:ला मुक्त करू शकाल.

कॉम्प्युटर महाशय, कृपया हे वाक्य लॉक केलं जावं...

> *'तुम्ही राहता ते गाव किंवा अगदी शहरही खूप छोटं आहे, किंवा तुमची कौटुंबिक परिस्थिती अगदी साधारण आहे, या कारणांमुळे तुमचे विचार संकुचित होऊ देऊ नका. स्वत:ची स्वप्नं आणि स्वत:चं सामर्थ्य मर्यादित आहे असं समजून, त्यांचं मोल ठरवू नका... कमी करू नका...'*

चेन कुली की मेन कुली की चेन

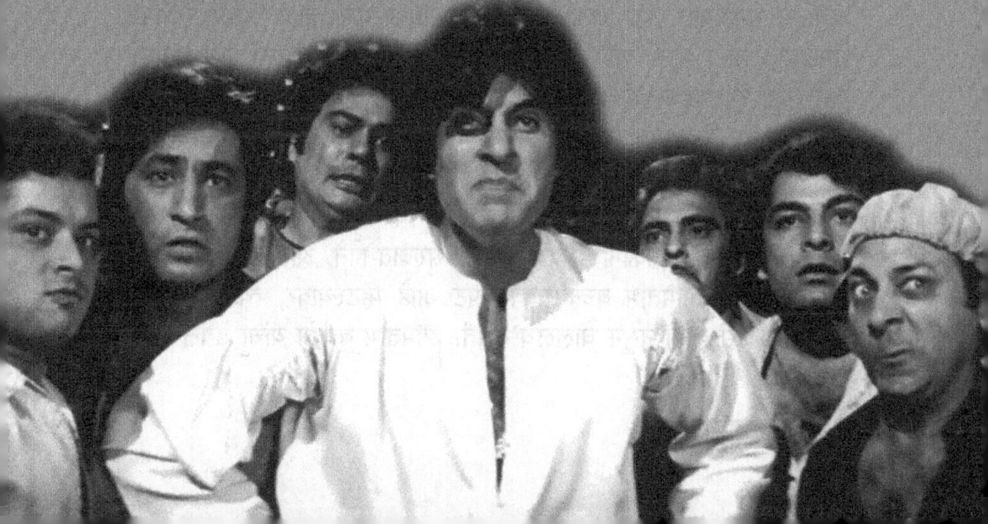

१९८२ साली अमिताभ बच्चन यांचा 'सत्ते पे सत्ता' हा चित्रपट प्रदर्शित झाला होता. शहरापासून दूर असलेल्या एका फार्महाउसमध्ये जनावरांसोबत राहणाऱ्या सात भावांची ही गोष्ट आहे. असं म्हटलं जातं की स्त्री घराला घरपण देते. पण या भावंडांच्या आयुष्यात किंवा त्यांच्या अवतीभवतीसुद्धा एकही स्त्री नसते. त्याचा असाही एक परिणाम झालेला असतो, की या मुलांना जंगलीपणाने वागण्याची मुभाच मिळालेली असते, कारण त्यांना सभ्यपणाने वागायला शिकवण्यासाठी एकही स्त्री नसते. अर्थात असं दृश्य शहराच्या बाहेरच बघायला मिळतं असं समजण्याची गरज नाही. कुठल्याही शहरातली मुलांची वसतिगृहे असोत किंवा जिथे शिक्षणासाठी शहरात आलेली मुलं, एकच फ्लॅट भाड्याने घेऊन तिथे एकत्र राहून अभ्यास करतात, असा फ्लॅट असो, तिथे जर आधी अजिबात कल्पना न देता तुम्ही गेलात, तर तिथेही तुम्हाला असंच दृश्य बघायला मिळेल. असो. तर या 'सत्ते पे सत्ता' चित्रपटात अमिताभ बच्चन यांनी अर्थातच सगळ्यात मोठा भाऊ 'रवी' याची भूमिका केली होती, आणि सचिनने सगळ्यात छोटा भाऊ 'शनि' याची भूमिका केली होती. उरलेल्या पाच भावांची नावे सुद्धा आठवड्याच्या वारांनुसार किंवा आकाशस्थ ग्रहांनुसार होती.

नंतर या चित्रकथेत नायिका हेमामालिनी हिचा प्रवेश होतो. ती लगेचच या सातही भावांना, त्यांचं जंगलीपण सोडून, सभ्य माणसांप्रमाणे वागायला-बोलायला लावण्याची मोहीमच सुरू करते. आणि मग इथूनच या अतिशय मनोरंजक आणि विनोदी चित्रपटात, प्रेक्षकांना हसवायला खरी सुरुवात होते. आता हा ७० ते ८० या दशकातला अमिताभ बच्चनचा चित्रपट आहे म्हटल्यावर, त्यात ॲक्शन, हाणामारी असं काही नसून चाललंच नसतं. अमिताभ बच्चन यांचा डबल रोल,

म्हणजे बाबू नावाची व्यक्तिरेखा आणि खलनायक अमजदखान यांच्यामधली मारामारी या चित्रपटात दाखवलेली आहे.

या चित्रपटातले हे सात भाऊ किंवा त्यांच्यातला कुणीही कधीही, जेव्हा एखाद्या संकटात सापडतो, तेव्हा त्या संकटाशी ते सातही जण एकत्रपणे लढतात. एकमेकांना कायम आधार देतात. अशावेळी सगळ्यांमध्ये जोश आणि उत्साह निर्माण व्हावा, म्हणून ते सगळेच जण मिळून नेहमी असं म्हणत असतात की.... 'चेन कुली की मेन कुलीकी चेन...चेन कुली की मेन कुली की चेन।'

आता या वाक्याचा शब्दश: अर्थ मला खरंच कळलेला नाही आणि चित्रपटाच्या संवादलेखकास तरी याचा शब्दश: अर्थ माहीत असेल का अशी माझी एक व्यक्तिगत शंका आहे. पण इथे शेक्सपियरचं एक लोकप्रिय वाक्य थोडंसं बदलून मी असं म्हणेन की – 'शेवटी नुसत्या शब्दार्थात काय ठेवलंय, त्या शब्दामागची भावना समजून घेणं महत्त्वाचं आहे.'

आणि चित्रपटातलं हे वाक्य आपलं काम चोख बजावत असतं... त्या सगळ्या भावांमध्ये जोश आणि उत्साह निर्माण करण्याचं काम. या भावांनीही पडद्यावर खूप धमाल केली होती आणि चित्रपट 'सुपरहिट' झाला होता. शिवाय या वाक्यात साहित्याच्या दृष्टीने जरी बऱ्याच त्रुटी असल्या, तरी चित्रपटाच्या इतिहासात मात्र या वाक्याची नोंद नक्कीच केली गेली आणि ही नोंद इतकी पक्की होती की, पुढे २००७ साली 'चेन कुली की मेन कुली' या नावाचा एक चित्रपट बनवला गेला. यात राहुल बोस हा प्रमुख कलाकार होता आणि या चित्रपटाची कथा म्हणजे खेळाच्या विश्वात घडलेलं एक नाट्य होतं... 'स्पोर्ट्स ड्रामा' असाच त्याचा उल्लेख केला गेला होता. या चित्रपटाच्या नायकाची व्यक्तिरेखा शेवटी एक जी महत्त्वाची गोष्ट लक्षात आणून देते ती म्हणजे मैदानात चेंडू चमत्कार घडवून आणत नाहीत. तर प्रत्येक खेळाडूचं वैयक्तिक मनोबल, हिंमत आणि सामर्थ्य, जेव्हा एक टीम म्हणून एकत्र येतं, तेव्हा ती टीम कमाल करून दाखवते.

कदाचित अजूनही तुम्ही अशा संभ्रमात पडलेले असाल की या प्रेरणादायी पुस्तकामध्ये किंवा या लेखामध्ये या अशा शीर्षकाचा उपयोग का केला असेल. तर मग जरा असा विचार करा की, एखादं वाक्य वेडेवाकडे शब्द वापरून बनवलेलं आहे. त्यातल्या एकेका शब्दाचा स्वतंत्र अर्थ तर तुम्ही शोधून काढता, पण त्या एकेका शब्दाने प्रेरणा मिळू शकत नाही आणि ते शब्द एकमेकांबरोबर जोडून वाक्य तयार केलं तर त्या वाक्याचा अर्थ तुम्ही लावू शकत नाही, पण ते वाक्य म्हणणाऱ्यांना खूप प्रेरणा मिळते. या लेखाचं शीर्षक म्हणून लिहिलेल्या वाक्याने, चित्रपटातल्या त्या सात भावांच्या टीमला, त्यांच्या विरोधकांच्या विरोधात प्रत्येकवेळी जिंकून दिलं आणि चित्रपटाच्या यशातही मोलाचं योगदान दिलं. ते

वाक्य इतकं प्रेरणादायी होतं, की २५ वर्षांनंतर, टीमवर्कचं महत्त्व अधोरेखित करू पाहणाऱ्या एका चित्रपटाचं नाव त्यावरून ठेवावंसं वाटलं होतं. मग असं असताना, संघटन, ऐक्यभावना आणि टीमवर्क याचं समर्थन करणाऱ्या या लेखाचं शीर्षक म्हणून हेच वाक्य असायला पाहिजे, जे वाक्य चित्रपटातल्या का होईना, पण एका टीमला ऊर्जा आणि जोश देत राहतं.

'टीम' या इंग्रजी शब्दाला पर्यायवाचक शब्द 'गट' किंवा 'दल' हे असू शकतात. पण हे पुस्तक इंग्रजीमध्ये लिहिलेलं नसतानांही, त्यात 'टीम' आणि 'टीमवर्क' हे इंग्रजी शब्द मी वारंवार वापरले आहेत, कारण या पुस्तकाचा जो प्रभाव पडावा, त्याचा जो परिणाम वाचकांवर व्हावा अशी माझी इच्छा आहे, त्या दृष्टीने 'टीम' हा शब्दच जास्त परिणामकारक आहे. भारतीयांचं राष्ट्रीय वेड कोणकोणतं आहे हे सांगणाऱ्या तीन गोष्टींची यादी जर करायची झाली, तर त्यात पुढची नावं नक्कीच येतील. त्यांचा क्रम मागेपुढे होऊ शकेल, पण त्या गोष्टी याच असतील –

- राजनीती
- क्रिकेट
- चित्रपट

एखाद्या राजकीय पक्षाच्या हरण्या-जिंकण्याबद्दल विश्लेषक जेव्हा बोलतात, तेव्हा ते असंच म्हणतात की, अमुक एक पक्ष जिंकला, कारण त्यांचं संघटन मजबूत होतं आणि तो पक्ष थेट सामान्य लोकांपर्यंत जाऊन काम करतो. आणि तमुक एक पक्ष हरला कारण त्यांचं संघटन मुळातच तितकंसं मजबूत नव्हतं, आणि त्यांच्या वरिष्ठ नेत्यांचे विचार, त्यांचं बोलणं सामान्य जनतेपर्यंत पोहोचूच शकलं नाही. इथे एक गोष्ट आवर्जून लक्षात घ्या की, विजय आणि पराजय या दोन्हींमध्येही संघटन हा शब्द अनिवार्यपणे येतो.

क्रिकेटमध्ये एखादा सामना एखाद्या खेळाडूच्या वैयक्तिक बुद्धिमत्तेच्या किंवा कौशल्याच्या जोरावर जिंकला जाऊ शकतो. पण तो एकदिवसीय किंवा टी-२० सारखा कमी वेळात संपणारा सामना असेल तरच. पण तज्ज्ञ लोक ज्याला अस्सल क्रिकेट समजतात, त्या टेस्ट मॅचमध्ये मात्र, संपूर्ण टीमने पाचही दिवस आणि प्रत्येक डावात, उत्तमप्रकारे खेळणं आवश्यकच असतं. मर्यादित षटकांच्या सामन्यातही एखादा सामना वैयक्तिक बुद्धिमत्तेच्या आणि कौशल्याच्या जोरावर जिंकला जाऊ शकतो. पण पूर्ण मालिका तेव्हाच जिंकता येते, जेव्हा तुमच्या टीममधले सगळेच खेळाडू जिंकण्यासाठी आतुर असतात आणि जिंकण्यासाठीच खेळत असतात.

अमेरिकेचे बास्केटबॉलपटू मायकल जॉर्डन यांनी असं म्हटलंय की 'खेळाडूची

वैयक्तिक बुद्धिमत्ता एखादा सामना जिंकून देते. पण चॅम्पियनशिप मिळवण्यासाठी मात्र टीमवर्क आणि बुद्धिमत्ता या दोन्ही गोष्टी अत्यावश्यक असतात.'

आता जरा चित्रपटसृष्टीत येऊ या. जेव्हा सामान्य प्रेक्षक किंवा समीक्षक आपापल्या मताप्रमाणे चित्रपटाची समीक्षा करतात, तेव्हा असं काहीसं म्हणतात की, 'सगळ्यांचा अभिनय उत्तम होता, पण गोष्टीतच फारसा दम नसेल, तर बिचारा दिग्दर्शक तरी काय करणार?' वगैरे वगैरे.

म्हणजेच इथेही एक व्यक्ती किंवा एखादी बाजूच फक्त चांगली असून भागत नाही. यश तेव्हाच मिळतं, जेव्हा संपूर्ण टीम एकच स्वप्न आणि एकच ध्येय उराशी बाळगून एकत्रितपणे चांगली कामगिरी करते.

राजनीती, क्रिकेट आणि चित्रपट या तीन क्षेत्रांच्या पलीकडेही आयुष्यातल्या प्रत्येकच क्षेत्रात टीमवर्क खूप महत्त्वाचं असतं. कॉर्पोरेट क्षेत्रात काम करत असताना मला असं दिसून आलं होतं, की टीममध्ये एकजूट निर्माण करण्यासाठी आणि ती वाढवण्यासाठी अनेक कंपन्या कर्मचाऱ्यांसाठी प्रशिक्षण वर्ग आणि कार्यशाळांचं आवर्जून आयोजन करतात आणि त्यासाठी पुष्कळ पैसा, साधनसामग्री आणि वेळ खर्ची घालतात.

सुप्रसिद्ध 'ॲपल' कंपनीचे संस्थापक स्टीव्ह जॉब्ज यांनी असं म्हटलंय की, 'कुठल्याही व्यवसायाला मिळणारं मोठं यश, हे केवळ एका माणसामुळे कधीच मिळत नाही. तर अनेक माणसांच्या टीममुळे यश मिळणं शक्य होतं.'

टीमला एकसंध आणि परिपूर्ण बनवणारा असतो, तो त्या टीमचा कॅप्टन. कधीकधी एखादी अगदी साधारण टीमसुद्धा चांगल्या आणि सक्षम कॅप्टनमुळे असाधारण यश मिळवते आणि कधीकधी एखादी उत्तम टीम, कॅप्टनचं योग्य आणि स्पष्ट मार्गदर्शन न मिळाल्यामुळे अपयशी होते.

'महाभारत' या आपल्या प्राचीन महाकाव्यातही याचं उदाहरण सापडतं. यामध्ये असं लिहिलेलं आहे की, कुरुक्षेत्रावरील युद्धाला सुरुवात होण्याआधी अर्जुन आणि दुर्योधन हे दोघेही श्रीकृष्णाकडे त्याची मदत मागण्यासाठी गेले होते. त्या वेळी श्रीकृष्णाने त्या दोघांनाही तटस्थपणे असा पर्याय दिला होता, की तुम्ही मला तुमचा सारथी म्हणून निवडा, जो स्वत: युद्धात कधीच भाग घेत नाही. किंवा मग माझी विशाल नारायणी सेना निवडा. दोन्हीपैकी एक काहीतरी तुम्हाला मिळेल. उतावीळ झालेल्या आणि दूरदृष्टी नसणाऱ्या दुर्योधनाने, त्याला कृष्णाची विशाल आणि सामर्थ्यवान सेना मिळावी अशी तत्काळ मागणी केली आणि अर्जुनाने मात्र श्रीकृष्ण सारथी म्हणून आपल्याबरोबर राहावा अशी मागणी केली. पुढे युद्धामधल्या प्रत्येक महत्त्वाच्या क्षणी, श्रीकृष्णाने अगदी योग्य असं

मार्गदर्शन करून, अकरा अक्षौहिणी कौरवसेनेविरुद्ध, फक्त सात अक्षौहिणी सेना असणाऱ्या पांडवांना कसा विजय मिळवून दिला, याला इतिहास साक्षी आहे. कौरवांच्या सैन्यात स्वत: दुर्योधन, द्रोणाचार्य, कर्ण, अश्वत्थामा, भीष्म असे रथि-महारथी लढवय्ये असूनही कौरव हरले होते आणि पांडव जिंकले होते.

ही तर हजारो वर्षांपूर्वीची गोष्ट आहे. पण आजसुद्धा एखाद्या टीमचं नेतृत्व कोण करतो आहे, हे खूप महत्त्वाचं असतं. कॉर्पोरेट विश्वात दोन शब्द खूप वेळा वापरले जातात, पहिला शब्द 'बॉस' आणि दुसरा शब्द असतो 'लीडर'. आणि याच्याच पाठोपाठ असंही म्हटलं जातं की प्रत्येकच बॉस, लीडर असत नाही. ज्यांनी या क्षेत्राचा अनुभव घेतला आहे, त्यांना माझ्या बोलण्याचा अर्थ लगेचच समजेल. पण ज्यांनी या क्षेत्रात कधीही काम केलेलं नाही, त्यांना थोडं सविस्तर सांगतो. आणि परिणामकारकरीत्या सांगता यावं म्हणून इथेही मी हे दोन इंग्लिश शब्दच वापरणार आहे. कारण 'लीडर' या शब्दाचा लगेचच मनात येणारा अर्थ 'नेता' असा असतो. आणि 'नेता' म्हटल्याबरोबर तमाम भारतीयांच्या डोळ्यांसमोर जे चित्र उभं राहतं, ते सहसा प्रेरणादायक असत नाही. आणि बॉस कसाही असला, तरी शेवटी तो असाच असतो, जो इतकंच बोलून आपलं कर्तव्य संपलं असं समजतो, की... 'तुमचं' हे टार्गेट आहे आणि तुम्हाला ते पूर्ण करावंच लागेल नाहीतर...' या वाक्यातली शेवटची जी रिकामी जागा आहे, त्याचा अर्थ तुम्हाला सगळ्यांना समजलाच असेल. याउलट 'लीडर' तो असतो, जो तुम्हाला टार्गेट नक्कीच देतो, पण ते पूर्ण करण्यासाठी वेळोवेळी मार्गदर्शन तर करतोच, पण तुम्हाला मदतही करतो आणि तुमच्या कामाचं कौतुकही करतो... अगदी श्रीकृष्णासारखंच. बॉस यशाचा मुकुट स्वत:च्या डोक्यावर ठेवतो, आणि अपयश मिळालं, तर त्याचं खापर मात्र आपल्या टीमच्या डोक्यावर फोडतो. लीडर मात्र असं करत नाही. यशाचं श्रेय तो टीमला देतो पण अपयशाची जबाबदारी मात्र स्वत: स्वीकारतो.

माझ्या बऱ्याच वर्षांच्या नोकरीमध्ये मी बॉस तर खूप पाहिले, पण मी भाग्यवान असल्याने काही लीडर्ससुद्धा पाहिले. या संदर्भात मला एका व्यक्तीबद्दल खूप आदर वाटतो आणि त्याबद्दल सांगण्यासाठी मला जरासं भूतकाळात जावं लागणार आहे. ही गोष्ट सप्टेंबर २००२ मधली आहे. तेव्हा रायपूरमधल्या आयडिया सेल्युलर कंपनीत मी कामाला होतो. एक दिवस मी माझ्या कामात व्यस्त असताना, एक उंच आणि आकर्षक माणूस ऑफिसमध्ये आला आणि औपचारिक हाय-हॅलो करून पुढे गेला. आता मी काही अंतर्ज्ञानी नव्हतो... म्हणजे अजूनही नाही. त्यामुळे त्या माणसाचा आणि त्याच्या व्यक्तिमत्त्वाचा, एक व्यक्ती म्हणून आणि एक अधिकारी म्हणूनही माझ्या जीवनावर खूप प्रभाव

पडणार आहे, हे तेव्हा मला कळणं शक्यच नव्हतं. इतर सहकाऱ्यांकडे चौकशी केल्यावर असं कळलं की गृहस्थ 'प्रीपेड सेल्स' या विभागाचे रायपूर शहरासाठीचे नवे प्रमुख म्हणून रुजू झाले होते. आता पुन्हा वर्तमानकाळात येतो. काही वर्षांनी हे साहेब 'एअरटेल, मालदीव'चे सी.ई.ओ. झाले. पुढे २०१७ साली ते 'ओरीडू मोबाइल म्यानमार इथे एम.डी. म्हणून गेले, आणि एका संपूर्ण देशातल्या मोबाइल सेवांचा सगळा कारभार ते अजूनही सांभाळत आहेत. आणि त्यांची ही प्रगती फक्त पंधरा वर्षांत झालेली आहे.

आता स्वत:च्या कल्पनाशक्तीला ताण देऊन तुम्ही असा विचार कराल की, इतकं विलक्षण आणि झटपट यश अशा एखाद्या महास्वार्थी व्यक्तीलाच मिळू शकतं, ज्याने फक्त स्वत:चाच विचार करून काम केलेलं असतं. आपल्या टीमकडून राबवल्यासारखे कष्ट करून घेतलेले असतात आणि स्वत: प्रमोशनवर प्रमोशन मिळवत कॉर्पोरेट क्षेत्रात यशाच्या पायऱ्या चढलेल्या असतात. बरेच वेळा खरंतर असंच होतही असतं. पण हे साहेब याला अपवाद आहेत. त्यांच्या बाबतीत असं काहीही झालेलं नाही.

या सद्‌गृहस्थाचं नाव आहे विक्रम सिन्हा. विक्रम सर पुढे जात राहिले. पण स्वत:च्या प्रगतीच्या प्रत्येक टप्प्यावर, आपली टीम आणखी सशक्त व्हावी म्हणून आणि टीममेंबर्स आणखी सक्षम व्हावेत म्हणूनही त्यांनी मनापासून प्रयत्न केले. त्यांच्याबरोबर ज्याने ज्याने काम केलं, त्याचीही प्रगती झाली, उत्कर्ष झाला, हे त्याच्या लक्षात आल्यावाचून राहिलं नाही. आणि ही प्रगती फक्त कामात बढती मिळणं किंवा जास्त पैसे मिळणं, एवढ्यापुरतीच मर्यादित नव्हती. मी ज्या प्रगतीबद्दल किंवा उत्कर्षाबद्दल बोलतो आहे, तो उत्कर्ष म्हणजे त्या व्यक्तीच्या गुणांचा विकास या अर्थाने बोलतो आहे. त्याच्या त्या वाढणाऱ्या सामर्थ्याबद्दल बोलतो आहे, ज्याचा फायदा त्या व्यक्तीला आयुष्यभर मिळत राहणार आहे. एखाद्या व्यक्तीकडून त्याच्यातलं जे उत्तम आहे, ते कसं काढून घ्यायचं, या बाबतीत विक्रम सरांचा हातखंडा होता आणि त्यासाठी ते त्यांच्या हाताखाली काम करणाऱ्या माणसाला खूप मुभा, खूप स्वातंत्र्य द्यायचे. त्यांचा हा विचार, हा चांगुलपणा लक्षात घेऊन, कंपनी व्यवस्थापनाने त्यांना विक्री विभागातून मानवसंसाधन... म्हणजे Human Resources... या विभागाचे प्रमुखपद दिले आणि ते भारती एअरटेल कंपनीच्या मध्य प्रदेश आणि छत्तीसगड या ठिकाणच्या एच.आर. विभागाचे प्रमुख झाले. ज्याला या क्षेत्रातल्या टेलिकॉम व्यवसायाची माहिती आहे, त्याला हेही नक्कीच माहीत असणार की, छत्तीसगडमध्ये 'एअरटेल'ला मार्केटमध्ये अग्रगण्य बनवण्यात विक्रम सिन्हा यांचं किती मोठे योगदान आहे. समोरच्या व्यक्तीची बुद्धिमत्ता, त्याच्यातले गुण ओळखता येणं, हे विक्रम सरांचं

आणखी एक मोठं वैशिष्ट्य आहे. या विशेष गुणाला इंग्रजीत 'Hand picking a talent' असं म्हणतात. याचा अर्थ, खूप दिवस निरीक्षण न करता, प्रत्यक्ष काम खूप वेळा न पाहता, वारंवार मीटिंग्ज न घेता, फक्त एक झलक पाहून, एखादा माणूस किती लांबवर पोहोचू शकतो, याचा अंदाज बांधता येणं आणि विक्रम सर असा अचूक अंदाज बांधण्यात प्रसिद्ध होते.

त्यांच्या या वैशिष्ट्यावरून मला आणखी एक 'लीडर' असणाऱ्या व्यक्तीची आठवण येते आहे. माणसांची बुद्धिमत्ता ओळखण्याची त्यांची कला मला फार पटलेली आहे. पाकिस्तानने पन्नास ओव्हर्सच्या सामन्यांमध्ये फक्त एकदाच 'वर्ल्ड कप' मिळवलेला आहे आणि तोसुद्धा राष्ट्रपती झिया उल् हक यांच्या खास आग्रहावरून पुन्हा खेळायला आलेल्या निवृत्त कॅप्टनच्या नेतृत्वाखाली. आता हे परत आलेले निवृत्त कॅप्टन म्हणजे क्रिकेटपटू इम्रानखान होते आणि चमत्कार घडवू शकणाऱ्या त्यांच्या नेतृत्वामुळेच पाकिस्तानला हे यश मिळवणं शक्य झालं होतं. क्रिकेट जगतात नेहमीच एक गोष्ट आदराने आणि कौतुकाने सांगितली जाते, जी अशी की – एकदा इम्रानखान आजारी होते आणि आराम करता करता पाकिस्तान टी.व्ही.वर दाखवली जात असलेली क्रिकेटची एक स्थानिक पातळीवरची मॅच बघत होते. त्यातल्या एका वेगवान गोलंदाजाची गती आणि हालचालीवरचं नियंत्रण पाहून, ते खूपच प्रभावित झाले. काही दिवसांनंतर तो गोलंदाज, पाकिस्तानच्या राष्ट्रीय संघातल्या खेळाडूंना नेट-प्रॅक्टिसच्या वेळी गोलंदाजी करायला लागला. आणखी काही दिवसांनंतर त्या गोलंदाजाचा आंतरराष्ट्रीय टीममध्ये समावेश झाला. आणि त्याच्या अतिशय वेगाने येणाऱ्या 'इन-स्विंग यॉर्कर्स'मुळे प्रतिस्पर्धी टीममधले फलंदाज हैराण व्हायला लागले. अशाप्रकारे टाकलेल्या चेंडूचे दोनच परिणाम व्हायचे. फलंदाजाचा पंजा तरी मोडायचा, नाहीतर स्टम्प तरी उखडले जायचे. या गोलंदाजाला तुम्ही ओळखलं असेलच. पण तरीही मी त्याचं नाव सांगतो... वकार युनुस. आणि फलंदाजाने या वकारचे सहा बॉल कसेतरी खेळले तरी त्याच्यानंतर येणारा गोलंदाजही तितकाच किंबहुना त्याहूनही थोडा जास्तच धोकादायक असायचा, ज्याला स्वत: इम्रानखान यांच्या चाणाक्ष नजरेने शोधलं होतं... निवडलं होतं. आणि तोही तसाच कायम समोरच्या फलंदाजाला गारद करायला उत्सुक असायचा... त्याचं नाव वसीम अक्रम... तुम्ही ओळखलंच असेल.

याच रांगेतला तिसरा खेळाडू जो आहे, त्याच्या जराशा स्थूलपणामुळे लोक त्याला 'बटाटा' म्हणून चिडवत असत. सर्वसामान्य माणसाला त्याच्या जाडीव्यतिरिक्त कधीच काही दिसलं नाही. पण त्याची नेट-प्रॅक्टिस चालू असतानाच इम्रानखान यांच्या अचूकपणे लक्षात आलं होतं, की हा फलंदाज बुद्धिमान आहे आणि चेंडूची गती, दिशा आणि तो किती लांबपर्यंत टाकला जाऊ शकेल हे त्याच्या

झट्कन लक्षात येतं. या गुणामुळेच, कुठल्या बॉलवर कसा फटका मारायचा, हे ठरवायला त्याला पुरेसा वेळ मिळतो. या खेळाडूचं नाव आहे इंझमाम-उल्-हक. पाकिस्तानला विश्वकप जिंकून देण्यात इंझमामच्या वेगवान फटकेबाजीचं मोठंच योगदान होतं. पुढे तो पाकिस्तान टीमचा कप्तानही झाला होता.

'लीडर' असे असतात, जे सामान्य टीमला असामान्य यशाच्या दिशेने घेऊन जातात. आजचा तरुण जेव्हा सोशल मीडियावर अलिबाबा ग्रुप सादर करत असलेल्या 'जॅक मा और टेस्ला' मधल्या ॲलॉन मस्कचे प्रेरणादायी व्हिडीओ पाहत असतो, त्याचवेळी एकीकडे विक्रम सिन्हांसारखे लीडर, भारत, मालदीव आणि थेट म्यानमारमधल्या युवकांसाठी प्रेरणेचं जिवंत उदाहरण म्हणून सुपरिचित ठरत असतात.

आता क्रिकेटबद्दल, तेही विश्वचषकाबद्दल बोलणं चालू असताना, १९८३ साली भारतीय टीमने शानदार खेळ करत जिंकलेल्या विश्वचषकाची आठवण येणं अगदी अपरिहार्य आहे. या विजयामुळेच क्रिकेट हा भारताचा अनौपचारिक असा राष्ट्रीय खेळ समजला जाऊ लागला; आणि अजूनही तसंच समजलं जात आहे. हा लेख वाचणारे तुमच्यातले बरेच जण १९८३ सालानंतर जन्मलेले असतील. पण आजही वृत्तवाहिन्यांवर जेव्हा त्या १९८३ साली मिळालेल्या विजयाच्या आठवणींना उजाळा दिला जातो, तेव्हा प्रत्येक माजी क्रिकेटपटू किंवा क्रिकेटतज्ज्ञ एकसारखं हेच सांगतात की तो एका संपूर्ण टीमचा विजय होता.

आठ आठ अष्टपैलू खेळाडूंनी सुसज्ज असलेल्या या टीममधला असा कुणी ना कुणी खेळाडू प्रत्येक मॅचमध्ये काही ना काही कमाल करून दाखवायचा आणि टीमला विजय मिळायचा.

बलविंदरसिंग संधू आपल्या देशातले सर्वोत्तम गोलंदाज आहेत असं नाही. पण अजूनही बरेचवेळा त्यांनी फेकलेला तो एक बॉल टी.व्ही.वर दाखवला जातो, ज्या बॉलवर १९८३ साली झालेल्या विश्वचषकासाठीच्या अंतिम सामन्यात, गॉर्डन ग्रीनिज यांची विकेट उडाली होती. आणि त्यानंतर वेस्ट इंडिजचे खेळाडू लागोपाठ बाद व्हायला लागले होते. सुनील गावसकर आणि कपिलदेव यांच्यासारख्या कसलेल्या खेळाडूंना तर नेहमीच विजयाचं श्रेय दिलं जातं, पण त्यामानाने कमी तयारीच्या असणाऱ्या संधूलासुद्धा एका यशस्वी टीममध्ये सहभागी होण्याचं भाग्य लाभतं, ही विशेषत्वाने लक्षात घेण्यासारखी गोष्ट आहे. असामान्य म्हणता येईल, असं यश मिळवणाऱ्या टीमचा एक भाग असणं त्याचं हे फळ आहे.

अगदी साध्यासाध्या गोष्टी किंवा सामान्य माणसं, एकमेकांच्या साथीने खूप असामान्य काम करू शकतात. गवताची कमजोर पाती एकमेकांत गुंफून तयार केलेले दोर, शक्तिशाली हत्तीला काबूत ठेवण्यासाठी उपयोगी पडतात.

एखाद्या टीममध्ये माणसांची संख्या जरी कमी असली तरीही, ती सगळी माणसं जर सारख्याच तयारीने सारखेच कष्ट घेऊन एखादं विशेष काम करायला लागले, तर त्यांच्या हातून खूप मोठी कामं पार पडतात. १८९७ साली झालेल्या सारागडीच्या युद्धात असंच झालं होतं. फक्त एकवीस शीख सैनिकांनी... हो फक्त एकवीस... दहा हजारांहूनही जास्त आणि बलदंड असणाऱ्या अफगाणिस्तानच्या सैन्याची 'पळता भुई थोडी' अशी अवस्था करून टाकली होती. म्हणजेच टीम जरी छोटी असली, तरीही ती जर एकाच स्वप्नाने, एकाच ध्यासाने आपणहून प्रेरित झालेली असेल, तर यश नक्कीच हाती लागतं, आणि मोठमोठी कामं पूर्णत्वाला जातात.

मोठमोठी कामं म्हटली की प्रत्येक भारतीयाला हटकून आठवण येते, ती इंग्रजांकडून भारताला स्वातंत्र्य मिळावं म्हणून अनेक स्वातंत्र्यवीरांनी केलेल्या अथक आणि पराकाष्ठेच्या प्रयत्नांची, आणि त्यात अखेरीस मिळालेल्या यशाची. महात्मा गांधी यांना या यशस्वी कार्याचे नायक मानलं जातं. त्यांच्या राजनीतीमध्ये काही चुका होत्या, असं म्हणणारे लोकही आहेत. मी फक्त एवढंच सांगू इच्छितो की, स्वतंत्र भारतात जन्माला आलेली आपल्यासारखी माणसं, गुलामीमध्ये जगणं काय असतं, याचा विचारही करू शकणार नाहीत. त्या वेळी जेव्हा एखाद्या संस्थेच्या किंवा हॉटेलच्या बाहेर चक्क अशी पाटी लावलेली असायची की, 'कुत्री आणि भारतीय माणसे यांना प्रवेश नाही', तेव्हा त्या पाटीजवळून जाताना आपल्या पूर्वजांना कसं वाटलं असेल? किती क्लेश झाले असतील त्यांच्या मनाला? गांधीजींच्या राजनीतीचं सर्वांत मोठं यश हेच होतं की, त्यांनी स्वातंत्र्यलढ्याला जनआंदोलन बनवलं. ती प्रत्येक भारतीयाची लढाई ठरली. भारतासारख्या विशाल देशात कुठलीच मोहीम तोपर्यंत यशस्वी होऊ शकत नाही, जोपर्यंत देशातला प्रत्येक नागरिक त्या मोहिमेशी जोडला जात नाही, त्यात सहभागी होत नाही. आजही भारत तेव्हाच स्वच्छ होईल, जेव्हा इथल्या प्रत्येकाला स्वच्छतेचं महत्त्व, स्वच्छतेची किंमत कळेल आणि मग प्रत्येकजण स्वच्छता पाळेल. सरकारी नियमांचा किंवा कायद्यांचा धाक एका मर्यादेपर्यंतच परिणामकारक ठरतो. जेव्हा गांधीजींच्या विचारांमुळे प्रभावित झालेला, आसामसारख्या खूप दूरच्या प्रांतातला एखादा माणूस इंग्रजासारखे कपडे घालण्याचं नाकारतो, तेव्हा तोही त्या आंदोलनाशी तितकाच जोडला जातो, जेवढा दिल्लीतल्या चांदणी चौकात त्याच कारणाने इंग्रजांचा लाठीमार सहन करत त्या आंदोलनात सहभागी झालेला माणूस असतो. जर पश्चिम भारतातल्या दांडीयात्रेत सहभागी झालेला माणूस स्वत:ला स्वतंत्रसेनानी समजत असेल, तर मद्रासमध्ये इंग्रजांनी तुरुंगात पाठवलेल्या माणसाच्या मनातही तीच भावना असणं अगदी स्वाभाविकच म्हणायला

हवं. कारण दोघांचंही ध्येय एकच... 'देशाला स्वातंत्र्य मिळवून देणं.' आणि आपल्या देशातल्या स्वातंत्र्यलढ्याचं सर्वांत मोठं वैशिष्ट्य हेच होतं. मला असं वाटतं, की हा स्वातंत्र्यलढा आणि त्यात मिळालेलं यश हे टीमवर्कचं सर्वांत उत्तम, योग्य, आणि परिपूर्ण म्हणावं असं उदाहरण आहे.

चांगला लीडर दूरदर्शी असतो. मोठ्या मोठ्या कंपन्यांमध्ये आज असे काही विभाग असतात जिथे स्त्रियांना योग्य तेवढ्या जागा मिळतील याकडे आवर्जून लक्ष दिलं जातं. 'अमुक एका कंपनीमध्ये महिलांना आवश्यक तेवढं प्रतिनिधित्व दिलं जात नाही, अर्थात 'स्त्री-पुरुष लोकसंख्येच्या प्रमाणानुसार नोकऱ्या दिल्या जात नाहीत,' असा आरोप कुणाला करता येऊ नये याची दक्षता घेतली जाते. मी असं बोलणंही प्रत्यक्ष ऐकलं आहे, ज्यातून असं ध्वनित होत होतं की 'अमुक एका जागेसाठी एका मुलीचीच निवड करायला पाहिजे, असा सूचनावजा आदेश दिल्लीतील ऑफिसने दिला आहे, कारण स्त्री-पुरुष कर्मचाऱ्यांचं आवश्यक ते प्रमाण राखायचं आहे.' आणि त्याच ऑफिसमधल्या स्थानिक गटाचा लीडर असं म्हणत होता की, 'नको सर, या जागेवर काम करणाऱ्याला प्रवास खूप करावा लागतो. शिवाय जाण्या-येण्याच्या वेळासुद्धा अनिश्चित असतात. त्यामुळे या कामासाठी मुलीची निवड करायला नको. पुन्हा जेव्हा कुणाची नियुक्ती करायची असेल तेव्हा आपण एखाद्या मुलीला घेऊ या.' आता हे वरिष्ठ आणि लीडर या दोघांकडेही आपापली सयुक्तिक कारणं आहेत.

पण मी आधीच जे म्हटलं होतं, की महान लीडर दूरदर्शी असतात, त्याचं एक ठळक उदाहरण इथे सांगतो. नेताजी सुभाषचंद्र बोस यांनी पंचाहत्तर वर्षांपूर्वीच हे ओळखलं होतं की, स्वातंत्र्यप्राप्तीसाठी उद्युक्त होऊ लागलेल्या जनतेपैकी किमान अर्ध्या जनसंख्येचं समर्थन आणि सहभाग असल्याशिवाय मोठा लढा जिंकला जाणार नाही. अशा अर्ध्या जनसंख्येचा, म्हणजेच स्त्रियांचा सहभाग हेच त्यांना अभिप्रेत असावं. म्हणूनच 'झांसी की रानी' ब्रिगेडच्या माध्यमातून त्यांनी स्त्रियांनाही आझाद हिन्द सेनेत सहभागी होऊन प्रत्यक्ष लढा द्यायला वाव दिला, आणि आपली टीम परिपूर्ण बनवली.

क्रीडाविश्व, चित्रपटसृष्टी, राजनीती आणि व्यवसायजगत, या सगळ्यामध्येच एका चांगल्या टीमचं किती महत्त्व आणि किती आवश्यकता असते, या सगळ्याचा अशाप्रकारे ऊहापोह करून झाल्यावर आता आपण सगळ्यांनीच याचा विचार करायला पाहिजे की, आपल्याकडे आणि आपल्यासाठी सर्वप्रथम आणि सर्वांत जास्त आवश्यक अशी कोणती टीम असते? आजच्या काळात 'हम दो हमारे दो' असा बाणा अवलंबला जात असल्यामुळे, अपेक्षेप्रमाणेच कुटुंब मर्यादित व्हायला लागली आहेत हे सत्य आहे, आणि लोकसंख्येचा अक्षरशः विस्फोट

झालेला असल्यामुळे हे आवश्यकही आहे. पण असं जरी असलं तरी आपलं कुटुंब, आपला परिवार, हीच आपली सर्वांत महत्त्वाची टीम असते. असं नेहमी म्हटलं जातं की, देशाच्या सीमेवरचं युद्ध पेलता येऊ शकतं, पण चार भिंतींच्या आत होणारं गृहयुद्ध पेलता येणं फार अवघड असतं. अगदी त्याचप्रमाणे, बाहेरच्या कितीही मोठ्या समस्यांना तुम्ही समर्थपणे तोंड देत असलात, तरी घराच्या आत होणारी लहानशी कुरबुर किंवा मतभेद तुम्हाला हैराण करून टाकतात. तर आजकालच्या जमान्यात तुमचं तीन ते कदाचित सहा लोकांचं, ज्यात वयस्कर माणसंही असतात, असं छोटंसं कुटुंब असलं, तरीही ती एक टीमच असते.

- टीम असो की कुटुंब... त्यातल्या काही सदस्यांना जर स्वत: उपेक्षित असल्यासारखं वाटत असलं तर फरक पडतो.
- टीम असो की कुटुंब... त्यातले वरिष्ठ सदस्य जर हुकूमशहासारखं वागायला लागले... तर फरक पडतो.
- टीम असो की कुटुंब... त्यातल्या कनिष्ठ सदस्यांना जर आपले विचार आणि आपल्या भावना व्यक्त करण्याचं स्वातंत्र्य नसेल... तर फरक पडतो.
- टीम असो की कुटुंब... जर त्यातले काहीच सदस्य सगळं काम करत असतील आणि बाकी सदस्य नुसता आराम करत असतील... तर फरक पडतो.
- टीम असो की कुटुंब... जर वरिष्ठ सदस्य फक्त स्वत:च्याच प्रगतीचा विचार करत असतील आणि कनिष्ठांच्या प्रगतीकडे लक्षच देत नसतील... तर फरक पडतो.
- टीम असो की कुटुंब... ज्यातले सदस्य जर ते बोलतात तसं वागत नसतील... तर फरक पडतो.
- टीम असो की कुटुंब... जरी यशाचं श्रेय घ्यायला प्रत्येक सदस्य तयार असला, तरी अपयशाच्या वेळी मात्र त्याची जबाबदारी घ्यायला कुणीच तयार नसलं... तर फरक पडतो.

कॉम्प्युटर महाशय, कृपया हे वाक्य 'लॉक' केलं जावं...

'अनहोनी को होनी कर दे, होनी को अनहोनी, एक जगह जब जमा हों तीनों अमर- अकबर- ॲन्थनी!'

अर्थात्

'टीममधल्या सगळ्यांनी जर एकमताने आणि एकजुटीने प्रयत्न केला, तर अशक्य गोष्टीही शक्य करून दाखवता येतात आणि नकोशी गोष्ट घडण्याची शक्यताही टाळता येते.'

कभी कभी मेरे दिल में, ख़याल आता है

कभी कभी मेरे दिल में, ख़याल
के जैसे तुझको बनाया
तू अबसे पहले सितारों में
तुझे ज़मीं पे बुलाया गया है

कभी कभी मेरे दिल
के ये बदन ये निगाहें मेरी
ये गेसुओं की घनी छाँव है मेरी
ये होंठ और ये बाहें मेरी अमानत है

कभी कभी मेरे दिल में, ख़याल आता है
के जैसे तू मुझे चाहेगी उम्र भर यूँही
उठेगी मेरी तरफ़ प्यार की नज़र यूँही
मैं जानता हूँ के तू ग़ैर है मगर यूँही

कभी कभी मेरे दिल में, ख़याल
के जैसे बजती है
सुहाग रात है
सिमटे

या आधीच्या एका लेखात मी असं म्हटलं होतं की, 'कभी कभी' या चित्रपटाच्या यशामध्ये साहिर लुधियानवी यांच्या शायरीचं खूप मोठं योगदान होतं. त्याच चित्रपटातलं त्यांचंच एक गीत आता या लेखाचं शीर्षक म्हणून समर्पक ठरलं आहे. त्या गीताच्या सुरुवातीच्या ओळी अशा होत्या...

'कभी कभी मेरे दिल में, ख़याल आता है ।'

लता मंगेशकर आणि मुकेश या दोघांनीही हे गाणं अतिशय सुरेख गायलेलं आहे. चित्रपटातल्या एका दृश्यात, स्वत: अमिताभ बच्चन यांनीही या गाण्यातल्या काही ओळी म्हणून दाखवल्या आहेत. आता या लेखात मात्र, आपण मागच्या लेखातल्यासारखा या ओळींच्या फक्त भावार्थाचा आधार घेणार नाही, तर शब्दार्थही लक्षात घेणार आहोत. 'खयाल' हा शब्द मूळचा अरबी भाषेतला आहे आणि त्याचा अर्थ 'कल्पना' या शब्दाच्या बराचसा जवळचा आहे. पण बोलीभाषेत हा शब्द, 'विचार' या शब्दाचा पर्याय किंवा समानार्थी म्हणून वापरला जातो. शायर 'कभी कभी' असं म्हणत असले तरी प्रत्यक्षात आपल्या मनात विचार फक्त कधी कधीच येत नाहीत. त्याउलट आपली विचारप्रक्रिया, जागृतपणे कधीच न संपणारी अशी एक प्रक्रिया असते. या अवस्थेचे परिणाम हितकार ही असू शकतात किंवा अहितकारकही असू शकतात.

'मनके हारे हार मनके जीते जीत ।'... याचा अर्थ स्पष्ट आहे. माणसाचं मनच हरलं तर तोही हरतो आणि मन जिंकलं तर तोही जिंकतो.

आनंदाची गोष्ट ही आहे की, आपली विचारप्रक्रिया आपण एकाच जागी स्थिर किंवा बांधून ठेवू शकतो... एकाच जागी केंद्रित करू शकतो. किंवा तिला एकाच दिशेने जायला लावू शकतो. प्रसिद्ध लेखक नेपोलियन हिल यांचं १९३७

साली प्रकाशित झालेलं 'थिंक ॲन्ड ग्रो रिच' हे प्रसिद्ध पुस्तक अजूनही वाचलं जातं. या पुस्तकात 'विचारांची ताकद' याविषयी त्यांनी अगदी विस्ताराने लिहिलेलं आहे. हे पुस्तक म्हणजे एक 'गंगोत्री' आहे आणि त्यानंतर 'आयुष्यातले यश' यांसारख्या विषयावरची जी काही छोटी-मोठी पुस्तकं लिहिली गेली आहेत, ती कमी-जास्त प्रमाणात याच गंगोत्रीतून पुढे आलेली आहेत, असं म्हटलं, तर अतिशयोक्ती ठरणार नाही. मग ते लेखक रोहांडा बार्न यांचं उत्तम खप असणारं 'सीक्रेट' हे पुस्तक असो, नाहीतर 'म्या पामराचं' तुम्ही आत्ता वाचत असलेलं हे पुस्तक असो. अशा बऱ्याच पुस्तकांमध्ये लेखकाने नेपोलियन हिल यांच्या पुस्तकामधून नक्कीच प्रेरणा घेतल्याचे ठळकपणे जाणवते. या नेपोलियन हिल यांचं एक प्रसिद्ध वाक्य आहे – 'दारिद्र्य असो किंवा ऐश्वर्य असो, दोन्हींचा जन्म आपल्या विचारप्रक्रियेतूनच होत असतो.'

आता हिल यांच्यासारखे लेखक जेव्हा असं म्हणतात, तेव्हा आपण त्यांचं म्हणणं मान्य करायलाच पाहिजे. कारण हे पुस्तक लिहिण्यासाठी १९व्या आणि विसाव्या शतकातल्या अमेरिकन करोडपतींच्या प्रत्यक्ष मुलाखती घेण्यात, आणि त्यांच्या अनुभवांचा, प्रयत्नांचा, विचारांचा सखोल अभ्यास करण्यात, हिल यांनी आपल्या आयुष्यातली पंचवीस वर्षं खर्ची घातली होती.

आजच्या काळातले लोकप्रिय कादंबरीकार पाऊलो कोहेलो यांनी लिहिलेली 'दि अल्केमिस्ट' कादंबरी, ही जगभरातल्या बऱ्याच लोकांच्या पसंतीस उतरलेली आहे. या कादंबरीत त्यांनी विशेष महत्त्वपूर्ण असं जे लिहिलेलं आहे, ते मराठीत सांगायचं झालं तर असं सांगता येईल की –

'एखादी गोष्ट मिळावी, किंवा एखादं ध्येय साध्य व्हावं, अशी तुम्ही जेव्हा अगदी अंत:करणापासून इच्छा करता, तेव्हा ती गोष्ट तुमच्यापर्यंत पोहोचवण्यासाठी, ते ध्येय साध्य करण्यासाठी, हे पूर्ण ब्रह्मांडच गुपचूप एक योजना आखण्याचं काम करतं.'

शाहरुख खान आणि दिग्दर्शक फराह खान यांनी हेच वाक्य त्याला थोडा फिल्मी ढंग देऊन, 'ओम शांति ओम' या चित्रपटात संवादरूपाने चपखलपणे वापरलं होतं. चित्रपटातलं वाक्य असं होतं की –

'इतनी शिद्दत से मैंने तुझे पाने की कोशिश की, कि हर जर्रेने मुझे तुझसे मिलाने की साजिश की ।'

या वाक्यातून चित्रपट लेखकाला हेच सुचवायचं होतं की, तुमचे विचार आणि तुम्हाला मिळणारं यश, यांचा एकमेकांशी खूप जवळचा आणि खूप खोलवर संबंध असतो.

'जो आप सोचते हैं, वो आप बन जाते हैं, आप जिसे महसूस करते हैं, उसे

आप आकर्षित करते हैं, जिस की आप कल्पना करते हैं, उस का आप निर्माण करते हैं।... असं भगवान बुद्धांनी म्हटलेलं आहे. म्हणजे...

'तुम्ही जसा विचार करता, तसे तुम्ही बनता. तुम्हाला जे समजतं, जे जाणवतं, त्याला तुम्ही तुमच्याकडे आकर्षित करता. तुम्ही ज्याची कल्पना करता, ते तुम्ही स्वत:च निर्माण करता.'

बऱ्याच लोकांचं असं म्हणणं आहे की, हे वरचं वाक्य अगदी आत्ताच्या लेखनशैलीत लिहिलेलं आहे आणि आत्ताच्या काळातलं वाटतं आहे. त्यामुळे बहुतेक महात्मा बुद्धांनी हे वाक्य असंच्या असं उच्चारलेलं नसावं. आता त्यांच्या काळातल्या बौद्धभिक्षूंसाठी या वाक्याशी मिळतंजुळतं असं काही ते बहुतेक बोलले असावेत. पण त्याचा गर्भितार्थ आजच्या काळाच्या संदर्भातही तितकाच तंतोतंत लागू पडणारा आहे, आणि हे जास्त महत्त्वाचं आहे. मग तुम्ही आम्ही तरी 'आंबे खाणं सोडून, कोयी मोजण्यात वेळ का वाया घालवायचा?'

आपल्या पुराणकथांमध्येही अशा बऱ्याच कथा आहेत, ज्यामध्ये सकारात्मक विचार आणि दृढविश्वास यांचं महत्त्व सांगितलं गेलं आहे. सत्यवान-सावित्रीची गोष्ट तुम्हाला माहीतच असेल, ही गोष्ट सर्वांत आधी महाभारतातल्या 'अरण्यपर्वात' सांगितली गेली आहे. ही अशा एका स्त्रीची गोष्ट आहे, जिने स्वत:च्या एका नेमक्या विचाराच्या आणि ठाम विश्वासाच्या आधारावर, तसंच स्वत:च्या बुद्धिचातुर्याच्या जोरावर, यमराजाकडून आपल्या मृत पतीसाठी पुन्हा जीवन आणि सासऱ्यांचा राजसिंहासनावरचा हक्क परत मिळवला होता. २१ व्या शतकामधल्या आपल्या विवादप्रिय बुद्धीला ही गोष्ट शब्दश: पटणार नाही, हे जरी खरं असलं तरीही आपल्या सगळ्या पौराणिक कथांकडे आपण एक 'रूपक' म्हणूनच पाहिलं पाहिजे, ज्यात नेहमीच कुठला ना कुठला संदेश दडलेला असतो.

या जगात आजपर्यंत जेवढे काही शोध लागलेले आहेत, ते सगळ्यात आधी एखाद्या शास्त्रज्ञाच्या डोक्यात एक असा विचार म्हणून आलेले आहेत की... 'अरे असंसुद्धा होऊ शकतं.'

- एडिसनच्या डोक्यात असा विचार आला की, रात्रीसुद्धा घरात कृत्रिम का होईना, पण प्रकाश पाहिजे आणि बल्बचा शोध लागला.
- राइट बंधूंच्या मनात विचार आला की माणसालासुद्धा पक्ष्यांसारखं हवेत उडता आलं पाहिजे आणि विमानाची निर्मिती झाली.
- ग्राहम बेल यांना वाटलं की, एकमेकांपासून दूर राहणाऱ्या माणसांनाही एकमेकांशी बोलता आलं पाहिजे आणि टेलिफोनची निर्मिती झाली.
- मार्टिन कूपर यांच्या डोक्यात असा विचार आला, की टेलिफोनवरून एकमेकांशी बोलताना, वायरचा अडथळा कशाला पाहिजे? मग मोबाइल

फोन तयार केला गेला.

- स्टीव्ह जॉब्ज यांना असं वाटलं की, २१व्या शतकातल्या स्मार्ट माणसासारखाच त्याचा फोनही स्मार्ट असायला पाहिजे आणि आयफोन अस्तित्वात आला.
- शतकानुशतकं माणसं झाडावरून खाली पडलेली फळं खात होती – पण एकट्या न्यूटनच्याच हे लक्षात आलं, की फळ झाडावरून तुटल्यावर ते दरवेळी थेट फक्त खाली जमिनीवरच पडतं, याचं एकमेव कारण पृथ्वीचं गुरुत्त्वाकर्षण हेच आहे आणि मग त्यांनी गुरुत्वाकर्षणाचा सिद्धान्त यशस्वीपणे मांडला.

कधीकधी असंही होतं की, आपण विचार करतो ते आणि तसंच घडू शकत नाही. पण तुमचा विचार जर सकारात्मक असेल आणि जर प्रामाणिकपणे कष्ट केलेले असतील, तर देव या ना त्या रूपात ती गोष्ट तुम्हाला नक्की देतो. ख्रिस्तोफर कोलंबस यांनी भारतात येण्यासाठी समुद्री मार्ग शोधायला सुरुवात केली होती. ते तसा मार्ग काही शोधू शकले नाहीत. पण त्या प्रयत्नात त्यांना एका नव्या दुनियेचा... अमेरिकेचा शोध लागला. कोणत्याही दृष्टीने विचार केला तरी आपली संस्कृती कमीत कमी पाच हजार वर्षं तरी जुनी आहेच. पण आज जगावर आपण राज्य करत नाही आहोत, तर फक्त पाचशे वर्षांपूर्वी या जगाच्या नकाशावर आलेला अमेरिका नावाचा देश राज्य करतो आहे. आणि याचं कारण हेच आहे की, आपलं राष्ट्र हे एक महान राष्ट्र बनावं असा विचार प्रत्येक अमेरिकन माणूस करतो, त्या विचाराचं मोठं योगदान यामागे आहे.

आता जरा महान शास्त्रज्ञांची दुनिया, अमेरिकेचा दबदबा आणि झगमगाट थोडा बाजूला ठेवून, आपलं गाव, आपला देश याबद्दल बोलू या. आधी थेट एका हिंदी चित्रपटाकडे वळतो. ६०-७०च्या दशकातल्या या चित्रपटात एक दृश्य असं होतं की, त्यातली एक व्यक्तिरेखा आजारी असते आणि अंथरुणात पडून असते. डॉक्टर त्या व्यक्तीला तपासत असतात. डॉक्टरांकडे बाकी काहीच नसलं तरी, एक स्टेथोस्कोप नक्कीच असतो, आणि डॉक्टर कुठल्याही प्रकारच्या दुखण्यासाठी फक्त तो स्टेथोस्कोपच वापरत असतात. बाकी सगळ्या वैद्यकीय चाचण्यांच्या निष्कर्षांची हे डॉक्टर दखलही घेत नाहीत. मग छातीवर दाबल्यासारखा धरून ठेवलेला तो स्टेथोस्कोप वर उचलता उचलता, ते कुटुंबातल्या इतर सदस्यांकडे गंभीर चेहरा करून बघतात, आणि तो ठरावीक संवाद म्हणतात, ज्याचा अंदाज, असेच दृश्य असणारे चार-पाच चित्रपट पाहिल्यानंतर तुम्ही सहज करू शकता... अगदी बरोबर... डॉक्टर सांगतात की... 'अब इन्हें दवा की नहीं

दुवाकी जरूरत है।'

अशी दुवा, अशी प्रार्थना म्हणजे शेवटी असते तरी काय? शेवटी ती एक काळजी असते, एक विचार असतो, एक कल्पना असते. अशी प्रार्थना परमेश्वराला पूर्णपणे सकारात्मक भावनेने, एकाग्रतेने आणि अगदी मनापासून केलेली असते आणि परमेश्वर अशी प्रार्थना करण्याऱ्याचं ऐकेल अशी आशा केली जाते. आणि अशा प्रार्थनेत खरोखरच जर तेवढी ताकद असेल, तर काही चमत्कारही घडतात. मोगल बादशहा बाबर याच्या बाबतीत घडलेली एक प्रचलित घटना अशी आहे की, त्याचा मुलगा हुमायून याचा जीव वाचावा, म्हणून त्याने सतत अगदी मनापासून प्रार्थना केली होती आणि त्या वेळी तो म्हणाला होता की देवानं हवं तर त्याचे स्वत:चे प्राण न्यावेत, पण हुमायूनला जीवनदान द्यावं आणि तसंच झालं. बाबराचा अकाली मृत्यू झाला आणि हुमायूनचा जीव वाचला. आता या वदंतेमध्ये सत्य किती आहे आणि रचलेली गोष्ट किती आहे, हे देवच जाणे. पण प्रार्थनेचा यशस्वी परिणाम होऊन अपेक्षित फळ मिळाल्याचे कितीतरी किस्से या जगात सांगितले जातात, ऐकलेही जातात.

आत्तापर्यंत आपण शुभ आणि यशदायी विचारांबद्दल बोललो. पण मी याआधीच म्हटल्याप्रमाणे, प्रत्येक शक्तीची दोन रूपं असतात. विज्ञानाने आपलं आयुष्य खूप सोपं बनवलं आहे, हे तर खरंच आहे. पण त्याच विज्ञानाने आपल्यासमोर अणुबॉम्ब, परमाणूबॉम्बसारखी धोकादायक संकटंही उभी केली आहेत. आधुनिकतेमागे धावताना, त्यासाठी धडपडताना, निसर्गाने मुक्तहस्ताने आणि विपुल प्रमाणात आपल्याला प्रदान केलेल्या साधनांचा आणि सुविधांचा आपण वाट्टेल तसा आणि अविचाराने वापर करून त्यांचं नुकसान करून टाकलेलं आहे. अगदी त्याचप्रमाणे आपल्यापैकी कितीतरी जणांनी आपल्या नकारात्मक आणि संकुचित विचारांमुळे स्वत:चं आणि स्वत:च्या आसपासच्या लोकांचंही खूप नुकसान केलेलं आहे.

आणखी एक अशी गोष्ट आहे, जी थोड्याफार फरकाने आपल्या देशात प्रत्येक ठिकाणी नेहमी सांगितली जाते. ती म्हणजे – 'नेहमी शुभ आणि चांगलं बोला. कारण देवी सरस्वती आपल्या मुखात वास करत असते.'

आपल्या पूर्वजांना आधुनिक विज्ञानाची अजिबातच ओळख नव्हती. पण त्यांच्याकडे पुरेसं उपजत ज्ञान आणि सामान्यज्ञान नक्कीच होतं. एका गोष्टीची त्यांना नक्कीच जाणीव होती, की माणूस जसा विचार करतो, तसाच तो बोलतो, तसाच तो वागतो आणि तो तसाच बनत जातो. तर मग देवदेवतांचा हवाला देऊन त्यांनी जणू असा नियमच करून टाकला की, माणसाने नेहमी योग्य आणि शुभ असेल तोच विचार करावा, तसंच बोलावं आणि तसंच वागावं. मी याआधी म्हटल्याप्रमाणे, आपल्या प्राचीन कथांचा किंवा समजुतींचा शब्दश: अर्थ लक्षात

घेऊन, त्याचप्रमाणे वागण्याचा अट्टहास करण्यापेक्षा, अशा गोष्टी आपल्याला काही शिकवण्यासाठी, आपल्या विचारांना योग्य ते खतपाणी मिळावं यासाठी, एक रूपक म्हणून लक्षात घेतल्या पाहिजेत. तर यावरून लक्षात घेण्यासारखी बाब ही आहे की, दुवा मागणं, प्रार्थना करणं या गोष्टी म्हणजेसुद्धा आपल्या विचारशक्तीची, कल्पनाशक्तीची अभिव्यक्ती आहे. आणि या लेखात आपण याबद्दलच बोलतो आहोत.

जर तुमच्यापैकी काही जणांना अजून डाएटिशियनकडे अर्थात आहारतज्ज्ञाकडे जाण्याची गरज पडली नसेल, तर देव करो आणि यापुढेही कधी तुम्हाला तशी गरज न पडो. पण जे लोक अशा तज्ज्ञांना भेटलेले आहेत, त्यांना हे माहीत असेल, की त्या तज्ज्ञांनी पहिलं काम हेच करायला सांगितलेलं असतं, की पुढच्या सात दिवसांत तुम्ही जे काही खाल किंवा प्याल, त्याचा तपशील लिहून ठेवा... एखाद्या तक्त्यासारखा. असं केल्यामुळे तुमच्या 'पापी पेट में' काय काय ढकलण्याचं पाप तुम्ही करता आहात, त्याकडे तुम्ही जाणीवपूर्वक बघता. मग सात दिवसांनंतर तुमचा हा गैरसमज दूर होतो, की तुमचं पोट आणि वजन का वाढलेलं आहे, हे आजपर्यंत तुमच्या लक्षातच आलं नव्हतं. 'मी तर जास्त काही खात नाही. तेलकट-तुपकट पदार्थ मी अजिबात खात नाही. आणि चहा-कॉफीचं म्हणाल, तर दिवसातून फक्त दोनदा, फार फारतर तीनदाच मी चहा घेतो...' अशा भ्रमात तुम्ही राहत असता. म्हणजे असे अनेक गैरसमज तुम्ही तुमच्या मनात अक्षरश: पाळलेले असतात. जर तुम्ही तुमच्या सात दिवसातल्या खाण्या-पिण्याची यादी अगदी प्रामाणिकपणे बनवलेली असेल, तर त्यातून तुमच्या असं लक्षात येईल की, वेगवेगळ्या कारणांनी आठवड्यातून किमान दोन-तीन वेळा तरी चौकातल्या हलवायाच्या दुकानातले सामोसे आणि चाट तुम्ही अगदी ढेकर येईपर्यंत चापलेले आहेत. दिवसातून दोनदाच चहा पीत असल्याचा जो दावा तुम्ही करत असता, तो दोन कप चहा तुम्ही घरी असताना पीत असता. ऑफिसमध्ये शिपाई तुम्हाला दोन वेळा 'कट' चहा आणून देतो, मार्केट व्हिजिटला गेल्यावर तिथे तुमचे क्लायन्ट्स आग्रह करकरून तुम्हाला चहा नाहीतर कोल्ड्रिंक पाजतात. पण ते चहापान हा तुमच्या नोकरीचा भाग असल्याचं तुम्ही सोयिस्करपणे समजून चालता. आता शेवटी कुणीही माणूस नोकरी का करतो : पोटासाठीच ना? आणि रात्रीच्या जेवणाबद्दल काय म्हणाल तुम्ही? रात्री साडेदहाच्या आधी आयुष्यात कधी जेवलोच नाहीये मी... असंच ना? खासगी क्षेत्रात काम करणाऱ्या कर्तव्यनिष्ठ कर्मचाऱ्यासारखे तुम्ही रात्री साडेआठ-नऊ वाजता घरी पोहोचल्यावर, लवकर जेवायला तुम्हाला कसं जमत असणार? आणि या सगळ्या चुकीच्या गोष्टींना पर्यायच नाही, असं समर्थन ही तुम्ही करत असाल आणि आता सात दिवस

प्रामाणिकपणे केलेली नोंद पाहिल्यावर तुमच्याच आत दडलेल्या एका अशा व्यक्तीशी तुमची ओळख होते, ज्या व्यक्तीची खाण्यापिण्याची वेळ, खाण्याचे पदार्थ, आणि किती खायचं याची मर्यादा या सगळ्या गोष्टी असू नये तशा असतात. आणि कदाचित असंही असू शकतं की या सगळ्या गोष्टी तुम्हाला माहीत असतात, पण त्याविषयी तुम्ही जागरूक नसता.

जर माणूस आपल्या विचारांची अशी एखादी यादी बनवू शकला, तर त्याच्या हेच लक्षात येईल की, प्रत्येक दिवशी प्रत्येक तासाला, प्रत्येक क्षणाला अशा कितीतरी विचारांना तो आपल्या मनात, आपल्या डोक्यात मुक्त प्रवेश करू देत असतो, जे विचार नकारात्मक, संकुचित, दुसऱ्याचा द्वेष करणारे, वाईट चिंतणारे आणि निरर्थक तसंच अनावश्यक असतात. पण अशी यादी करता येणं शक्य नाही. विज्ञान असं सांगतं की, माणसाची विचारशक्ती अमाप आहे, अगाध आहे. एका मिनिटात त्याच्या मनात वेगवेगळे पस्तीस-चाळीस विचार येऊ शकतात आणि या हिशेबाने दिवसभरात जवळपास पन्नास ते सत्तर हजार विचार गर्दी करत असतात. त्यामुळे यासंदर्भात आपण कितीही प्रेरणादायक बोललो, तरीही इतर सगळी कामं करता करता या सगळ्या विचारांची नोंद ठेवणं हे अशक्यप्रायच आहे. यावरून मला आणखी एका 'शक्यते'ची आठवण येते आहे.

भगवान बुद्धांनी एक अगदी परिपूर्ण सत्य असं सांगितलं आहे की -

'हमारे सबसे बडे शत्रू हमारे वो विचार हैं, जो हम बिना सोच-विचार और मार्गदर्शन के, खुद में आत्मसात होने देते हैं।'

अर्थात 'आपला सगळ्यात मोठा शत्रू म्हणजे आपले ते विचार असतात, जे आपण कुठलाही विचार न करता आणि कुणाचंही मार्गदर्शन न घेता, स्वतःमध्ये सामावू देतो.'

दहशतवादी जसे एखाद्या शहरावर हल्ला करतात, अगदी तसेच आपले हे निराशावादी विचार आपल्यावर हल्ला करत असतात. पण त्यामध्ये एक फरक नक्कीच असतो. हल्ला करण्यासाठी दहशतवाद्यांना प्रत्यक्षात दारूगोळा जमवावा लागतो. तो हल्ल्याच्या जागी पोहोचवावा लागतो. माणसं तयार करावी लागतात. इतर सगळ्यांच्या नकळत, स्वतःला सुरक्षित ठेवून, हल्ला करण्याबाबतचा सगळा अभ्यास करावा लागतो. जर आपल्या मनात एखादा विचार जन्माला येणं, किंवा काही कारणाने एखादा विचार मनात आपोआप आणि ठामपणे येणं, हेसुद्धा तितकंच कठीण असतं, तर अशा विचारांपासून आपण वाचलो असतो. पण या पृथ्वीने आणि निसर्गाने यासाठी लागणाऱ्या गरजेच्या सगळ्या वस्तू आपल्याला मोफत दिलेल्या आहेत. त्यामुळे एखादा विचार करण्यासाठी आपल्याला एक पैसाही खर्च करावा लागत नाही. आणि असं म्हटलं जातं ना की, फुकट

मिळालेल्या गोष्टीची माणूस किंमत ठेवत नाही. आपली विचारप्रक्रियाही आपल्याला अशीच फुकट मिळालेली असल्याने, आपल्याला तिची किंमत नसते. आपण तिची अजिबात कदर करत नाही, आणि आपल्या मनात नाही नाही ते निरर्थक आणि अनावश्यक विचार येऊ देत राहतो, आणि स्वत:चंच नुकसान करून घेत राहतो.

'आता ज्ञान देणं पुष्कळ झालं. एखादा उपाय सांगा यावर...' एव्हाना तुमचा धीर खचला असल्यामुळे, तुम्ही असाच काहीतरी विचार करत असाल ना?

तर याआधीच मी असं म्हटलं होतं की, आयुष्यातल्या प्रत्येक कठीण समस्येचं उत्तर खूप सोपं असतं. त्यामुळे आपल्याला जर उपाय हवा असेल तर, आपण असा प्रयत्न करून पाहायला काय हरकत आहे, की –

- आपण आपल्या विचारप्रक्रियेत, फक्त सकारात्मक विचारांनाच प्रवेश करू द्यायचा.
- आपण आपल्या विचारप्रक्रियेत, फक्त आशादायक विचारांनाच थारा द्यायचा.
- आपण आपल्या विचारप्रक्रियेत, आपली प्रगती होण्यासाठी मदत करतील अशा तर्कशुद्ध विचारांनाच फक्त जागा द्यायची.
- आपण आपल्या विचारप्रक्रियेत, फक्त मैत्रीभावाने भारलेल्या आणि ऊर्जादायक अशा विचारांनाच स्थान द्यायचं.
- आणि चुकून जर नकारात्मक, द्वेषपूर्ण आणि निराशावादी विचार, सगळ्या मर्यादा तोडून आपल्या मनात आणि डोक्यात घुसलेच, तर 'मानवाधिकारांची' किंवा 'संयुक्त राष्ट्रसंघाची' पर्वा न करता, दिसताक्षणी या विचारांना गोळी घालायची. गमतीचा भाग सोडा आणि सांगण्याचा मथितार्थ लक्षात घ्या. मुळात आपण अशा नकोशा विचारांना नकळतसुद्धा मनात थारा देत नाही आहोत, याबद्दल जाणीवपूर्वक दक्ष रहा. आणि तरीही असे विचार अनाहूतपणे मनावर अतिक्रमण करताहेत का, त्याकडे आवर्जून लक्ष ठेवा. तशी शंका जरी आली, तरी सावधपणे त्यांना थोपवा, हाकलून द्या.

आणि विज्ञान हेच सांगतं, की रोजच्या रोज असा विचार करून त्या दृष्टीने प्रयत्न केला, तर हे शक्य आहे. संत कबीरांनी काय सांगितलं ते आठवतंय ना?... 'करत करत अभ्यास के जडमति होत सुजान।'

आणि आणखी एक लक्षात ठेवण्यासारखी गोष्ट ही आहे की, जो कधीच घाबरलेला नसतो, फक्त तोच माणूस शूर असतो असं नाही, तर तो वेळ आली तर स्वत:च्या भीतीवर विजय मिळवतो, तोदेखील शूर असतो. अगदी त्याचप्रमाणे,

यशस्वी, सकारात्मक आणि आशावादी माणूस अशा माणसाला म्हणता येत नाही, ज्याला क्षणभरासाठीसुद्धा निराशेने ग्रासलेलं नसतं. तर जो वेळ आली तर स्वत:च्या विचारप्रक्रियेवर नियंत्रण ठेवू शकतो, असा माणूस सकारात्मक आणि आशावादी असतो.

मी आधी म्हटल्याप्रमाणे या पुस्तकाच्या माध्यमातून तुम्हाला देण्यासारख्या दोनच गोष्टी माझ्याकडे आहेत... एक म्हणजे आशा-आकांक्षा अर्थात उमेद, आणि दुसरी म्हणजे वेगवेगळी उदाहरणं.

भारत आणि पाकिस्तान असं जेव्हा आपल्या देशाचं विभाजन झालं तेव्हा लोकांना काय काय गमवावं लागलं आणि किती काय सहन करावं लागलं, हे आपल्यापैकी प्रत्येक भारतीयाला चांगलंच ठाऊक आहे. आपल्यापैकी कितीतरी जणांनी दुसऱ्या जागतिक महायुद्धाचा प्रत्यक्ष अनुभव घेतलेला नसेल. पण हॉलिवूड चित्रपटांमुळे आपल्याला त्याबद्दल बरंच काही समजलेलं आहे. जर्मन हुकूमशहा हिटलर याने ज्यू लोकांवर किती अमानवी अत्याचार केले होते, पद्धतशीरपणे योजना आखून, त्यानुसार मुद्दाम उभ्या केलेल्या कॅम्प्समध्ये ज्यूंना जबरदस्तीने नेऊन, गॅसच्या भट्टीत टाकून किंवा गोळ्या झाडून त्यांची कशी निर्घृण हत्या केली होती, हे सगळं आपल्याला बरंचस तपशीलवार माहीत आहे. बळजबरीने कैदी बनवलेल्या त्या ज्यूंना ठार करण्याआधी त्यांचा प्रचंड छळ केला गेला होता. अशाच एका कॅम्पमध्ये, व्हिक्टर फ्रॅन्कल नावाचा एक कैदी होता. त्याचं शिक्षण आणि व्यवसाय दोन्हीही मनोविज्ञान या विषयाशी जोडलेले होते. ते शिक्षण आणि स्वत:ची जगण्याची प्रबळ इच्छा या दोन गोष्टींच्या आधाराने त्याने आपल्या विचारप्रक्रियेवर नियंत्रण ठेवलं, आणि आपल्या पत्नीला पुन्हा भेटायचंच, हे आपल्या आयुष्याचं ध्येय ठरवलं. जेव्हा जेव्हा त्याला खूप निराश झाल्यासारखं, खचून गेल्यासारखं वाटायचं, तेव्हा तेव्हा तो पत्नीबरोबर घालवलेले सुंदर सोनेरी क्षण आठवायचा, आणि भविष्यातही तो तिच्याबरोबर असेच सुंदर क्षण कसा अनुभवणार आहे, याची कल्पनाचित्रे मनात रंगवत राहायचा. पुढे युद्ध संपलं. त्याची सुटका झाली. त्यानंतर त्याने असं लिहून ठेवलं आहे की, त्या कॅम्पमधली तीच माणसं सगळ्यात आधी मरण पावली, ज्यांनी जगण्याची, किंबहुना मनातली सगळ्याच प्रकारची आशा सोडून दिली होती. आणि त्यामुळे ज्यांच्याकडे जगण्याचं कोणतंच कारण शिल्लक राहिलं नव्हतं. किंवा मग जगण्याचं एकही कारण ते आपल्या विचारप्रक्रियेत टिकूच देऊ शकले नव्हते. व्हिक्टर यांनी आपल्या सकारात्मक वृत्तीच्या आणि सकारात्मक विचारांच्या मदतीने, हिटलरची राक्षसी वृत्ती आणि स्वत:चा मृत्यू या दोन्हीवर विजय मिळवला होता. हिटलर मारला गेला आणि ते जागतिक युद्ध संपलं. व्हिक्टरची त्या कॅम्पमधून मुक्तता झाली. आणि हे सगळं

प्रत्यक्ष घडलेलं होतं. तिथून बाहेर पडल्यावर त्याला असं कळलं की दुसऱ्या एका कॅम्पमध्ये डांबले गेलेले त्याचे सगळे कुटुंबीय, आई-वडील, बायको... सगळ्यांना मारलं गेलं होतं. फक्त एक बहीण तेवढी वाचली होती.

पुढे व्हिक्टर यांनी खूप पुस्तकं लिहिली. त्यातलं 'सर्चिंग मीनिंग इन मॅन्स लाइफ' हे पुस्तक खूप लोकप्रिय झालं. त्यांनी दिलेल्या सगळ्या भाषणांमध्ये, सगळ्या शोधांमध्ये, त्यांनी आवर्जून हीच गोष्ट मांडली होती की, माणसाने अगदी टोकाच्या विपरीत परिस्थितीमध्येसुद्धा आपले विचार आणि आपल्या कल्पना सकारात्मकच ठेवल्या पाहिजेत. १९९७ साली, वयाच्या ९२व्या वर्षी, व्हिक्टर मरण पावले.

जर्मन तत्त्वज्ञ फ्रेडरिक नीत्शे यांनी असं म्हटलेलं आहे की –

'ज्याने जगण्याचं 'कारण' शोधून काढलेलं आहे, तो कसंही करून, 'कसं' जगायचं, या प्रश्नातून सहीसलामत बाहेर पडू शकतो.'

कॉम्प्युटर महाशय, कृपया हे वाक्य 'लॉक' केलं जावं...

> *'तुमचे विचार तुमची कर्म ठरवतात, आणि तुमच्या कर्मावर तुमचं यश अवलंबून असतं. म्हणूनच विचार नेहमी सकारात्मक आणि योग्य दिशेनेच करत रहा.'*

तीन पत्ती

जीवन को जानने के लिए,

उसे पहले जीना होगा।

जीतने के लिए हारना बहुत जरूरी है।

जो है वो नहीं है,

और जो नहीं है, वो हो सकता है।

'बापरे हे काय करताय रूपेश बाबू? ज्ञानाच्या गोष्टी करता करता अचानक पत्त्याचा डाव कसा काय मांडायला लागलात?'

– या लेखाचं शीर्षक वाचून तुमच्या मनात हाच विचार येऊ शकतो. कारण 'तीन पत्ती' म्हटलं की पत्त्यांशी जोडला गेलेला एक लोकप्रिय खेळच सर्वांत आधी आठवतो, हे सत्य आहे. खरंतर, या लेखाचं शीर्षक म्हणून बच्चन यांच्या 'शराबी' या चित्रपटातला एक संवाद घ्यावा असं मला वाटलं होतं. १९८४ साली प्रदर्शित झालेल्या 'शराबी' चित्रपटात, त्याच्या नावाच्या अगदी विरुद्ध असे बरेच हास्यविनोद तर होतेच, पण तत्त्वज्ञानही होतं. यातल्या एका दृश्यात अमिताभ बच्चन, नायिका जयाप्रदा हिला असं सांगतात की, 'माझ्या आयुष्याचा तंबू तीन बांबूंवर उभा राहिलेला आहे... शायरी, शराब आणि तू.' हे वाक्य मोठं तर आहेच, पण थोडं गोंधळात टाकणारंही आहे. पण हरकत नाही. हे वाक्य वाचून एक गोष्ट तर तुमच्या लक्षात आली असेल, की या लेखात 'तीन'चं महत्त्व सांगितलेलं आहे. आता तुमच्या मनात असाही विचार येऊ शकतो की, मग अमिताभ बच्चन यांच्या 'तीन' या २०१६ साली प्रदर्शित झालेल्या चित्रपटाचं नावच मी इथे शीर्षक म्हणून का वापरलं नाही? पण लेखक म्हणून या लेखाचं शीर्षक ठरवण्याचा मला विशेषाधिकार आहे, एवढंच मी म्हणेन.

आता हा असला 'तीन पत्ती' नावाचा कोणता चित्रपट होता आणि त्यात बच्चन यांनी कधी काम केलं होतं, असा प्रश्न बऱ्याच जणांना पडला असेल. तर हा अमिताभ बच्चन यांच्या यशस्वी कारकिर्दीच्या दुसऱ्या टप्प्यातला एक अपयशी ठरलेला चित्रपट होता, जो २०१० साली प्रदर्शित झाला होता. या क्षेत्रातल्या इतिहासकारांना दोन कारणांमुळे हा चित्रपट लक्षात राहील. पहिलं कारण हे की

आज चर्चेत असलेली अभिनेत्री श्रद्धा कपूर हिचा हा पहिलाच चित्रपट होता. आणि दुसरं कारण म्हणजे 'गांधी' चित्रपटामुळे सुपरिचित झालेले बेन किंग्जले यांनी या चित्रपटात काम केलं होतं.

असो. तर या लेखाचा उद्देश हा आहे की, एका यशस्वी आयुष्यासाठी प्राधान्याने आवश्यक असणाऱ्या तीन गोष्टींची तुम्हाला ओळख करून देणे. या तीन गोष्टी आहेत... पैसा, परिवार आणि आरोग्य. मला वाटतं की, या तीन गोष्टींना आयुष्यात प्राधान्य असायला हवं, पण त्यांचा क्रम अगदी असाच असायला हवा, असं मात्र आवश्यक नाही.

पण या तीन गोष्टींमध्ये संतुलन असणं मात्र आवश्यक आहे. भारतीय तत्त्वज्ञानामध्ये संतुलनाला खूप महत्त्व आहे. 'आयुर्वेद' या आपल्या प्राचीन आरोग्य शास्त्रानुसार, आपल्या शरीरात तीन दोष असतात... वात, पित्त आणि कफ. जेव्हा हे तीनही दोष शरीरात योग्य त्या प्रमाणात असतात, तोपर्यंत माणसाचे स्वास्थ्य चांगले राहते. या तिघांमध्ये असंतुलन निर्माण झालं तर वेगवेगळे आजार माणसाला घेरून टाकतात. पर्यावरणतज्ज्ञांचंही असं म्हणणं आहे की, निसर्गातही संतुलन खूप गरजेचं असतं. पृथ्वी तोपर्यंत स्वच्छ सुंदर राहते, तिच्या वरचे सगळ्या प्रकारचे जीव तोपर्यंतच सुरळीतपणे जगतात, जोपर्यंत, तिच्यावरचे लहानात लहान तसंच मोठ्यात मोठे वृक्ष, इतर वनस्पती, किडे व इतर जीवजंतू आणि जनावरं योग्य संख्येने असतात. त्यात जर कमी-जास्त बदल झाला, तर हीच सुचारू पृथ्वी, भूकंप, पूर, भूस्खलन अशा रूपाने आपले रौद्र रूप दाखवते.

आपल्या आयुष्याचंही अगदी असंच आहे. आपल्या आयुष्यातले तीन पत्ते, म्हणजे पैसा, परिवार आणि आरोग्य. आणि या सगळ्यांमध्ये कायम समतोल ठेवणं अतिशय आवश्यक आहे.

'मायक्रोसॉफ्ट' या जगप्रसिद्ध कंपनीचे ख्यातनाम संस्थापक बिल गेट्स असं म्हणतात की – 'तुम्ही गरिबीतच जन्माला आलेले असाल, तर तो तुमचा दोष नाही, पण मरतानाही तुम्ही 'गरीब' म्हणूनच मेलात, तर मात्र तो तुमचाच दोष आहे.'

एखादा माणूस आयुष्यात यशस्वी झालाय, की अयशस्वी हे ठरवण्याचा जगभरातला सगळ्यात मोठा मापदंड हाच आहे की त्या माणसाने किती पैसे कमावलेले आहेत. आणि अधिकतर माणसांचं आयुष्याचं हेच एकमेव ध्येय असतं. आणि विशेषत: हल्लीच्या काळात ते तसं असायलाही हवं. नाहीतर दिवसेंदिवस वाढणारी महागाई आणि चलनवाढीचा वेग यांना तोंड देणं शक्यच होणार नाही. एखादा बाप त्याची मुलगी तुम्हाला तेव्हाच देईल, जेव्हा तिचं पालनपोषण करायला तुम्ही समर्थ आहात अशी त्याला खात्री वाटेल. किंवा

एखादी बँक तुम्हाला तेव्हाच कर्ज देईल, जेव्हा त्या कर्जाची परतफेड करण्याइतके तुम्ही सक्षम आहात याची खात्री त्यांना होईल. एकूण काय तर जीवनाचं सार तेच आहे, जे मजरूह सुलतानपुरी या गीतकाराने महमूद या अभिनेत्याच्या एका चित्रपटासाठी गीतरूपात लिहिलं होतं –

'ना बीवी ना बच्चा, ना बाप बडा ना भैया
दि होल थिंग इज दॅट, के भैया सबसे बडा रुपैया'

अर्थात 'अमीर कैसे बने' या सारख्या पुस्तकांइतका या पुस्तकाचा आवाका मर्यादित नाही आहे. त्यामुळे पैसे कसे मिळवायचे असतात, हे काही मी इथे सविस्तरपणे सांगणार नाही. तुमची योग्यता, तुमची महत्त्वाकांक्षा आणि तुमचे कष्ट यांच्या जोरावर तुम्ही पैसे मिळवायचे आहेत, आणि कष्ट तर इतके करायचे आहेत की नशिबाशी, भाग्याशी मुळात जरी तुमची मैत्री नसली, तरीही तुमचं भाग्य आपणहून तुमच्याशी मैत्री करेल.

हो. पण मिळवलेल्या पैशांचं तुम्ही काय करावं, याबद्दल मात्र मी काही गोष्टी तुम्हाला नक्कीच सांगेन. माझ्या स्वत:च्या असं लक्षात आलं आहे, की कितीतरी वेळा, जास्त पैसे मिळवणाऱ्यांपेक्षा, कमी पैसे मिळवणारी माणसं जास्त पैसे वाचवू शकतात. त्याचं पहिलं कारण म्हणजे, कमी पैसे मिळवणाऱ्या माणसाकडे पैशांच्या बाबतीत जास्त समजूतदारपणा असतो आणि जास्त पैसे असणाऱ्या माणसाचे पैसे वायफळच खर्च होतात. या बाबतीत माझ्यातही जो थोडाफार समजूतदारपणा आलेला आहे, तो खूप साऱ्या चुका केल्यानंतर आलेला आहे.

आपल्या शास्त्रांमध्ये आयुष्याचे चार भाग किंवा चार टप्पे सांगितलेले आहेत... ब्रह्मचर्य, गृहस्थाश्रम, वानप्रस्थाश्रम आणि संन्यासाश्रम. पण हे टप्पे खूप प्राचीन काळात ठरवले गेलेले आहेत. आताचा काळ असा आहे की, पहिल्या दोन टप्प्यातच माणसाचं आयुष्य संपून जातं, आणि याचं कारण हे आहे की, शेवटच्या दोन टप्प्यांचा आपण विचारही करत नाही आणि मग मरेपर्यंत या संसारजाळात अडकून राहतो आणि यासाठी जी किंमत मोजावी लागते, ती आपण पैशाच्या रूपात मोजतो. सामान्यत: कुठचाही माणूस ६० वर्षांचा होईपर्यंत पैसे कमावतो. आणि आरोग्य चिकित्साशास्त्रात झालेल्या आणि सतत होत असलेल्या प्रगतीच्या कृपेमुळे माणसाचे सरासरी आयुष्य आता वाढलेले आहे. तुम्ही ७५ वर्षे जगाल असं जर गृहीत धरलं, तर तुमच्या आयुष्यातली कमीत कमी १५ वर्षे तरी अशी असतील, जेव्हा तुम्ही प्रत्यक्ष काम करून पैसे मिळवू शकणार नाही. आणि याचवेळी म्हणजे आयुष्याच्या संध्याकाळी तुमच्या आणि तुमच्या जोडीदाराच्या औषधांचा खर्च जास्तीत जास्त होत असणार आहे.

अमेरिकेतील प्रथितयश उद्योजक श्री. वॉरेन बफे, यांनी अगदी यथार्थपणे असं म्हटलेलं आहे की – 'पावसाचं फक्त भाकीत करून काहीच साध्य होत नाही. त्यापेक्षा पाऊस येईल तेव्हा डोक्यावर छत असेल, याची तजवीज करणं, जास्त महत्त्वाचं असतं.'

तर आयुष्यातल्या वाईट काळात, किंवा जीवनाच्या संध्याकाळी येऊ शकणाऱ्या समस्यांच्या मुसळधार पावसाच्या वेळी तुमच्या डोक्यावर खात्रीने छत असेल यासाठी तुम्ही काय करायला हवं? 'अर्थव्यवस्था' या विषयातले परदेशातले तज्ज्ञसुद्धा मान्य करतात, की भारतात पिढ्यान्‌पिढ्या, बचत करण्याची जी सवय लोकांच्या अंगवळणी पडलेली आहे, त्या सवयीने जागतिक अर्थव्यवस्थेत अनेक वेळा झालेल्या उलथापालथीपासून भारतीय अर्थव्यवस्थेला वाचवलेलं आहे. पण पैशाची बचत करण्यापेक्षा त्याचा जास्तीत जास्त उपभोग घ्यायला हवा, या विचाराने पछाडलेली आजची तरुण पिढी, आपल्या आईवडिलांच्या बचत करण्याच्या त्या चांगल्या सवयीकडे चक्क दुर्लक्ष करायला लागली आहे. क्रेडिट कार्डंचा वापर सतत वाढत असल्यामुळे, 'खरेदी आज... आत्ता करा आणि पैसे नंतर द्या', ही वृत्ती वाढत चालली आहे, आणि त्यामुळे आजचे तरुण कळत नकळत आपल्या उत्पन्नापेक्षा जास्त खर्च सर्रासपणे करायला लागले आहेत. त्यामुळेच आता शक्य तितक्या लवकर, काही नियम अत्यावश्यकपणे पाळायला पाहिजेत. मी काही कुणी 'सर्टिफाइड फायनान्शिअल एक्स्पर्ट' नाहीये. पण पुढे मी जे सांगणार आहे ते मी केलेल्या चुकांनी मला शिकवलेलं आहे, हे मी मान्य करतो. २०१२ साली याच विषयासंदर्भात प्रकाशित झालेल्या 'दि ओन्ली फायनान्शिअल बुक दॅट यू विल एव्हर नीड', या श्री. अमर पंडित यांनी लिहिलेल्या प्रसिद्ध पुस्तकाचं सारही असंच आहे की –

- तुमच्या उत्पन्नानुसार तुम्ही तुमच्या जमा-खर्चाचं एक अंदाजपत्रक निश्चित करा आणि काहीही झालं तरी त्यानुसारच उत्पन्नाचा वापर करा.
- सर्वांत महत्त्वाचं म्हणजे क्रेडिट कार्डचा उपयोग कधीही करू नका. आणि चुकून जर कधी ते वापरलंच, तर त्या बिलाचे पैसे देण्याच्या शेवटच्या तारखेआधीच, कुठल्याही परिस्थितीत ते बिल भरून टाका.
- आजपासूनच बचत करण्याची सवय लावून घ्या. तुमची पहिली कमाई जेव्हा होईल तेव्हा त्यातूनच आधी पैसे बाजूला टाकायची सवय लावून घेणं केव्हाही उत्तमच.
- तुमच्या उत्पन्नाच्या कमीत कमी २५ टक्के इतकी रक्कम बचत खात्यात लगेच टाकत जा.

- शक्य होईल तोपर्यंत कुठचंही कर्ज घेऊ नका. कारण कर्ज हे एक असं जाळं असतं, की ज्यात अडकल्यावर बाहेर पडणं खूप अवघड असतं.
- नाइलाजाने कधी कर्ज घेण्याची वेळ आलीच, तरीही तुमच्या क्षमतेपेक्षा जास्त कर्ज कधीच घेऊ नका.
- चारचाकी गाडीसारख्या, 'संपत्ती' समजल्या जाणाऱ्या वस्तूंचे मूल्य, दुकानातून बाहेर पडल्या पडल्याच कमी व्हायला सुरुवात होते. संपत्ती या दृष्टीने त्यावर खर्च करणार असाल, तर दहा वेळा विचार करा. त्यापेक्षा जमीनजुमला, घर, अशासारख्या ज्या संपत्तीचं मूल्य नेहमी वाढतच असतं, त्यावर जास्त खर्च करा.
- पगारदार माणसांनी दर महिन्याला 'SIP' म्हणजे 'सिस्टिमॅटिक इन्व्हेस्टमेंट प्लॅन' वापरावा, आणि म्युच्युअल फंडांसारख्या योजनांमध्ये थोडे थोडे पैसे गुंतवावे. अशा योजनांमध्ये धोका कमी असतो.

इथे पुन्हा संत कबीर यांचा एक दोहा सांगण्यासारखा आहे –

'धीरे-धीरे रे मना, धीरे सब कुछ होए

माली सींचे सौ घडा, ऋतु आये फल होए।'

– अर्थ सोपा आणि स्पष्ट आहे. कुठलीही गोष्ट घाईघाईने करून उपयोग नसतो. माळ्याने एखाद्या झाडाला शंभर घागरी भरून जरी पाणी घातलं, तरी ऋतू आल्याशिवाय म्हणजेच योग्य वेळ आल्याशिवाय त्या झाडाला फळे येणार नाहीत. त्यामुळे योग्य वेळ येण्याची वाट पाहणंच श्रेयस्कर असतं.

कबीरदासांचा हा दोहा आयुष्यात घडणाऱ्या अनेक गोष्टींच्या बाबतीत तर अनुभवाला येतोच. पण शेअर मार्केटमध्ये पैसे गुंतवू पाहणाऱ्यांनीही त्याचा अर्थ आवर्जून लक्षात घेण्यासारखा आहे. किती तरी वेळा आपण कमी कष्टात जास्त पैसे मिळवू पाहत असतो. आणि त्यामुळेच या मार्केटमध्ये लाखातला फक्त एकच माणूस यशस्वी झालेला पाहूनही आपण एकरकमी किती तरी पैसे त्यात गुंतवतो. ९९.९९ टक्के लोकांना यात खूप नुकसानच सोसावं लागतं. म्हणून नीट विचार करून, पुरेसा अभ्यास करून, मगच त्यात पैसे गुंतवा. किंवा त्यामानाने कमी जोखीम असणाऱ्या म्युच्युअल फंडासारख्या एखाद्या योजनेत पैसे गुंतवा. पण पैसे नक्की वाचवा आणि गुंतवा. एप्रिल १९७९ मध्ये सेन्सेक्स १०० होता. १९९१ मध्ये १९०८ इतका होता. आणि आता २०१८ साली त्याने ३६००० चा टप्पा पार केला आहे. आता तुम्ही १९७९ सालात जाऊन या वाढलेल्या सेन्सेक्सचा फायदा तर मिळवू शकणार नाही. पण... पण आजच

जर तुम्ही पैसे गुंतवण्याची सवय लावून घेतलीत, तर भविष्यात तुमच्यावर पश्चात्ताप करण्याची वेळ येणार नाही. भारतीय लोक जमिनीमध्ये तर पूर्वीपासूनच पैसे गुंतवत आलेले आहेत आणि तुमच्याकडे जमीन असली किंवा नसली तरीही त्यात गुंतवणूक करण्याचं महत्त्व तुम्हाला नक्कीच माहीत असेल, याची मला खात्री आहे.

वॉरन बफे म्हणतात की, ''मी अकरा वर्षांचा असताना, माझा पहिला शेअर विकत घेतला होता. आणि आज मला यासाठी पश्चात्ताप होतो आहे, की मी खूप उशीरा सुरुवात केली होती.''

म्हणूनच, 'तुम्ही जेव्हा जागे होता, तेव्हाच सकाळ होते,' ही म्हण आणि तिचा मथितार्थ लक्षात घ्या आणि तुमची बचत योग्य ठिकाणी, योग्यप्रकारे गुंतवण्याचा शुभारंभ करा. त्यामुळे तुम्हाला चांगला लाभ तर होईलच, पण उत्तमप्रकारे गुंतवणूक करण्याची कायमची सवयही लागेल.

'रिच डॅड पुअर डॅड' या लोकप्रिय झालेल्या पुस्तकाचे लेखक रॉबर्ट कियोसाकी यांनी असं लिहिलं आहे की, 'तुम्ही किती पैसे कमावता, यावरून तुमची आर्थिक ताकद किंवा क्षमता किती आहे, हे ठरत नाही. तर अशी क्षमता या गोष्टीवरून ठरवायला पाहिजे, की आत्ता प्रत्यक्ष पैसे कमवत असताना तुम्ही ज्या पद्धतीने जगत आहात, त्याच पद्धतीने कोणतंही काम न करता आणि आत्ताची जीवनशैली अजिबात न बदलता तुम्ही किती दिवस, किती महिने किंवा किती वर्षे जगू शकाल.'

... आणि असं घडणं तेव्हाच शक्य आहे, जेव्हा तुम्ही भरपूर पैसे कमावले आहेत, आणि योग्य प्रमाणात बचत करून, त्याची योग्य जागी गुंतवणूक करून, स्वतःला आधीपासूनच आर्थिकदृष्ट्या सशक्त बनवलं आहे. सर्वांत जास्त सन्मानित असलेले, अर्थनीतीतले जाणकार वॉरन बफे असं म्हणतात की, 'सगळे खर्च भागवून झाल्यानंतर उरतील त्या पैशांची बचत करणं, ही खरी बचत म्हणता येणार नाही. आधी बचतीसाठी पैसे बाजूला काढून, मग उरलेल्या पैशात सगळे खर्च भागवले पाहिजेत.'

आता आयुष्यात प्राधान्य द्यायला हवं, अशी जी दुसरी गोष्ट आहे... 'स्वास्थ्य आणि आरोग्य...' त्याबद्दल बोलू या.

प्रसिद्ध अमेरिकन व्यावसायिक जिम रोन म्हणतात की –

'स्वतःच्या शरीराची काळजी घ्या. ती अशी एकमेव जागा आहे, जिथे तुम्ही नेहमी राहत असता.'

मी या आधीच असं म्हटलं आहे की, फुकट मिळालेल्या गोष्टीची आपण कदर करत नाही. कदाचित म्हणूनच कोणतीही किंमत न घेता परमेश्वराने आपल्याला

जो हा देह दिला आहे, त्याच्याकडे आपण हवे तसे लक्ष देत नाही, त्याची देखभाल करत नाही. आपल्याला, विशेषत: पुरुषांना त्यांच्या गाडीचं, किंवा त्यांच्या जिवापेक्षाही त्यांना प्रिय असणाऱ्या त्यांच्या मोटरबाइकचं सर्व्हिसिंग कधी करायचं आहे, ते पक्क माहीत असतं. सर्व्हिसिंगसाठी देताना, त्या गाडीची नीट काळजी घेण्याबद्दल आणि काय काय दुरुस्ती करायची आहे याबद्दल मेकॅनिकशी ते अगदी सविस्तर बोलतात. पण जेव्हा स्वत:च्या शरीराच्या सर्व्हिसिंगबद्दल बोलण्याची वेळ येते, तेव्हा आपण थोडेसे अस्वस्थ होऊन जातो.

पुढे जाण्याआधी मी जरा त्या वाचकांशी बोलू इच्छितो, जे मला व्यक्तिश: ओळखतात आणि मी 'स्वास्थ्य आणि आरोग्य' याविषयी काही सांगणार आहे, हे कळताच, नाक-तोंड वाकडं करत जे मनातल्या मनातच मला म्हणताहेत की – 'दुबेजी, तुम्ही स्वत: तुमचं वजन कमी करण्यासाठी किती तरी वर्षे कितीतरी प्रयत्न करता आहात. तेव्हा या विषयावर तुम्ही इतरांना काही सांगू नका.' तर त्या सगळ्यांना मी आठवण करून देतो की, त्यासाठी मी योग्य दिशेने प्रयत्न सुरू केले आहेत, हे त्या सगळ्यांना माहीत आहे. आणि पुढे हेही सांगतो की, 'अरे मित्रांनो, एक गोष्ट तुम्ही विसरलात की काय? जानेवारी २०१८ मध्ये मी ५५ किमी. सायकलिंग स्पर्धेत भाग घेतला होता आणि त्याच्या आधीच्याच महिन्यात म्हणजे डिसेंबर २०१७ मध्ये १० कि.मी.ची मॅरॅथॉन यशस्वीपणे पूर्ण केली होती. या दोन्हींच्या पोस्ट्स मी फेसबुकवर टाकल्या होत्या, आणि तुम्ही लोकांनी त्याला खूप 'लाइक्स दिले होते. चांगल्या 'कॉमेन्ट्स' केल्या होतात. बहुतेक हे सगळं त्यांना आठवत असेल, आणि ते नकळत म्हणतील की, 'हो, हे तर खरंच आहे.' आणि चित्त्यापेक्षाही जास्त वेगाने मी त्यांना असं शब्दात पकडेन... पण आता हे वैयक्तिक बोलणं थांबवून जरा लोकहिताबद्दल बोलतो.

तर आता एक गोष्ट तुमच्या नक्कीच लक्षात आलेली असेल की मीही काही चुका केलेल्या आहेत. स्वत:च्या प्रकृतीस्वास्थ्याकडे दुर्लक्ष केलेलं आहे. त्यामुळे, माझ्या चुकांवरून तुम्ही काही बोध घेतलात तर जास्त चांगलं होईल. मी पुन्हा एकदा सांगतो, की मी कुणी सर्टिफाईड फिटनेस एक्स्पर्ट नाही. आणि इथून पुढे मी जे काही लिहिणार आहे, ते म्हणजे, माझ्या चुकांमधून मी जे शिकलो आहे, आणि जी काही चांगली पुस्तकं वाचली आहेत, त्या सगळ्याचं सार आहे. इथे मी श्रीमती ऋजुता दिवेकर यांचं नाव आवर्जून घेईन. 'फिटनेस' या विषयासंदर्भात ज्यांच्या नावाचा अग्रक्रमाने उल्लेख केला जातो, त्याच या 'फिटनेस' एक्स्पर्ट आहेत, ज्यांनी करिना कपूर या अभिनेत्रीला प्रत्यक्ष 'झीरो फिगर' बनवलं होतं. 'लूज युवर वेट, डोन्ट लूज युअर माइंड' हे त्यांचं पुस्तक मी माझ्या निकटवर्तीयांपर्यंत मनापासून ठरवून पोहोचवलेलं आहे आणि अजूनही अनेकांना मी ते भेट म्हणून

देत असतो. आता यापुढे मी जे लिहिणार आहे, त्याची प्रेरणा या पुस्तकावरून आणि ऋजुता मॅडम यांच्या फेसबुक पेजवरूनच मी घेतलेली आहे.

- व्यायाम करण्याला पर्याय नाही. रोज कमीत कमी तीस मिनिटे तरी व्यायाम करायलाच हवा.
- सकाळी लवकर उठा आणि आधी एक ग्लास पाणी पिऊन पुढच्या तीस मिनिटांच्या आत काहीतरी खा. एक केळ, सफरचंद, भिजवलेले बदाम किंवा गूळ, यापैकी काहीही खाल्लं तरी चालेल.
- रात्रीचं जेवण अगदी लवकर केलं नाही, तरी नऊ वाजेपर्यंत ते संपेल याकडे लक्ष देणं आवश्यक आहे.
- नाश्ता आणि दोन्ही वेळचं जेवण करत असतांना टी.व्ही. आणि मोबाइल बंदच ठेवला पाहिजे.
- वेळोवेळी मेडिकल चेकअप करून घेणे जरुरीचे आहे.
- तुमचं वजन जर नको तेवढं वाढलं असेल, तर कृपा करून 'मॉर्निंग वॉक'ला व्यायाम समजून समाधान मानू नका. सायकलिंग किंवा धावणे यांसारखा आणखी जास्त व्यायाम करा.
- शक्य असेल तर, सकाळी एकदा नाश्ता केल्यानंतर, दिवसातून ५-७ वेळा थोडं-थोडं करत खात रहा. म्हणजे एकदाच भरपेट जेवून घेण्याची सवय सुटेल, आणि पचनसंस्थेलाही थोडा आराम मिळेल. ही गोष्ट जराशी अवघड असली, तरी अशक्य नाही.
- तुमचं काम बैठ्या स्वरूपाचं असलं, तरी दर अर्ध्या तासाने उठून उभे रहा, थोड्या चकरा मारा. शक्यतो लिफ्ट वापरू नका.

व्यक्तिश: माझं असं मत आहे की, निसर्ग आणि निसर्गाने बहाल केलेलं आपलं हे शरीर दोन्हीही एकाच नियमाने चालतात. निसर्गाची काळजी घेतली तर न मागता तो आपल्याला सगळं काही देतो. आणि काळजी नाही घेतली तर स्वत:चं रौद्र रूप दाखवतो. पण असं रौद्र रूप दाखवण्याआधी तो आपल्याला छोटे संकेत नक्कीच देत असतो. अगदी त्याचप्रमाणे आपलं शरीरसुद्धा एखादा मोठा आजार होण्यापूर्वी त्याचा संकेत देत असते. तुम्हाला हृदयरोग झाल्याचं लक्षात येण्याच्या कितीतरी आधीपासून, तुमच्या श्वासोच्छ्वासाची गती वाढायला सुरुवात झालेली असते आणि तुम्ही पुरेसे जागरूक असाल, तर ही गोष्ट नक्कीच तुमच्या लक्षात येते.

आणखी एका कारणासाठीसुद्धा शरीराची काळजी घेणं खूप आवश्यक असतं.

सगळ्यांनाच पटेल की आश्रितासारखं दुसऱ्या कुणावर तरी, कशावर तरी अवलंबून राहून जगणं केव्हाही खूप कष्टदायकच असतं. आपण जेव्हा आपल्या शरीरास्वास्थ्याकडे दुर्लक्ष करतो, तेव्हा आपण औषधांवर किंवा दुसऱ्या व्यक्तीवर अवलंबून राहायला नकळतच सुरुवात करत असतो. महागाई सतत वाढत असताना, भविष्यात दोन गोष्टींवरचा खर्च खूप वाढणार आहे, हे अटळ आहे. पहिला म्हणजे शिक्षणावरचा खर्च आणि दुसरा आरोग्याच्या सेवा-सुविधांसाठी करावा लागणारा खर्च.

म्हणून आत्तापासूनच आपलं शरीर आणि त्याचं स्वास्थ्य या बाबतीत अतिशय जागरूक रहा, म्हणजे भविष्यात तुम्हाला असं आश्रित होऊन जगावं लागणार नाही. आणि तरुणपणात कष्टाने मिळवलेले पैसे, औषधांवर आणि शस्त्रक्रियांवर खर्च करण्याची वेळ येणार नाही.

एक गोष्ट नेहमी लक्षात ठेवा की, शरीरस्वास्थ्य, म्हणजे तुमचं उत्तम आरोग्य, हे एखाद्या भाड्याच्या घरासारखं असतं, जे वापरण्यासाठी, ज्याचा उपभोग घेण्यासाठी आपल्याला महिन्याच्या महिन्याला, नियमितपणे भाडं द्यावं लागतं. अर्थातच उत्तम आरोग्यासाठी सातत्याने जागरूक राहणं आवश्यकच आहे. खूप वेळा आणि खूप जणांच्या बाबतीत असं होतं की, सहा महिने-वर्षभर खूप जागरूक राहून माणूस त्याचं आरोग्य सुधारतो, उत्तम ठेवतो. पण स्वतःला लावलेली शिस्त जराशी जरी बिघडायला लागली, तर आरोग्यही पुन्हा नक्कीच बिघडतं. म्हणून उत्तम आरोग्य आणि शरीरस्वास्थ्य यासाठी, त्याकडे सातत्याने नीट लक्ष देणं आणि मेहनत करणं, याला पर्यायच नाही.

आता आपण त्या तिसऱ्या पानाबद्दल बोलू या, जी आयुष्यातली प्राधान्याने येणारी तिसरी गोष्ट आहे.

'वसुधैव कुटुंबकम्' असं समजणारी म्हणजेच संपूर्ण विश्व हे एका मोठ्या कुटुंबासारखं आहे, असा विशाल आणि सर्वव्यापक दृष्टिकोन ठेवायला शिकवणारी आपली भारतीय संस्कृती आहे. पण सध्या मात्र आधुनिकतेच्या मोहक गुलाबाच्या मोहाने, त्याच गुलाबाच्या एका काट्याचा दंश या संस्कृतीला सोसावा लागतो आहे. आणि हा विषारी काटा म्हणजे, कुटुंब विभक्त होणे, तुटणे, नाहीतर आपापसातलं प्रेम, आपलेपणा, खूप कमी होणे. अगदी छोट्या वस्त्या आता एखाद्या लहान गावाचं रूप घ्यायला लागल्यात. गावं होती तिथे शहरे तयार व्हायला लागली आहेत आणि शहरांची घोडदौड महानगर बनण्याच्या दृष्टीने सुरू आहे. अगदी ग्रामीण भागात राहणारा माणूस, आता रोजगार मिळवण्यासाठी गावांकडे, शहरांकडे जायला लागलाय. आणि शहरात राहणारी माणसं 'करिअर' करण्यासाठी महानगरांकडे किंवा मग थेट परदेशांकडे जायला लागली आहेत. 'पैसा' या आयुष्यातल्या तिनापैकी एका महत्त्वाच्या गोष्टीवर आपलं सगळं लक्ष

केंद्रित करण्याच्या नादात किंवा वेडापायी म्हणू या, माणूस दुसऱ्या तितक्याच महत्त्वाच्या गोष्टीकडे, म्हणजे त्याच्या परिवाराकडे दुर्लक्ष करायला लागला आहे. एकाच घरात मुलांबरोबर राहणारे आई-वडील, आपल्या मुलांच्या वास्तव जगापासून खूप दूर जायला लागलेले आहेत. भारतात राहणारे आई-वडील, परदेशात राहणाऱ्या मुलाशी, सुनेशी आणि नातवंडांशी, व्हिडीओ कॉन्फरन्सिंगच्या सोयीमुळे बोलू शकतात. त्यांना बघू शकतात, ते केवळ तंत्रज्ञानाच्या कृपेमुळेच, हे अगदी खरं आहे. पण दुसरीकडे हेच तंत्रज्ञान, टीव्ही, इंटरनेट आणि मोबाइल यामध्ये दिवसातला बराच वेळ गुंतून जाणाऱ्या लहान मुलांपासून त्यांच्या आईवडिलांना दूर करायला लागलं आहे. हल्ली टीव्हीवर दाखवले जाणारे 'क्राइम शोज' म्हणजे पूर्वीच्या काळातल्या 'मनोहर कहानियाँ' आणि 'सत्यकथा'च प्रत्यक्षदर्शी स्वरूपात दाखवल्या जात आहेत. आणि सध्या मोठी माणसं व लहान मुलं यांच्यातला संवाद खूप कमी होऊ लागलाय, किंवा संपतच चाललाय, हे वास्तवच बऱ्याचशा गुन्ह्यांचं मूळ आहे, हीच गोष्ट अशा 'शोज'मधून अधोरेखित केलेली असते.

तर ही झाली सध्याची समस्या. पण यावरचा तोडगा काय आहे? प्रत्येक व्यक्तीला 'आमच्या काळात...' नावाचा एक आजार झालेला असतो, ज्याचं प्रमाण व्यक्तीनुरूप कमी-जास्त असतं. माझं बालपण जर १९८०च्या दशकात गेलेलं आहे, तर माझी सुखं-दुःखं, आज म्हणजे नव्या शतकातल्या दुसऱ्या दशकात लहानाचा मोठा होत असलेल्या मुलाच्या सुख-दुःखांशी मिळतीजुळती असणं शक्यच नाही. माझ्या आसपासचा समाजही आता तेव्हासारखा राहिलेला नाही. मोबाइल आणि इंटरनेटपासून मुक्त असलेलं माझं बालपण मला खूप प्रिय आहे. पण माझ्या मुलांनाही तसं बालपण प्रत्यक्षात अनुभवता येणं, आता शक्य नाही. एक काळ असा होता जेव्हा, २०-२५ वर्षांनी एक पिढी बदलते, असं म्हटलं जायचं. पण आज समाज प्रचंड वेगाने बदलतो आहे. इतक्या वेगाने की, वयात फक्त पाचच वर्षांचं अंतर असणाऱ्या दोन भावंडांच्या विचार करण्याच्या पद्धतीत खूप फरक पडलेला स्पष्टपणे जाणवतो. यावरून एक गोष्ट स्पष्ट आहे की, जी 'आधुनिकता' नवनव्या रूपात आपलं आयुष्य सरळ-सोपं बनवते आहे, तीच आधुनिकता आपल्या नात्यांसाठी नवी नवी समीकरणेही तयार करते आहे.

आपले आई-वडील आपल्याशी जसे वागत होते, अगदी तसेच्या तसे आता आपण आपल्या मुलांशी वागू शकत नाही, आणि आपण आपल्या आई-वडिलांशी जसे वागत होतो तशीच आपली मुले आपल्याशी वागतील, अशी अपेक्षा आपण करू नये. दर दिवाळीमध्ये आपल्याला नव्या कपड्यांची एक जोडी मिळाली तरी आपल्याला खूप आनंद होत असे. आणि अशी जोडी दरवर्षी कापड बाजारातल्या एका ठरावीक दुकानातूनच खरेदी केली जात असे, ज्या दुकानाचा मालक आपल्या

वडिलांना ओळखीचा नमस्कार करत असे आणि आई त्या दुकानदाराला अगदी बिनधास्तपणे हक्काने सांगत असे, की 'दादा काहीतरी कमी करा की. आम्ही तुमचे जुने ग्राहक आहोत.' विशेष म्हणजे, पुढचं वर्षभर ती एकच जोडी आम्ही प्रत्येक लग्नात, कुठल्याही समारंभात, अगदी आनंदाने, ऐटीत घालून मिरवत होतो. आणि आज... आज असंख्य देशी-विदेशी ब्रॅन्ड्सच्या झगमगाटात हरवलेल्या आपल्या मुलांचा आनंद, आपल्या त्यावेळच्या आनंदाइतका स्वस्तही राहिलेला नाहीये आणि दीर्घकाळ टिकणाराही राहिलेला नाहीये. आज ज्या वस्तूला आपला मुलगा अगदी 'कूल' आहे असं म्हणेल, त्याच वस्तूला काही महिन्यांनी तो 'डाउन मार्केट' म्हणेल. प्रत्येक माणूस वेगवेगळ्या काळात जन्माला आलेला असतो, त्या त्या काळानुसार तो घडत असतो, हे सत्य कायम लक्षात ठेवूनच आपण आपल्या मुलांशी वागलं पाहिजे. आणि हीच गोष्ट आपल्या आयुष्याच्या जोडीदाराबाबतही लागू आहे. विशेषत: पुरुषांनी ही गोष्ट नीट लक्षात ठेवली पाहिजे. कारण गेल्या काही दशकांमध्ये, पुरुषांच्या तुलनेत स्त्रियांची परिस्थिती, विचार आणि स्वत:च्या आयुष्याकडे बघण्याचा दृष्टिकोन खूपच बदललेला आहे. आपली बायको किंवा आपली प्रेयसी यांच्यामध्ये आपल्या आईला शोधणं, हे भावनिक पातळीवर ठीक असेलही. पण व्यावहारिक पातळीवरून या २१व्या शतकात जर तुम्ही असा विचार करत असाल की, खूप शिकली-सवरलेली, आर्थिकदृष्ट्या स्वतंत्र असलेली स्त्री तुमच्या प्रत्येक म्हणण्यावर तशीच प्रतिक्रिया देईल, जशी तुमची आई तुमच्या वडिलांच्या तशाच म्हणण्यावर देत होती... तर तुम्ही खूप मोठी चूक करत आहात.

कुटुंबातल्या प्रत्येक सदस्याने आवर्जून लक्षात ठेवल्या पाहिजेत, अशा गोष्टी आहेत –

- कुटुंबातल्या सगळ्यांमध्येच कायम संवाद असावा, याला आपण प्राधान्य द्यायला हवे.
- प्रत्येक सदस्याने एकमेकांसाठी वेळ काढला पाहिजे.
- प्रत्येक सदस्याला आपलं म्हणणं नि:संकोचपणे मांडण्याचं स्वातंत्र्य असायला हवं.
- तुमची मुलं जर तुमच्यापासून काही गोष्टी लपवायला लागली, तर समजून घ्या की, तुम्ही मुलांचा विश्वास जिंकण्यात अयशस्वी झाला आहात.
- काळाबरोबर विचार बदलणं खूप आवश्यक आहे.
- 'चोरी करणे हे पाप आहे', किंवा 'सत्यमेव जयते' या वाक्यांमध्ये

अभिप्रेत असलेली नैतिकता शाश्वत स्वरूपाची आहे, त्यामुळे ती कधीही बदलणार नाही. पण खूपशा गोष्टी काळानुरूप बदलत असतात. आणि अशा बदललेल्या रूपातच आपण त्या स्वीकारायला पाहिजेत. याचं एक ठळक उदाहरण म्हणजे, मध्ययुगीन काळातली मानसिकता अशी होती, की स्त्रियांनी पडद्याच्या बाहेर येणं हेसुद्धा अनैतिक मानलं जात होतं. पण आज अशी परिस्थिती राहिलेली नाही.

१९९४ साली राजश्री प्रॉडक्शनचा 'हम आपके हैं कौन' नावाचा एक चित्रपट आला होता. समीक्षकांना जेव्हा हा चित्रपट दाखवला गेला होता, तेव्हा त्यांनी त्यावर 'लग्नाचा व्हिडीओ वाटतो आहे', अशी टीका करत तो नापसंत करून टाकला होता. पण जनता-जनार्दनाने याच चित्रपटाला अक्षरश: डोक्यावर घेतलं. आणि हा चित्रपट इतका चालला, की पुढची ५-७ वर्षे, कौटुंबिक चित्रपट आणि कुटुंबाला प्राधान्य देणारे चित्रपट तयार करण्याची बॉलिवूडमध्ये फॅशनच झाली होती. पण फॅशन काय किंवा लोकांचा कल काय, तो एक ना एक दिवस बदलतोच. आणि तसा तो या चित्रपटानंतरही काही वर्षांनी बदललाच. पण या 'रिळा'मध्ये सामावलेल्या आयुष्यासारखं माणसाचं खरं आयुष्य नसतं. खऱ्या आयुष्यात कुटुंबाला सर्वप्रथम मानणं ही फॅशन होऊ शकत नाही. कारण ते व्यक्तिगत आणि सामाजिक सत्य आहे, ज्याच्याकडे पाठ फिरवणं अतिशय चुकीचं आणि त्रासदायक ठरू शकतं आणि त्यामुळे शेवटी आपलंच नुकसान होणार हे निश्चित असतं.

कॉम्प्युटर महाशय, कृपया हे वाक्य 'लॉक' केलं जावं...

> *'आपल्या आयुष्यातल्या या 'तीन पत्त्यां'मध्ये तुम्ही संतुलन आणि समन्वय राखलात, तर तुमचा आयुष्यरूपी पुष्पगुच्छ, त्यात गुलाबाचं एकही फूल नसलं तरीही कायम सुगंध पसरवत राहील.'*

चीनी कम

एक शेफ का काम है
दूसरों की टेस्ट को
बिना टेस्ट किये
पेहचानना

अमिताभ बच्चन यांच्या आयुष्यातील दुसऱ्या यशस्वी टप्प्यातला, तितकाच यशस्वी आणि सार्थक ठरलेला एक चित्रपट आहे 'चीनी कम.' २००७ साली प्रदर्शित झालेला हा चित्रपट, बॉलिवूडमधल्या सर्वसामान्य चित्रपटांपेक्षा खूप वेगळा आहे. या चित्रपटात अमिताभ बच्चन यांनी ६४ वर्षांच्या अशा एका माणसाची व्यक्तिरेखा साकारलेली आहे, ज्या माणसाला पाककलेची आणि गोड खाण्याची इतकी आवड असते, की त्याला बायकोची उणीव कधी जाणवतसुद्धा नाही. हा अविवाहित माणूस एक 'खानसामा' असतो, जो वेगवेगळे पदार्थ बनवण्यात एकदम तरबेज असतो आणि लंडनमध्ये स्वतःच रेस्टॉरन्ट चालवत असतो. पण या चित्रपटात तब्बू या अभिनेत्रीने साकारलेली व्यक्तिरेखा वेगळीच आहे. ती एक दिवस त्याच्या रेस्टॉरन्टमध्ये जेवायला येते आणि त्याचा तोपर्यंत ठाम असलेला लग्नाविषयीचा विचार बदलतो. ६४ वर्षांचा हा माणूस, ३४ वर्षांच्या एका अविवाहित मुलीच्या प्रेमात पडतो. लग्नाबद्दल बोलायला त्याच्या भावी सासऱ्याला, म्हणजे परेश रावलला भेटतो, जो वयाने त्याच्या भावी जावयापेक्षाही लहान असतो. कुठल्या वयात काय करणं योग्य आहे आणि कुठल्या वयात काय करणं योग्य नाही, यासारखे बरेच प्रश्न विचारणारा, बऱ्याचशा पूर्वग्रहांवर ताशेरे ओढणारा, आणि विनोदाने खचाखच भरलेला हा चित्रपट प्रेक्षकांना पोट धरून हसायला तर लावतोच आणि त्याचबरोबर त्यांना याचाही विचार करायला लावतो की, 'वय बाधक आहे, की साधक आहे? की वय ही नुसतीच एक संख्या आहे?'

म्हणूनच या लेखासाठी मला हे शीर्षक सर्वांत योग्य वाटलं आहे, कारण या लेखातून हेच सांगायचं आहे की, वयाला कोणतंही काम न करण्याचं निमित्त

बनवू नये. निसर्गनियमानुसार शरीराने वृद्ध होणं आपण थांबवू शकत नाही. पण मन मात्र म्हातारं होऊ देता कामा नये. आता असा गैरसमज करून घेऊ नका की, या लेखातून मी आडवळणाने तुम्हाला असा सल्ला देईन की, तुम्ही आधी ६४ वर्षे अविवाहित रहा, मग एखाद्या ३४ वर्षांच्या स्त्रीच्या प्रेमात पडा आणि तिच्याशी लग्न करा! असो, यातला गंमतीचा भाग सोडा. पण मी आधीच म्हटल्याप्रमाणे, मनाला म्हातारं होऊ न देण्यासाठी कराव्या लागणाऱ्या प्रयत्नांचं हे एक गमतीशीर उदाहरण आहे.

इथे 'इश्कियां' या चित्रपटासाठी कवी गुलजार यांनी लिहिलेल्या या ओळी जरा आठवू या –

'उम्र कबकी बरस कर सुफैद हो गयी
कारी बदरी जवानीकी छँटती नहीं
दिल तो बच्चा है जी'

– याचा मथितार्थ असा की, 'बरेच पावसाळे पाहून वय तर निघून चाललंय. पण अजूनही बरसण्यासाठी आतुर असलेले तारुण्याचे भारावलेले ढग मात्र अजून दूर जात नाहीयेत... मन मोठं व्हायला तयारच नाहीये.'

तर या लेखाचा आशय हा आहे की, शरीर म्हातारं झालं तरी हरकत नाही, पण बुद्धी आणि विचार मात्र कधीही म्हातारे होता कामा नयेत. 'चीनी कम' या शब्दांमध्ये मला एक रूपकही दिसतं. जेव्हा आपलं वय वाढतं, किंवा आधुनिक जीवनशैलीने आपल्याला भेट दिल्यासारखा एखादा आजार आपल्याला नव्याने जडतो, तेव्हा डॉक्टर आपल्याला साखरेचा वापर कमी करायला सांगतात. गोड पदार्थ कमी प्रमाणात खायला सांगतात, नाहीतर चहातली साखर कमी करायला सांगतात. या अनुषंगानेच या लेखात आपण असा विचार करणार आहोत की, आपल्या चहातली किंवा जेवणातली साखर आपण कमी करायला हवीच. पण आपल्या मनातला, आपल्या प्रयत्नांतला गोडवा आणि जगण्याच्या इच्छेतली साखरेसारखी गोडी वयाबरोबर कमी होऊ द्यायची नाही.

चला तर मग मी पुन्हा माझ्या आवडीच्या कामाकडे वळतो... तेच काम... तुम्हाला वेगवेगळी उदाहरणे देऊन तुमची उमेद वाढवायची... खाण्याविषयीची ही चर्चा, खाण्याच्या मदतीनेच पुढे चालू ठेवू.

आता मी जे उदाहरण देणार आहे ते, मी जिथे जिथे काम करत होतो, त्या पूर्वीच्या सगळ्या कंपन्यांमधल्या, तेव्हाच्या सगळ्या मॅनेजर्सना आणि माझ्या वरिष्ठांना मी समर्पित करतो. आमची 'मंथली रिव्ह्यू मीटिंग' जेव्हा असायची, तेव्हा हे लोक मला विचारायचे की, 'चल सांग, या महिन्याचं टार्गेट तू कसं पूर्ण

करणार आहेस?'... मनात नेहमीच सुप्तावस्थेतला एक लेखक घेऊन वावरणारा मी, या प्रश्नावर अगदी सविस्तरपणे, अर्थातच, 'चढाबढाके' बोलायला सुरुवात केल्याकेल्याच हे लोक मला थांबवायचे आणि असं सुनवायचे की, 'ए रूपेश, उगीच गोष्ट सांगत बसू नकोस बाबा. मुद्द्याचं काय ते बोल. टार्गेट पूर्ण कसं होणार आहे?' हे आठवून आताही मी एका माणसाच्या आयुष्याबाबतचे फक्त मुद्देच सांगणार आहे... म्हणजे त्यांच्या भाषेत 'पॉइन्ट बाय पॉइन्ट' –

१८९० - अमेरिकेत माझा जन्म झाला.

१८९५ - मी ५ वर्षांचा झालेलो असताना, एका फार्ममध्ये काम करणाऱ्या माझ्या वडिलांचा मृत्यू होतो. घर चालवण्यासाठी आई कामावर जायला लागते. मग मी लहान भावंडांसाठी काही खाद्यपदार्थ बनवायला सुरुवात करतो. ब्रेड बनवताना पाककलेशी माझी पहिल्यांदा ओळख होते.

१९०० - मीसुद्धा एका फार्ममध्ये मजूर म्हणून काम करायला लागतो.

१९०२ - आई दुसरं लग्न करते आणि हिंदी चित्रपटात दाखवतात, तसंच (मी एकही हिंदी चित्रपट पाहिलेला नाहीये खरंतर. असो!) त्या सावत्र वडिलांशी माझं नातंही सावत्रपणाचंच ठरतं.

१९०३ - मी शाळा तर सोडतच, पण त्याबरोबर घरही सोडतो.

१९०३ ते १९२० - या काळात मी काय काय केलं, असं विचारलं तर ते सांगायला मला आवडेल. मी शेतात काम केलं. कंडक्टर म्हणून काम केलं, रेल्वेचे डबे रंगवण्यासारखं अगदी खालच्या दर्जाचं काम केलं. शिवाय लोहाराला मदत केली, फायर मॅन म्हणूनही काम केलं. त्यानंतर एका इन्शुरन्स कंपनीत सेल्समन म्हणून लागलो.

१९२० - ओहायो नदीमध्ये होड्या चालवण्याचं काम करण्यासाठी मी एक कंपनी सुरू केली.

१९२३ - ही कंपनी यशस्वी झाली आणि माझं धाडस वाढलं. त्या यशामुळे मला लॅम्प्स बनवणारी नवी कंपनी सुरू करण्यासाठी प्रोत्साहन आणि बळ दिलं.

१९२४ - ही नवी कंपनी मात्र तोट्यात गेली, आणि बंद करावी लागली. मग मी एका टायर कंपनीचा सेल्समन झालो.

१९२४ ते १९३० - टायर कंपनीचा प्लॅन्टच बंद पडला आणि मग मला स्टॅन्डर्ड ऑईल कंपनीचं एक पंप-स्टेशन चालवण्याची संधी मिळाली. हे स्टेशन अमेरिकेतल्या 'केन्टुकी' प्रांतात होतं.

१९३० - या वर्षात अर्थव्यवस्थेत आलेल्या प्रचंड मंदीच्या लाटेमध्ये 'स्टॅन्डर्ड ऑईल' कंपनी तग धरू शकली नाही आणि बंदच पडली. आणि शेल ऑईल कंपनीचं एक स्टेशन चालवण्याचा प्रस्ताव माझ्याकडे आला. पण या

वेळी मात्र त्या कामाच्या जोडीने आणखी पैसे कमवावे म्हणून माझ्या पाककलेचाही उपयोग करायचा असं मी ठरवलं. सुरुवातीला पेट्रोलपंपाला लागूनच असलेल्या माझ्या क्वार्टरमध्ये मी काही पदार्थ, विशेष करून चिकन बनवून द्यायला सुरुवात केली. नंतर मी माझं स्वत:चं रेस्टॉरन्ट सुरू केलं.

१९३५ - माझी लोकप्रियता वाढायला लागली. केन्टुकीच्या राज्यपालांनी मला 'कर्नल' ही पदवी बहाल केली. हे राज्यपाल त्या प्रांतात राहणाऱ्या आणि वेगवेगळ्या क्षेत्रात उत्तम कामगिरी करणाऱ्यांना ही पदवी देऊ शकतात. ही पदवी मग माझ्या स्वत:च्या ओळखीचाच एक भाग झाली.

१९३९ - राष्ट्रीय पातळीवर निघणाऱ्या वर्तमानपत्रांमध्ये, पाककलेतले इतर तज्ज्ञ माझ्याबद्दल चर्चा करायला लागले.

१९३९ - मी मोटेल सुरू केलं. मोटेल हे हॉटेलचंच छोटं रूप असतं.

१९३९ - माझ्या मोटेलला आग लागली आणि त्यात ते पूर्ण भस्मसात झालं. मी पुन्हा ते उभं केलं.

१९४० - माझी चिकनची खास रेसिपी मी एकदाची पूर्ण तयार केली. प्रेशरचा उपयोग करून बनवलं जाणारं हे चिकन, फ्रायपॅन वापरून बनवल्या जाणाऱ्या चिकनपेक्षा कमी वेळात बनत असे.

१९४१ - अमेरिकाही दुसऱ्या महायुद्धात सामील झाली. तेल आणि पेट्रोल विक्रीवर सरकारने रेशनिंग सुरू केलं. माझे ग्राहक आणि येणारे प्रवासी यांचीही संख्या घटली.

१९४२ - मला व्यवसाय बंद करावा लागला. वयाच्या ५१व्या वर्षी, सगळं सोडून, मला सिॲटल या शहरात सुपरवायझरची नोकरी करायला जावं लागलं.

१९४२ ते १९५२ सरकारी कॅफेटेरियामध्ये इतर कामं करता करता मी तिथे मॅनेजर म्हणूनही काम केलं.

१९५२ - मी माझ्या चिकनच्या खास आणि कुणाला न सांगितलेल्या रेसिपीचं पेटन्ट घेतलं. 'उटाह' राज्यातल्या एका रेस्टॉरन्टला ती रेसिपी बनवण्याची औपचारिक परवानगी म्हणजे 'फ्रँचाइझी' दिली. त्या रेसिपीमुळे या रेस्टॉरन्टची विक्री तिपटीने वाढली. त्याच्या मालकाने या चिकनची जाहिरात करण्यासाठी एक साइनबोर्डच बनवून घेतला. या पदार्थाचा मूळ संबंध केन्टुकी राज्याशी असल्यामुळे या पदार्थाचं त्याने 'केन्टुकी फ्राइड चिकन' असं नामकरणच करून टाकलं, जे आता 'के.एफ.सी.' या नावाने सुप्रसिद्ध आहे. यामुळे एका चिकनच्या विक्रीमागे ०.०४ डॉलर्स या हिशेबाने मला पैसे मिळायला लागले.

१९५९ - माझ्या असं मनात आलं की, एकाच शहरात माझ्या या खास

रेसिपीचं ‘मार्केट’ थोडं मर्यादित आहे. मग मी पत्नीसोबत गाडीने पूर्ण अमेरिकाभर फिरलो आणि माझ्या खास रेसिपीसाठी फ्रँचाइझी तयार करायला सुरुवात केली. या खटपटीत कितीतरी वेळा मी माझ्या गाडीतच झोपत होतो. आणि तेव्हा माझं वय फार नाही, फक्त ६९ वर्षे एवढंच होतं. माझ्या या कष्टाचं चीज झालं, जसं ते नेहमीच होतं. लोक मला शोधत माझ्या ऑफिसमध्ये यायला लागले. फ्रँचाइझी मागू लागले.

१९६४ - जेव्हा माझा खूपच वाढलेला हा व्यवसाय संभाळणं माझ्या वाढलेल्या वयाला झेपणं अवघड वाटायला लागलं, तेव्हा, म्हणजे वयाच्या ७४व्या वर्षी, तेव्हाच्या बाजारभावानुसार माझी कंपनी मी दोन मिलियन म्हणजे २० लाख डॉलर्सना विकून टाकली.

१९६४ सालानंतर - माझ्या या निर्मितीशी माझं व्यक्तिमत्त्व इतकं जोडलं गेलं होतं की, माझी कंपनी खरेदी करणाऱ्या कंपनीनेसुद्धा ‘केन्टुकी फ्राइड चिकन’च्या जाहिरातीसाठी माझा चेहरा आणि माझं व्यक्तिमत्त्व यांचा उपयोग करणं चालूच ठेवलं. आणि ७४ वर्षांचं वय होऊन गेल्यावरही, कंपनीच्या प्रचार आणि प्रसारासाठी मी दरवर्षी दोन लाख मैलांचा प्रवास करत राहिलो.

१९८० - वयाच्या ९०व्या वर्षी मी या जगाचा निरोप घेतला. तेव्हा जगभरातल्या सगळ्याच नाही, तरी ४८ देशांमध्ये ‘के.एफ.सी.’ची ६ हजार विक्रीकेंद्रे होती.

माझं नाव कर्नल हरलंड डेव्हिड सँडर्स... ही माझी कहाणी होती.

या माणसाची जीवनगाथा लिहून लिहून मला दमल्यासारखं वाटतंय. वाचता वाचता तुमची किती दमणूक झाली असेल कोण जाणे. पण या माणसाच्या दुर्दम्य इच्छाशक्तीला मनापासून सलाम करायला हवा. न थांबता, न थकता, चिकाटीने आणि सातत्याने काम करत, कुठून कुठे पोहोचला हा माणूस. आयुष्यात इतके स्वल्पविराम आले त्याच्या. पण कंटाळून किंवा वैतागून जाऊन, अशा एकाही स्वल्पविरामाला त्यांनी स्वतःच पूर्णविराम ठरवून टाकलं नाही आणि तिथेच ते थांबले नाहीत. आपण एका इंटरव्ह्यूमध्ये नापास झालो, तर लगेच निराश होतो. आपण सुरू केलेला पहिलाच व्यवसाय नीट चालला नाही, तर आपल्याला व्यवसाय करायलाच येत नाही, असा विचार करून आपण मोकळे होतो. आणि वयाची चाळिशी पार झाल्या झाल्या आपल्या मनानेच स्वतःला म्हातारे समजायला जी सुरुवात होते, ती वयाची ५८ वर्षे पूर्ण व्हायला आली की, अगदी शेवटच्या टप्प्यापर्यंत येऊन पोहोचते. एखादा नोकरदार माणूस जेव्हा

सेवानिवृत्त होतो, तेव्हा त्याला नकळत असं वाटायला लागतं की, आता मी म्हातारा झालो आहे आणि काहीच कामाचा राहिलेलो नाहीये. माणूस इथेच नेमका चुकत असतो. पण ही चूक करता कामा नये. यापुढे जर तुम्ही कधी के.एफ.सी. मध्ये जेवायला गेलात, तर तिथे काम करणाऱ्या माणसांपैकी, जी एक वयस्कर व्यक्ती हसतमुखाने तुमचं स्वागत करताना दिसेल, तेच आहेत कर्नल सँडर्स... अर्थात त्या फोटोतले हसतमुख सँडर्स...

प्रसिद्ध लेखक मार्क ट्वेन यांनी वयाच्या बाबतीत एक फार छान गोष्ट सांगितली होती. इंग्लिशमधल्या त्या वाक्याचं भाषांतर करताना, कधीकधी काही शब्दांमधलं मर्मच हरवून जाण्याची शक्यता असते. त्यामुळे त्यातले दोन इंग्लिश शब्द तसेच ठेवून मराठीत ते वाक्य असं लिहिता येईल की –

'वय हा माइंड आणि मॅटर'चा खेळ असतो. जर तुम्ही 'माइंड केलं नाहीत तर वय मॅटर करत नाही.'

म्हणजे थोडक्यात काय तर तुम्ही जर वयाचा फार विचार करत बसला नाहीत, तर तुमचं वय किती आहे, हा मुद्दा फारसा महत्त्वाचा ठरत नाही.

तर मग कर्नल सँडर्स यांच्यामध्ये असं काय होतं, जे सहसा लोकांमध्ये आढळत नाही? एक अमेरिकन माणूस असूनही आणि श्रीकृष्णाने सांगितलेली गीता ऐकलेली किंवा वाचलेली नसतानाही, त्यांना 'गीता' कळली होती, असंच म्हणावंस वाटतं. गीतेमधली सर्वांत प्रचलित अशी दोन वाक्ये अशी आहेत –

- 'तू तुझं कर्म करत रहा. फळाची अपेक्षा करू नको.' अर्थात माणसाला कर्म करत राहण्याचा अधिकार आहे, पण त्याच्या फळाची अपेक्षा करण्याचा अधिकार त्याला नाही.
- परिवर्तन हा जगाचा नियम आहे.

काम खूप मोठं आहे की छोटंच आहे, याचा विचार न करता कर्नल काम करत राहिले. आयुष्याचा आणि दुनियादारीचा अनुभव घेत राहिले. त्यांच्या जीवनपटावरून तुमच्या लक्षात आलंच असेल की त्यांना वयाच्या ४०व्या वर्षानंतर खरं यश मिळालं. त्यांचं सर्वांत महत्त्वाचं पेटन्ट त्यांनी ६२व्या वर्षी मिळवलं. आणि ६९व्या वर्षी संपूर्ण अमेरिकाभर दौरा करून, स्वतःच्या रेसिपीची बाजारपेठ तयार केली. आणि दुसरीकडे पाहाल, तर वयाची चाळिशी उलटता-उलटताच, अधिकतर लोक असा विचार करायला लागतात, की त्यांनी आयुष्यात काहीच मिळवलेलं नाही, आणि त्यांचं आयुष्य व्यर्थच ठरलं आहे.

कर्नलसाहेबांची आवर्जून लक्षात घेण्यासारखी आणखी एक गोष्ट, म्हणजे आयुष्यात सातत्याने होत राहिलेल्या बदलांना त्यांनी अगदी मनापासून सकारात्मक राहून स्वीकारलं. त्यांच्या वयाच्या पाचव्या वर्षी, त्यांच्या वडिलांचा मृत्यू झाला.

कायमस्वरूपी अशी नोकरी त्यांना कधीच मिळाली नाही. त्यांचं मोटेल आगीत जळून खाक झालं. स्वत:चा व्यवसाय यशस्वी होण्याची चिन्हं दिसायला लागल्यावर, अचानकपणे जागतिक पातळीवर आलेल्या प्रचंड मंदीच्या लाटेने, आणि दुसऱ्या जागतिक महायुद्धाने त्यांच्या व्यवसायाचा बळी घेतला. पण इतकं सगळं घडत असूनही अजिबात निराश न होता, प्रत्येक वेळी ते पुढे जातच राहिले. म्हणूनच ६२व्या वर्षी का होईना, पण यश आणि भाग्य दोघांनाही त्यांची साथ द्यावीच लागली.

आणि मनाने तरुण असणाऱ्यांचं हेच वैशिष्ट्य असतं. वेळोवेळी ते आपला भूतकाळ आठवत असतात, पण त्या भूतकाळातच जगत राहत नाहीत. सातत्याने बदलत राहणाऱ्या, रोज वेगळेपणाने समोर येणाऱ्या परिस्थितीला, ते रोज नव्या उमेदीने स्वीकारतात. आपल्या सर्वांनाच आपलं बालपण हा आयुष्यातला सगळ्यात चांगला काळ वाटतो. आपल्या वडिलांना त्यांचा काळ, तर आजोबांना त्यांनी स्वत: अनुभवलेला काळ चांगला वाटत होता. पण म्हणून आपल्यापैकी कुणीही मनाने त्याच काळात अडकून राहून चालणार नाही. 'बदल' हाच स्थायिभाव असणाऱ्या काळाचं आपण स्वागत केलं पाहिजे, त्याचा सन्मान केला पाहिजे. जुनं ते सोनं असू शकतं. पण वर्तमानकाळही उत्तमच असतो. प्रत्येक नाण्याला दोन बाजू असतात. नवा जमाना, नवा बदललेला काळ, नवीन तंत्रज्ञान या गोष्टी आपल्याला शेजाऱ्यांपासूनही दूर करायला लागल्यात, हे जरी खरं असलं, तरीही, केव्हाच आपल्यापासून दूर गेलेले, वेगवेगळ्या ठिकाणी राहत असलेले आपले बालमित्र, आपले शाळासोबती आणि आपण जिच्यावर अव्यक्त राहिलेलं पहिलं प्रेम केलं होतं ती मैत्रीण या सगळ्यांशी फेसबुकसारख्या नव्या माध्यमातून आपली पुन्हा भेट होऊ लागली आहे, हेही तितकंच खरं आहे.

जे वयोवृद्ध लोक, रोज नव्याने विकसित होणारं तंत्रज्ञान आत्मसात करत आहेत, तेच हसत खेळत आणि आनंदाने आयुष्य जगत आहेत. पण अशा माणसांची संख्या तुलनेने बरीच कमी आहे. उरलेली अधिकतर वयस्कर माणसं कशी आहेत सांगू का? 'तारक मेहता का उलट चष्मा' नावाची एक लोकप्रिय टीव्ही मालिका आहे. त्यातल्या 'भिडे' नावाच्या व्यक्तिरेखेसारखी असतात ती... सतत असाच विचार करत राहतात की 'आमच्या काळात'...

आणि खरंतर 'वाढलेलं वय' हीच एकमेव समस्या असते, असं मुळीच म्हणता येणार नाही. कधीकधी वयाने लहान असणाऱ्यांना, 'तू अजून लहान आहेस', असं बजावून आपणच त्यांना नाउमेद करत असतो. हिंदी चित्रपट अभिनेता राजकुमार यांच्या स्टाइलमध्ये त्यांना सांगत असतो की... 'जानी... ये बच्चोंके खेलनेही चीज नहीं।'

सचिन तेंडुलकर यांच्या बाबतीतही जर असंच झालं असतं, तर त्यांचं क्रिकेटमधलं कौशल्य, आंतरराष्ट्रीय क्रिकेटमध्ये पदार्पण करण्याची वाट बघत बघत ढेपाळून गेलं असतं. आणि प्राचीन काळातलं एक उदाहरण असंच काहीसं आहे, असं म्हणता येईल. अर्जुनाचा मुलगा अभिमन्यू याने वयाच्या सोळाव्या वर्षी युद्धात भाग घेतला होता. विजयी होण्याआधीच त्याला वीरमरण प्राप्त झालं होतं. पण त्या वेळी त्याने स्वत:चे शौर्य दाखवलं होतं आणि त्या शौर्यामुळेच तो भारतीय इतिहासात स्वत:चं नाव कायमचं कोरून गेला होता.

पण फक्त जगप्रसिद्ध झालेली माणसंच आपल्याला प्रेरणा देऊ शकतात, असं मात्र मुळीच नाही. नीट डोळसपणे पाहायचा प्रयत्न केलात, तर आपल्या आसपासच अशी आपल्याला प्रेरणा देणारी कितीतरी उदाहरणं सापडतील. यातलं एक अगदी जवळून पाहिलेलं उदाहरण सांगतो. गोष्टीत असते तशी 'खूप दिवसांपूर्वीची गोष्ट आहे ही...' अशी सुरुवात काही मी करणार नाही, कारण ही गोष्ट अगदी गेल्याच वर्षी घडलेली आहे. डॉ. हनुमान प्रसाद आणि डॉ. कृष्णकुमार अशी नावं असणारे दोन भाऊ मध्य भारतात राहतात. पहिल्या भावाचं वय साधारण ७७ वर्षे आहे आणि दुसऱ्या भावाचं ७५ वर्षे आहे. आपलं मूळ गाव कुठलं आहे, हे जाणून घेण्याची या दोघांनाही प्रचंड उत्सुकता होती आणि त्याचं कारण असं होतं की, त्यांचे आजोबा अलाहाबादच्या आसपासच्या कुठल्यातरी गावातून मध्य भारतात आलेले होते, हे त्यांना माहीत होतं. पण त्यांच्या पिढीजात गावाबद्दल त्यांच्या सध्याच्या कुटुंबातल्या कोणालाही काहीही माहीत नव्हतं. त्यामुळे त्या गावाचा शोध घेण्यासाठी त्यांच्या हातात एकच धागा होता, तो म्हणजे त्या गावाचं नाव, जे त्यांच्या कौटुंबिक गप्पांमध्ये अधूनमधून घेतलं जायचं. गावाचं नाव होतं, 'अमलकोनी' आणि ते अलाहाबादच्या जवळ होतं, एवढी एकच माहिती त्यांच्याकडे होती. कुटुंबातल्या तरुण सदस्यांनी त्यांच्या सवयीनुसार गुगल काकांना विचारून पाहिलं. पण या वेळी त्यांनीही निराशाच पदरात टाकली, आणि त्या तरुणांच्या कर्तव्याची इतिश्री झाली. पण शरीराने थकलेल्या, तरी मनाने तरुण असलेल्या या दोन भावांनी मात्र माघार घेतली नाही. कारण हे ध्येय गाठायचंच, याविषयी ते ठाम होते. त्यासाठी त्यानंतर या दोन भावांनी काय काय खटपट केली, हे ऐकून चांगल्या चांगल्या तरुण सेल्समनना आणि कार्पोरेट एक्झिक्यूटिव्हनाही शरमल्यासारखं होईल.

ज्या लोकांनी कुठल्याही विक्रीक्षेत्रात काम केलेलं आहे, ते लोक नक्कीच हे जाणतात की, अशा कामात मधून मधून असेही दिवस येतात, की जेव्हा नुसतं हाताखालच्या लोकांना कामाला लावून किंवा डिस्ट्रिब्यूटर्सना एखादी लालूच

दाखवून आणि किरकोळ विक्रेत्याला घोड्यावर बसवूनही माल विकलाच जात नाही. अशावेळी ऑफिसमधल्या एसीचा गारवा आणि आपल्या उच्च पदाची ऊब या दोन्ही गोष्टी बाजूला सारून स्वत: बाजारात उतरावं लागतं. गल्लोगल्ली भटकावं लागतं. स्वत: दुकानांमध्ये नेमकी गोम काय आहे, माल न खपण्याचं मूळ कारण काय आहे, हे शोधून काढता आलं तरच माल विकला जातो.

वयाची सत्तरी ओलांडलेल्या या दोन तरुणांनीही असाच निर्णय घेतला की, घरात बसून, 'गुगल-गुगल' करून वेळ घालवण्याने काहीच साध्य होणार नाही. गल्लीगल्लीत शोध घ्यावा लागेल. पण अतिउत्साहाने ते फक्त वणवण फिरत राहिले नाहीत. तर त्यांनी 'स्मार्टनेस' वापरून काम केलं. अनुभवाने त्यांना हे नक्कीच माहीत होतं की, शहरातल्या पेट्रोलपंपावर, वेगवेगळ्या ऑफिसेसमध्ये आणि मोठमोठ्या इमारतींमध्ये सुरक्षारक्षक म्हणून जी माणसं काम करत होती, त्यातली बरीच माणसं मध्य प्रदेशातील रेवा आणि उत्तर प्रदेशातील अलाहाबाद या दोन शहरांच्या मधल्या भागात राहणारी होती. म्हणून त्यांनी या सुरक्षारक्षकांना प्रत्यक्ष भेटायला सुरुवात केली. तीन वर्षांची अथक मेहनत, शेकडो लोकांकडे केलेली चौकशी आणि त्यातून सापडलेला एक एक धागा चिकाटीने जोडत राहिल्यानंतर, त्यांना त्यांच्या 'अमलकोनी' या गावाचा खरा पत्ता समजला. जानेवारी २०१७ मध्ये ते एकदाचे त्यांच्या या पिढीजात गावात पोहोचले, जे गाव आत्ताचा मध्य प्रदेश आणि उत्तर प्रदेश यांच्या सीमेवर असणाऱ्या 'तमस' नदीच्या जवळ सध्याच्या रेवा जिल्ह्यात आहे.

तिथे त्यांना त्यांचे एक भाऊसुद्धा भेटले, ज्यांनी त्यांचे दिलखुलासपणे स्वागत केले.

आता तुम्ही असा विचार कराल की, जी गोष्ट गुगलवरही नाहीये, ती मला कशी माहीत आहे? तर सत्य हे आहे की या दोन भावांची पूर्ण नावे डॉ. हनुमानप्रसाद दुबे आणि डॉ. कृष्णकुमार दुबे अशी आहेत. आणि हे दोघेही माझे मोठे काका आहेत.

भूतकाळात असं झालं होतं की, १८५८ साली तमस नदीला भीषण पूर आला होता, ज्या पुराने सगळंच गिळंकृत करून टाकलं होतं. आणि त्यामुळे माझे पणजोबा श्री. हरभजन प्रसाद दुबे यांना नाइलाजाने तिथलं सगळं तिथेच सोडून पळ काढावा लागला होता.

माझ्या कुटुंबातच घडलेल्या या गोष्टीवरून मी हे शिकलो की, तुम्ही स्वत: तरुण असा किंवा नसा, पण तुमचे विचार, तुमचा उत्साह आणि तुमची धाडसी वृत्ती जर तरुण असेल, आणि तुमच्या ध्येयाने तुम्ही पूर्णपणे प्रेरित झालेले असाल, तर तुम्ही कुठचंही ध्येय साध्य करू शकता.

म्हणूनच तुमचं वय किती आहे असं विचारण्यापेक्षा, तुमचे विचार आणि तुमचा उत्साह किती वर्षांचा आहे, हे जाणून घेणं जास्त महत्त्वाचं आहे.

तंत्रज्ञान नेहमी तरुणाईशी जोडलं जातं, पण आपल्या ६७-६८ वर्षांच्या पंतप्रधान मोदींबद्दल त्यांचे कट्टर टीकाकारही असंच म्हणतील की, त्यांनी सोशल मीडियाचा जितका परिपूर्ण आणि यशस्वी उपयोग केला आहे, तितका उपयोग विरोधी पक्षाच्या, त्यांच्यापेक्षा २०-३० वर्षांनी लहान असलेल्या नेत्यांनाही करता आलेला नाही.

आणि या पुस्तकासाठी आधारभूत असलेले श्री. अमिताभ बच्चन हे स्वत:सुद्धा वयाची पंचाहत्तरी उलटून गेल्यानंतरही खूप कार्यरत आहेत, ही गोष्टही प्रेरणादायकच आहे. अजून हयात असलेले त्यांचे समकालीन अभिनेते तर खूप आधी निवृत्त झालेले आहेत, हे आपण पाहतोच आहोत.

कॉम्प्युटर महाशय, कृपया हे वाक्य 'लॉक' केलं जावं –

'वाढत्या वयाबरोबर तुमच्या चहामधली साखर कमी झाली तरी हरकत नाही. पण तुमच्या विचारातली आणि उत्साहातली साखर – अर्थात त्यातली गोडी तुम्ही कधीच कमी होऊ देऊ नका.'

ए.बी.सी. से के.बी.सी. तक

'हर चिज को
ब्रेक लग सकता है...
सपनों को नहीं।'

‘सन २०००’ या वर्षाचं ज्यांनी ज्यांनी स्वागत केलं असेल, त्यांनी त्या वेळी असाच विचार केला असेल की, ते वर्ष ऐतिहासिक महत्त्वाचं ठरणार आहे, कारण त्यामुळे नव्या सहस्त्रकाची सुरुवात होणार होती आणि ही गोष्ट रोजरोज घडणारी नसतेच. पण याचवेळी मुंबईत राहणारा एक माणूस, त्याच्या आयुष्यातल्या सर्वांत वाईट म्हणता येईल अशा आर्थिक संकटाला तोंड देत होता. याच माणसाने, त्याआधीच्या त्याच्या आयुष्यात ‘न भूतो न भविष्यति’ असं म्हणण्याजोगं यश उपभोगलेलं होतं. सुख, मानसन्मान, संपत्ती, पैसा, ऐश्वर्य, प्रशंसा, स्तुतिपाठक या सगळ्या गोष्टी सतत त्याच्या अवतीभोवती हजर असायच्या. एक काळ असा होता की, त्याची प्रतिभा, त्याचं कौशल्य यांचं तेज इतकं डोळे दिपवणारं होतं, की त्याचा एकही प्रतिस्पर्धी त्याच्या तोडीस तोड देऊ शकत नव्हता. त्याची प्रतिभा होती ती त्याच्या अभिनयाच्या रूपात. वाढत्या वयाची गरज म्हणून त्याने अभिनय करणं जरासं थांबवलं होतं. आपल्या बुद्धीच्या जोरावर मिळवलेली अमाप संपत्ती व्यवसायात गुंतवण्याचा निर्णय घेतला होता.

स्वत:च्या कंपनीत शिकल्यासवरलेल्या आणि कागदोपत्री ‘लायक’ म्हटल्या जाणाऱ्या लोकांची फौजच त्याने उभी केली. त्यातला प्रत्येक जण आपल्या स्वत:प्रमाणेच अतिशय कर्तव्यनिष्ठ राहून आपापलं काम करेल, असं त्याला वाटत होतं. कागदोपत्री ‘लायक’ असणाऱ्या आणि भरपूर पगारावर डोळा ठेवून असलेल्या त्या कर्मचाऱ्यांनी एक काम नक्कीच पूर्ण कर्तव्यनिष्ठेने केलं आणि ते काम होतं वेळच्या वेळी, ठरलेला पगार घेण्याचं. कदाचित असंही असेल की या माणसाच्या रक्तातच अभिनय कौशल्य होतं, पण व्यवसाय कौशल्य बहुतेक नव्हतं. त्याच्या त्या कंपनीला खूप मोठा तोटा झाला... थोडा थोडका नाही, तर

जवळजवळ १०० कोटी रुपये, इतका तोटा. आणि त्या १०० कोटींचं मूल्य आजच्या काळातलं नाही, तर १९९७-९८ या काळातल्या पैशाच्या मूल्याइतकं होतं.

या माणसाच्या काही शुभचिंतकांनी त्याला असा सल्ला दिला की, 'तू स्वत:ची दिवाळखोरी जाहीर करून टाक.' पण अडचण ही होती की, त्या माणसाच्या आई-वडिलांनी त्याला शिक्षणाबरोबरच संस्कार आणि जीवनमूल्येसुद्धा दिली होती. आणि तो माणूस वेगाने लुप्त होत चाललेल्या अशा पिढीतला होता की, जी पिढी 'प्राण जाये पर वचन न जाये' या बाण्याने वागणारी आहे.

'पैसे गुंतवणाऱ्यांनी माझं नाव पाहून पैसे गुंतवले आहेत. दिवाळखोरी घोषित करून, अडचणीच्या काळात मी स्वत:ची जबाबदारी अशी झटकून टाकू शकत नाही'... असाच काहीसा विचार त्या माणसाने नक्की केला असणार. आणि त्याचा हा विचार अगदी योग्यच होता. त्या माणसाचं नाव हे फक्त एक नाव नव्हतं. तर तो एक 'ब्रँड' होता. पण मग या संकटातून बाहेर पडण्याचा मार्ग तरी कोणता होता? त्याचं मुंबईतलं घर म्हणजे लोकांसाठी जणूकाही एक 'लॅन्डमार्क'च होता. पण त्या घरावर बँकेने जप्तीची नोटीस लावली होती. नैतिकता बाळगणं ही गोष्ट योग्यच असली, तरी गुंतवणूकदाराचं कर्ज फेडायचं कसं, हा एक जटिल प्रश्नच होता. असलेच प्रश्न आणि विचार त्या माणसाच्या मनात पिंगा घालत होते. जेव्हा सगळं जग नवं सहस्त्रक सुरू झाल्याचा उत्सव साजरा करत होतं आणि जेव्हा हे नवं सहस्त्रक अनेकांसाठी आशेचे नवे किरण, नवनव्या सकारात्मक शक्यता घेऊन आलं होतं, त्याचवेळी हा माणूस मात्र निराशा आणि खंत यात हेलकावे खात होता.

त्याला लवकरात लवकर काहीतरी निर्णय घ्यायलाच हवा होता आणि त्याने तो घेतला. नशीब आणि काळ या दोघांनी मिळून हिरिरीने रचलेला हा डाव होता आणि त्या डावात हा माणूस हरण्याच्या स्थितीत होता. आता त्याला आपलं हुकमाचं पान टाकायलाच हवं होतं आणि ते हुकमाचं पान होतं, त्याची प्रतिभा, त्याचं अभिनय कौशल्य. एक दिवस तो सकाळीच घरातून बाहेर पडला आणि मोठे निर्माता आणि दिग्दर्शक असणाऱ्या आपल्या मित्राच्या घरी जाऊन धडकला. मित्र भेटताच ५८ वर्षांच्या या अभिनेत्याने त्याला थेट सांगून टाकलं की, 'मला काम पाहिजे.' मित्रानेही त्याला लगेच होकार दिला. हा अभिनेता म्हणजे दुसरा कोणी नसून या पुस्तकाचा आधार आणि प्रेरणा असणारे अमिताभ बच्चन होते. आणि त्यांचा निर्माता-दिग्दर्शक मित्र होता यश चोप्रा. अखेर बच्चन यांना 'मोहब्बतें' चित्रपटातली 'नारायण शंकर' यांची भूमिका करण्याची संधी मिळाली.

याचदरम्यान बच्चन यांना टीव्हीवरचा एक गेमशो करण्याबाबत विचारण्यात

आलं. त्यांच्या शुभचिंतकांनी त्यांना पुन्हा असा सल्ला दिला की, 'तुमची उंची आणि एकूणच व्यक्तिमत्त्व पाहता, टीव्हीचा पडदा तुमच्यासाठी खूप छोटा आहे. तेव्हा तुम्ही टीव्हीवर काम करणं योग्य ठरणार नाही. त्यामुळे तुम्ही पाऊल मागे घेतलंय असं वाटेल.' पण हा सल्ला अमिताभ बच्चन यांनी मानला नाही. त्यांनी तो गेमशो स्वीकारला. त्या शोचं नाव होते... 'कौन बनेगा करोडपती.' हा कार्यक्रम एका ब्रिटिश गेमशोवर आधारित होता. या कार्यक्रमाने अमिताभ बच्चन यांच्या लोकप्रियतेवर जणू कळस चढवला. जुन्या पिढीतले लोक तर त्यांचे चाहते होतेच. या कार्यक्रमामुळे त्यांचं बच्चन यांच्यावरचं प्रेम आणखी वाढलं. त्यांना ओळखणाऱ्या नव्या पिढीलाही ते आवडायला लागले. इंग्रजी आणि हिंदी या दोन्ही भाषांवर सारखीच असणारी पकड, थेट हृदयाला भिडणारा तो प्रसिद्ध आवाज, लहान लहान शहरातून आणि अगदी लहान गावांमधूनही आलेल्या गरिबातल्या गरीब स्पर्धकाशीही त्यांचं आत्मीयतेने वागणं... या सगळ्यांनी मिळून 'अमिताभ बच्चन' नावाच्या या कथेत, आणखी बरेच अध्याय कायमचे जोडून टाकले. या कार्यक्रमाने अमिताभ बच्चन यांच्या लोकप्रियतेला नवा आयाम दिला, नवं क्षेत्र उपलब्ध करून दिलं. या 'शो'च्या यशाने प्रेरित होऊन, इतर बऱ्याच टीव्ही चॅनल्सनी दुसऱ्या अभिनेत्यांना घेऊन या 'शो'सारखंच यश मिळवण्याचा प्रयत्न केला. पण असे शोज के.बी.सी.च्या जवळपासही पोहोचू शकले नाहीत. या सगळ्या 'शोज'चे एक-दोन सीझन्स केले गेले आणि ते इतिहासजमा झाले. आणि २०१८ साली के.बी.सी त्याच्या दहाव्या सीझनमध्येसुद्धा टी.आर.पी.चा नवा इतिहास घडवत होता.

ज्या कंपनीत बच्चन यांना करोडोंचं नुकसान झालं होतं, त्या कंपनीचं नाव खरंतर अगदी योग्य होतं... 'अमिताभ बच्चन कॉर्पोरेशन लिमिटेड' ऊर्फ 'ए.बी.सी.एल.' पण या कंपनीमधून चांगलं असं काहीच निष्पन्न झालं नव्हतं. या प्रचंड धक्क्यानंतर अमिताभ बच्चन यांना आपलं आर्थिक जीवन पुन्हा ए-बी-सी पासून सुरू करावं लागलं होतं. मरण यातना देणाऱ्या या आर्थिक स्थितीतून ते जसे बाहेर पडले होते, अगदी तसेच १९८२ सालीही दुखण्यामुळे मृत्यूच्या पंजात अडकूनसुद्धा त्यातून ते सुखरूप बाहेर पडले होते. पण त्याबद्दल आपण पुन्हा कधीतरी बोलू.

त्यांच्या आर्थिक संकटाच्या संदर्भाने काही गोष्टी सांगता येतील. १९८०च्या दशकात एका वर्तमानपत्रात मी असं वाचलं होतं की, 'अमिताभ बच्चन यांनी इतकी संपत्ती मिळवलेली आहे, की त्यांच्या पुढच्या सात पिढ्या बसून खाऊ शकतील.' आता त्या वर्तमानपत्राचं नाव किंवा या वाक्याचा संदर्भ मला आठवत नसला, तरी त्या बातमीतला मुख्य मुद्दा हाच होता. पण मागच्या एका लेखात म्हटल्याप्रमाणे, यश काय किंवा अपयश काय, दोन्हीही कायम टिकणारं नसतं.

जीवनचक्र सतत फिरतच असतं. बच्चन त्यांच्या प्रिय वडिलांनी म्हणजेच कवी स्व. हरिवंशराय बच्चन यांनी सांगितलेल्या दोन गोष्टींचा नेहमी आवर्जून उल्लेख करतात, ज्या गोष्टी वडिलांनी आपल्या या मुलाचा उत्साह वाढविण्यासाठी त्याला सांगितल्या होत्या... पहिली गोष्ट म्हणजे... 'जब तक जीवन है, तब तक संघर्ष है।' ... अर्थात 'जीवन आहे तोपर्यंत जीवनात संघर्ष असणारच आहे.' आणि दुसरी गोष्ट ही की... 'मन का हो तो अच्छा, मन का ना हो तो और भी अच्छा।' अर्थात 'मनाप्रमाणे एखादी गोष्ट घडली, तर चांगलंच आहे. पण मनाप्रमाणे नाही झाली तर त्याहून चांगलं आहे.'

याचं कारण असं की जी गोष्ट तुम्ही मनापासून केलेली नसते, ती देवाची इच्छा म्हणून घडलेली असते. कधीकधी देवाच्या इच्छेमुळे घडलेली अशी गोष्ट तुमच्या मनाप्रमाणे घडलेली नाही असं त्या वेळी तुम्हाला वाटलेलंही असतं, पण त्या गोष्टीचे दूरगामी परिणाम चांगलेच असतात.

आणि कदाचित बच्चन यांच्या वडिलांच्या या शिकवणुकीचाच हा परिणाम होता की, कितीही अपयश आलं तरीही अमिताभ बच्चन यांनी अशा दुःखांनी किंवा संघर्षांनी खचून जाऊन, आपल्या आयुष्यात आता काहीच उरलेलं नाही, असं कधीही मानलं नाही.

तर वाचकहो, या गोष्टीतून आपण काय शिकणार आहोत? माफ करा, एखाद्या लेक्चररसारखा हा प्रश्न मी विचारतोय असं वाटेल तुम्हाला. पण माझ्या या प्रश्नाचं उत्तर मीच असं देईन की, जर लक्षपूर्वक आणि मनापासून विचार केला तर वरच्या सगळ्या घटनांमधून बरंच काही शिकण्यासारखं आहे. ते असं की –

- खरा कर्मयोगी, खऱ्या अर्थाने कधीच निवृत्त होत नाही, '५८ वर्षांचं वय झालं, आता सेवानिवृत्त व्हायला हवं,' असं सर्वसामान्य माणसं स्वतःच्या मनाशी ठरवूनच टाकतात. अमिताभ बच्चन यांनी मात्र आयुष्यातल्या दुसऱ्या यशस्वी डावाची सुरुवातच ५८व्या वर्षी केली.
- भूतकाळात मिळवलेलं यश, ते जिथे मिळालं होतं, तिथेच ठेवून पुढे गेलं पाहिजे. मनोवृत्ती अशा एखाद्या महान आणि यशस्वी फलंदाजासारखी ठेवायला हवी, जो पहिल्या डावात शतक झळकवल्यानंतर, तेवढ्याच मनापासून दुसरा डाव खेळायला सुरुवात करतो. कारण त्याला एक गोष्ट पक्की माहीत असते, की दुसरा डाव त्याला शून्यापासून सुरू करायचा असतो. आणि पहिलाच चेंडू त्याच्यासाठी शेवटचा चेंडू ठरणं अगदी शक्य असतं.
- इगो, म्हणजे अहंभाव, हा प्रगती आणि यश यातला खूप मोठा

अडथळा असतो. 'वन मॅन इंडस्ट्री' म्हणून गौरवल्या जाणाऱ्या एका सिनेस्टारला वयाच्या ५८व्या वर्षी स्वत:चा अहंभाव सोडून, नावलौकिक विसरून, काम मागण्यासाठी कुणाचं तरी दार ठोठावावं लागलं होतं.

- तुम्ही जर एखाद्या विशिष्ट कामात किंवा कलेमध्ये पारंगत असाल, तर त्या कामाला किंवा कलेलाच तुमच्या आयुष्याचं सर्वस्व माना.
- आयुष्यातल्या शक्यता ओळखायला शिका. जसं टीव्ही आणि रिॲलिटी शोजमध्ये अमाप यश मिळण्याची शक्यता असल्याचं बच्चन यांनी बरोबर ओळखलं होतं.
- आयुष्यात कधीकधी पुढे जाण्यासाठी, एक पाऊल आधी मागे घ्यावं लागतं. मनोरंजन विश्वात टीव्हीला चित्रपटांचा एक खूप दूरचा आणि खालच्या पातळीवरचा नातेवाईक मानलं जातं. पण याच टीव्हीमुळे बच्चन यांच्या आयुष्यात यशाचे नवे अध्याय लिहिले गेले आणि त्यांच्या लोकप्रियतेला नवं आकाश मिळवून दिलं.

या पुस्तकातल्या प्रत्येक लेखाच्या शेवटी 'कॉम्प्युटर महाशय...' असं जे वाक्य लिहिलेलं आहे, तीसुद्धा या के.बी.सी.चीच देणगी आहे, आणि तुम्हा सगळ्यांनाच हे माहीत आहे.

कॉम्प्युटर महाशय, कृपया हे वाक्य 'लॉक' केलं जावं...

'जोपर्यंत भगवान, यमराज आणि चित्रगुप्त या सगळ्यांनी मिळून तुमच्या आयुष्याच्या चित्रपटाचा शेवट... 'The End...' करायचं ठरवलेलं नसतं, तोपर्यंत 'पिक्चर अभी बाकी है मेरे दोस्त' असं तुम्ही इतरांना नाही, तर स्वत:लाच सांगू शकणं नक्की शक्य आहे.'

बहुत नाइन्साफी है

छे गोली और तीन आदमी,

बहुत नाइन्साफी है!

आपण नेहमी अगदी सहजपणे असं म्हणतो की, कधीकधी आपण जे बोलतो, ते आपल्या स्वत:च्या बाबतीतच घडतं. १५ ऑगस्ट १९७५ रोजी प्रदर्शित झालेल्या 'शोले' या चित्रपटाच्या बाबतीतही अगदी असंच झालं होतं. हा पहिलाच असा चित्रपट होता, ज्यातले संवादही गल्लोगल्ली, चौकाचौकांत, पानाच्या ठेल्यावर, चहाच्या दुकानातून जशी गाणी ऐकली जातात, तसे ऐकले जात होते. ज्या पॉलिडॉर कंपनीकडे त्या चित्रपटातील गाण्यांच्या प्रसारणाचे सगळे अधिकार होते, त्याच कंपनीने त्यातल्या संवादांच्या रेकॉर्ड्सही बाजारात आणल्या होत्या. आणि या चित्रपटाइतक्या आणि त्यातल्या संवादांइतक्याच, या रेकॉर्ड्सही खूप लोकप्रिय झाल्या होत्या. हा असा एकमेव चित्रपट असावा, ज्यातले फक्त एक-दोनच नाही, तर जवळजवळ प्रत्येकच संवाद लोकांच्या मनावर आणि बुद्धीवर फक्त ठसलाच नव्हता, तर तो जणू खोलवर रुजला गेला होता. ते संवाद जर फक्त ठसले असते, तर काळाच्या ओघात नकळत पुसलेही गेले असते. पण ते लोकांच्या मनात रुजले गेले असल्याने, भारतीय प्रेक्षकांच्या बोलण्याचा एक भागच बनून गेले आहेत. आज ४३ वर्षांनंतरसुद्धा म्हणजे त्या चित्रपटानंतर जन्मलेल्या दोन पिढ्या आता तरुण झाल्या आहेत, तरीसुद्धा, खुद्द त्या चित्रपटाइतकेच त्यातले संवादही लोकांच्या मनावर जणू राज्य करीत आहेत.

कधीकधी असं होतं, की एखाद्या बाबतीत मोठं यश मिळाल्यानंतर, त्या यशाशी संबंधित असणारी माणसं म्हणतात की, 'आम्हाला पहिल्यापासूनच असं वाटत होतं, की आमच्या हातून काहीतरी मोठं काम होणार आहे.' शोले चित्रपटाची पटकथा आणि संवाद लिहिणारी सलीम-जावेद ही जोडीसुद्धा या चित्रपटाबद्दल असा दावा करू शकते. पण त्यातल्या संवादांनाही एवढं यश मिळणं अपेक्षित

होतं, असं आधीच म्हणणं, शक्य वाटत नाही. उदाहरणादाखल त्यातले काही संवाद असे आहेत –

- 'कितने आदमी थे।'
- 'तेरा क्या होगा कालिया।'
- 'सरदार मैंने आपका नमक खाया है।'
- 'अब गोली खा।'
- 'हम अंग्रेजों के जमाने के जेलर है।'
- 'ये हाथ नहीं, फाँसी का फंदा है।'
- 'ये हाथ हमको देदे ठाकुर।'
- 'होली कब है, कब है होली।'
- 'हमारा सूरमा भोपाली यह नाम ऐसेही नहीं है।'
- 'बहुत याराना लगता है।'
- 'जो डर गया समझो मर गया।'
- 'नौटंकी साला।'
- 'इतना सन्नाटा क्यों है भाई।'

इतकंच नाही, तर 'सूअरके बच्चों'... हे शिवी म्हणून वापरलेलं वाक्यही लोकांच्या अजून लक्षात आहे. अनुराग कश्यप यांचा चित्रपट पाहिल्यानंतर हे वाक्य तुम्हाला शिवीसारखं वाटणारही नाही, तरीपण ती एक शिवीच आहे. आता असे संवाद लिहून झाल्यानंतर कोणता संवाद लेखक असा विचार करेल की, 'वा: काय जबरदस्त संवाद लिहिलाय मी. हा तर पडद्याला आग लावून टाकेल.' वरच्या संवादांमध्ये या चित्रपटातला तुमचा आवडता संवाद आलेला नसेल याची मला कल्पना आहे. पण मी तरी काय करणार ना? 'शोले' मधले सगळेच संवाद इथे लिहायचे म्हटले तर या लेखाची सगळी जागा त्यातच संपून जाईल.

तर आता या लेखाच्या पहिल्या ओळीकडे परत वळू या. 'कधी कधी आपण जे बोलतो, ते आपल्या स्वत:च्या बाबतीतच घडतं.' आणि 'शोले' चित्रपटाच्या बाबतीत हे वाक्य अधोरेखित असल्यासारखं लक्षात राहिलं. या लेखाचं शीर्षक असणारं वाक्य प्रत्यक्षात म्हणणारे होते हिंदी चित्रपटासृष्टीतले सर्वांत लोकप्रिय खलनायक 'गब्बरसिंग.' ७०-८० च्या दशकात या नावाने बिस्किटं आणि कॉमिक्स विकली गेली. तर आज २१ व्या शतकात लोक 'गब्बर ॲप' विकताना दिसताहेत. त्या ॲपमध्ये एक वाक्य दृश्य स्वरूपात दाखवलं गेलं आहे. आणि ते दृश्य म्हणजे, त्या खलनायकाच्या 'एन्ट्रीचा' सीन होता, ज्यात लक्षात राहण्याजोगे अनेक संवाद होते.

गब्बरसिंगवर कॅमेऱ्याचा फोकस आहे. तो भल्यामोठ्या खडकांवर एखाद्या वॉर्डनसारखा या टोकापासून त्या टोकापर्यंत फेऱ्या मारतो आहे. 'कितने आदमी थे।' या वाक्याने या दृश्याची सुरुवात होते. आणि नंतर बरेचसे लोकप्रिय संवाद झाल्यावर ते दृश्य पोहोचतं ते या वाक्यावर...

गब्बर म्हणतो... 'सहा गोळ्या आणि माणसं तीन... बहुत नाइन्साफी है ये।'

आणि 'बहुत नाइन्साफी है।' हे वाक्यच या लेखाचं शीर्षक आहे. पण नाइन्साफी...' म्हणजे 'अन्याय' हा शब्द गब्बरने ज्या उद्देशाने वापरला होता, आणि ज्या उद्देशाने आपण वापरणार आहोत, त्यामध्ये जमीन-अस्मानाचं अंतर आहे. दुर्दैवाने, गब्बरचं हे वाक्य त्या चित्रपटाच्या बाबतीतही शब्दशः लागू झालं. जो चित्रपट अजूनही लोकांच्या विस्मरणात गेलेला नाही, बीबीसी इंडियाने १९९९ साली केलेल्या सर्वेक्षणात ज्या चित्रपटाला 'शतकातला संस्मरणीय चित्रपट, असं म्हटलं होतं आणि ज्या चित्रपटातले संवाद लोक अजूनही आठवत आहेत, त्या चित्रपटाला फक्त एक 'फिल्मफेअर ॲवॉर्ड' मिळालं होतं. आणि ते सुद्धा सर्वोत्कृष्ट संवादांसाठी नाही, तर सर्वोत्कृष्ट संपादनासाठी म्हणजे एडिटिंगसाठी. आता याला जगाने केलेला उपहास म्हणायचं की व्यंगोक्ती-विडंबन म्हणायचं? सामान्य प्रेक्षकाला तर तेव्हा असंच वाटलं असेल की, या चित्रपटाला, सर्वोत्कृष्ट कथा, पटकथा, संवाद, दिग्दर्शन, कलाकार, सहकलाकार आणि सर्वोत्कृष्ट चित्रपट असे सगळेच पुरस्कार मिळायला हवे होते. कमीत कमी असं तरी नक्कीच वाटलेलं असणार की खलनायक म्हणून गब्बर म्हणजे अमजदखान यांच्यापेक्षा उत्तम कोणीच नसणार, ज्याला सर्वोत्कृष्ट खलनायकाचा पुरस्कार मिळू शकेल. मला तर असं वाटतंय, की या अशा परिस्थितीबद्दल एका शब्दात सांगता यावं, म्हणूनच 'उपहास', 'व्यंगोक्ती' किंवा विडंबना' असे शब्द तयार केले गेले असावेत. त्या वेळी अशा पुरस्कारांसाठी 'सर्वोत्कृष्ट खलनायक' असा काही वेगळा विभागच नव्हता.

आणि त्या काळात वेगवेगळ्या माध्यम-समूहांनी किंवा इतर कुणी त्यांच्यातर्फे स्वतंत्रपणे असे पुरस्कार द्यायला सुरुवातही केलेली नव्हती. त्यामुळे तेव्हा आपल्याकडे 'फिल्मफेअर ॲवॉर्ड' हे ऑस्करच्या जवळपास पोहोचू शकणारं, एकच ॲवॉर्ड होतं. त्यामुळे 'शोले'ची प्रचंड प्रशंसा करणाऱ्या एखाद्याला जेव्हा हे समजलं, की केवळ त्यातल्या संवादांसाठी आपण वीस वेळा 'शोले' पाहिला आहे आणि या चित्रपटाला 'सर्वोत्कृष्ट संवादां'साठीचा पुरस्कारही मिळालेला नाही, तेव्हा त्याच्या मनात नक्कीच असं येत असणार की, 'बहुत नाइन्साफी है।...' 'सरासर अन्याय आहे हा.'

या लेखात सिनेविश्वात मी जरा जास्तच रमलोय असं मनात येत असेल ना तुमच्या? पण 'शोले' हा चित्रपटच तसा होता. असो, तर आता वास्तवाच्या कठोर दुनियेबरोबरच, या पुस्तकातल्या आशेने-उमेदीने भरलेल्या दुनियेकडे वळू या.

तसं पाहायला गेलं तर, वास्तव जग खरोखरच अन्यायाने भरलेलं आहे असं म्हणावंसं वाटतं. एखादा कुणी गरिबाच्या घरी जन्माला येतो, तर दुसरा कुणीतरी श्रीमंताच्या घरी जन्म घेतो. कुणी सतत अशांत असणाऱ्या देशात जन्मतो, तर कुणी शांत स्वस्थ देशात जन्मतो. कुणाला कमी कष्टात जास्त यश मिळतं, तर कुणाला भरपूर कष्ट करूनही म्हणावं असं यश मिळत नाही. एखादा माणूस आयुष्यात ८० टक्के सुख उपभोगतो तर कुणी ८० टक्के दुःख भोगतो. कुणी अन्नासारख्या जीवनावश्यक गोष्टीसाठी मैलोन्‌मैल पायपीट करतो, तर कुणी ऐशआरामात राहून स्वतःच वजन इतकं वाढू देतो, की नंतर अंगावरची चरबी कमी करण्यासाठी मुद्दाम कितीतरी मैल चालायला जातो. या जगात कुठल्याच दोन माणसांचं नशीब एकसारखं नसतं.

आपल्या पूर्वजांनी या पृथ्वीचं नाव 'मृत्युलोक' असं उगीचच ठेवलेलं नाहीये. आपले साधू-संत मोक्ष मिळवण्यासाठी उगीचच एवढी तपश्चर्या करत नव्हते. मोक्ष म्हणजे जीवन-मृत्यूच्या फेऱ्यातून मुक्तता. वेगवेगळ्या योनींमध्ये जन्म घेऊन या पृथ्वीवर यायचे आणि इथे राहून कष्ट आणि दुःख सोसत राहायचे, या कालगतीतून सुटका. जो माणूस या मृत्युलोकात आला त्याला कष्ट आणि दुःख भोगावंच लागणार, त्याला पर्याय नाही, हे त्या ज्ञानी लोकांना माहीत होतं. आणि म्हणूनच त्यांना या कालचक्रातून मुक्त व्हायचं होतं, म्हणजे कसं... तर... 'न रहेगा बांस, न बजेगी बांसुरी।'

तर पृथ्वीवर जन्माला आलेल्या प्रत्येक व्यक्तीला कष्ट-यातना-दुःख भोगावेच लागणार हे निश्चित माहीत असल्यामुळेच ज्ञानी माणसांना मोक्ष हवा होता. कुणाला किती कष्ट भोगावे लागतील याचं प्रमाण माणसामाणसांगणीक वेगवेगळं असतं. 'पूर्वजन्म', 'पुनर्जन्म' या धारणांवर माझा विश्वास आहे. आणि यावरही माझा विश्वास आहे, की तुमच्या कर्मांचा हिशेब नोंदून ठेवलेला असतो... जमा-खर्चाच्या वहीत लिहितात तसा. तुम्ही किती सुख उपभोगाल आणि किती दुःख भोगाल, हे तुमच्या कर्मांवरूनच ठरत असतं. आणि व्यक्तिशः माझा यावरही विश्वास आहे की, हे जे कर्माचे जमा-खर्च पूर्वजन्मीच्या ताळेबंदात लिहिलेले असतात, ते पुढच्या जन्मात तसेच्या तसे 'carried forward' केलेले असतात... म्हणजे 'मागील पानावरून पुढे चालू' असे.

पण असा विश्वास आहे, म्हणून मी काहीही झालं तरी पुन्हा मागच्या जन्मात जाऊन, त्या ताळेबंदातल्या माझ्या खात्यात काडीचीही दुरुस्ती किंवा हवा तसा

बदल करू शकत नाही. त्यामुळे त्यापेक्षा चांगली आणि करण्यासारखी गोष्ट ही आहे की, मी सत्याची कास धरावी आणि फक्त चांगली कामे करण्यावर, योग्य मार्गाने चालण्यावरच लक्ष केंद्रित करावं. या जगात राहणाऱ्या तुमच्यासह सगळ्या लोकांच्या विभिन्न स्थितीकडे, अवस्थांकडे, तुम्ही तुमच्या दृष्टिकोनातून बघू शकता. पूर्वजन्म, त्यात केलेली कर्म, या गोष्टी तुम्ही मानत नसालही. पण मग त्याऐवजी तुमच्या कुंडलीतल्या ग्रहांनी घातलेला घोळ, तुमचं दुर्भाग्य असं तुमच्या परिस्थितीचं कारण सांगत असाल. नाहीतर मग पुन्हा असंच म्हणत असाल की 'हा माझ्यावर झालेला अन्याय आहे! पण खरोखरच हा अन्याय असतो का? आणि तो मोजायचा तरी कसा? जे सत्य एखाद्याला स्वप्नासारखं वाटत असतं, तेच सत्य दुसऱ्या कुणालातरी दु:स्वप्न वाटत असतं. एखाद्या माणसाला फक्त दोन वेळेचं जेवण मिळालं, तरी त्याला खूप आनंद होतो. तर दुसरा एखादा असा असतो, जो त्याच्या मित्राला पंचतारांकित हॉटेलमध्ये जेवण घेणं परवडतं, पण त्याला स्वत:ला परवडत नाही, म्हणून त्याच्या बाबतीत अन्याय झाला आहे, अशी तक्रार करतो.

श्रीमंती आणि गरिबीचा फेरा काळाबरोबर बदलू शकतो, असं आपण अनेक वेळा पाहिलेलं आहे. इतकंच नाही तर मुळात निसर्गाने नाही, तर परमेश्वराने म्हणू या, स्वतंत्रपणे, नव्याने बनवलेली प्रत्येक गोष्ट अशी असते, ज्याची अवस्थासुद्धा मुळात असते, तशी कायम राहत नाही.

'टूटे से फिर न जुडे, जुडे गाँठ पड जाये ।'

तुटलेली वस्तू पुन्हा पहिल्यासारखी जोडता येत नाही आणि जोडता आलीच तरी त्याला गाठ पडते.

रहीम यांनी ही ओळ दुसऱ्या कुठल्यातरी संदर्भात सांगितली होती, पण माझा रोख मात्र शरीरातल्या वेगवेगळ्या अवयवांनी उत्तमपणे काम करत राहायला हवे, या गोष्टीकडे आहे. एखाद्या माणसाचा एखादा अवयव निकामी झाला असेल, किंवा नीट काम करत नसेल, तर अशा माणसाला सर्रास 'अपंग' म्हटलं जायचं. मग 'अपंग'च्या ऐवजी 'विकलांग' हा शब्द वापरला जाऊ लागला. आता त्याऐवजी 'दिव्यांग' हा शब्द वापरला जातो. पण हा झाला फक्त शब्दांचा प्रवास. केवळ संबोधन बदललं म्हणून पीडित माणसाच्या बाबतीतलं सत्य बदलत नाही. त्याच्या आयुष्यातला संघर्ष तसूभरही कमी होत नाही. अशा लोकांविषयी गुगलकाकांना विचारलं, तर ते सांगतात की –

- संपूर्ण जगातले जवळजवळ शंभर कोटी लोक कुठल्या ना कुठल्या प्रकारच्या अपंगत्वाने ग्रासलेले आहेत.
- भारतातल्या अपंगत्वाने ग्रासलेल्या अशा लोकांची संख्या जवळजवळ २.२१ कोटी इतकी आहे.

आपल्या गरजेची असलेली प्रत्येक गोष्ट निसर्ग आपल्याला विनामूल्य देत असतो. पण अशा विनामूल्य मिळालेल्या गोष्टीची आपण कदर करत नाही. आणि आपलं सुंदर शरीरही आपल्याला विनामूल्यच मिळालेलं असतं. शरीर अगदी व्यवस्थितपणे चालत असताना, आपल्या डाव्या हाताच्या करंगळीच्या एका छोट्याशा कोपऱ्यात अचानक दुखायला लागतं. टोचल्यासारखं व्हायला लागतं. या छोट्याशा कोपऱ्याच्या अस्तित्वाची तोपर्यंत आपण जराही दखल घेतलेली नसते. पण या वेदनांमुळे आपल्या शरीराचं सुरळीत चाललेलं काम काही दिवसांसाठी तरी बिघडतं आणि तो त्रास तितके दिवस आपल्या मनालाही होत राहतो.

मग ज्या लोकांनी जन्मत:च किंवा नंतरच्या एखाद्या अपघातात आपला एखादा अवयव कायमचा गमावलेला असतो, त्या लोकांना किती यातना होत असतील? नुसता विचार करून पहा. आता आधुनिक चिकित्सा आणि उपचार पद्धतीत झालेल्या प्रगतीमुळे अशा लोकांना त्यांनी गमावलेला अवयव पुन्हा मिळू शकतो. पण अशा अवयवाची क्षमता, निसर्गाने जन्मत: दिलेल्या अवयवाच्या क्षमतेसारखी कधीच असू शकत नाही. त्यामुळे अवयव पूर्वस्थितीला येण्याची कोणतीच आशा किंवा उमेद असे लोक बाळगू शकत नाहीत. मला वाटतं की अशाच माणसांना, 'हा खूप अन्याय आहे', असं म्हणण्याचा अधिकार असतो.

पण उमेद बाळगण्यासारखं त्यांच्याकडे खरंच काही नसतं का? आणि हा प्रश्न आत्ता माझ्या मनात येण्याचं कारण हे आहे की, आशा आणि उमेद यावरच माझं हे पुस्तक आधारित आहे.

'मन के हारे हार, मन के जीते जीत।' या उक्तीचा मला इथे उल्लेख करावासा वाटतो आहे. १९८१ सालातील एक गोष्ट आहे. तामिळनाडूमधली एक सोळा वर्षांची मुलगी, आपल्या कुटुंबीयांसोबत बसने प्रवास करत होती. ही मुलगी 'भरतनाट्यम्' या नृत्यप्रकारात अतिशय पारंगत होती, खूप हुशार होती. तिच्या नशिबाने तिच्यासाठी दुसऱ्याच कुठल्या तरी कठीण अशा प्रवासाची योजना करून ठेवली असेल असा विचार करणं, ही त्या मुलीच्या कल्पनेपलीकडचीच गोष्ट होती. ती त्या वेळी प्रवास करत असलेल्या बसला मोठा अपघात झाला आणि ती गंभीर जखमी झाली. तिच्यावर इलाज करत असताना डॉक्टरांना असं दिसून आलं, की तिच्या उजव्या पायाला गँगरीन झालेलं होतं. आणि त्यामुळे तो पाय कापून टाकणं, एवढा एकच पर्याय त्यांच्यापुढे होता.

पण ही जर एखाद्या सामान्य मुलीच्या बाबतीत घडलेली दुर्दैवी घटना असती, तर ती मुलगी जगापासून दूर, दु:खात बुडून नाइलाज झाल्यासारखी जगत राहिली असती. हा अपघात म्हणजे नशिबाने केलेली क्रूर चेष्टा आहे, असं

स्वत:ला समजावून ती नृत्याला कायमचं विसरून गेली असती. पण तसं झालं असतं, तर तिची ही गोष्ट या पुस्तकाचा एक भाग कशाला बनली असती? दोन वर्षांनंतर या मुलीने पुन्हा नृत्य करायला सुरुवात केली. पण कशी? तर कृत्रिम पाय बसवून. 'जयपूर फूट' या नावाने ओळखल्या जाणाऱ्या त्या कृत्रिम पायांचे, ते तयार करणाऱ्या तंत्रज्ञानाचे आभार मानायलाच पाहिजेत. तर या मुलीने आपल्या त्या कृत्रिम पायाने स्वत:चं नृत्याचं वेड पुन्हा जागं केलं. या सत्य गोष्टीला लाभलेलं हे आकर्षक वळण आणि या गोष्टीच्या नायिकेची जिद्द आणि संघर्ष पाहून एक चित्रपट निर्माते खूप भारावून गेले. आणि त्यांनी या गोष्टीवर आधारलेल्या 'मयूरी' नावाच्या तेलुगू चित्रपटाची निर्मिती केली. 'सोने पे सुहागा' म्हणावं अशी बाब ही होती की, या चित्रपटाची नायिका आणि वास्तवात घडलेल्या त्या गोष्टीतली नायिका एकच होती. या तेलुगू चित्रपटाला मिळालेल्या अनपेक्षित यशाने प्रेरित होऊन, मुंबईतील एका निर्मात्याने तोच चित्रपट हिंदीमध्ये काढला. 'नाचे मयूरी' या नावाने १९८६ साली प्रदर्शित झालेला हा हिंदी चित्रपटही खूपच यशस्वी ठरला. या मुलीचं नाव आहे सुधा चन्द्रन. अर्थात आता त्यांना 'मुलगी' म्हणता येणार नाही. तुमच्यापैकी बरेचजण त्यांना ओळखत असतील. कारण आज चित्रपट आणि टीव्ही विश्वातलं ते एक सक्रिय व्यक्तिमत्त्व आहे. काही शाळांमध्ये मुलांना प्रेरणा मिळावी म्हणून त्यांच्या आयुष्यात प्रत्यक्ष घडलेली ही गोष्ट मुलांना आवर्जून सांगितली जाते.

सुधा चन्द्रन यांच्या बाबतीत त्यांच्या आयुष्याने किंवा मग नशिबाने केलेला हा घोर अन्यायच असला, तरीही 'बहुत नाइन्साफी है', अशी तक्रार सतत करत राहण्यात त्यांनी आपला वेळ आणि सामर्थ्य वाया घालवलं नाही, हे सत्य आवर्जून लक्षात घ्यायला पाहिजे. उलट त्यांनी असं काहीतरी करून दाखवलं, की आज 'त्यांची कहाणी खूपच प्रेरक आहे', असं लोक कौतुकाने म्हणतात.

आता प्रत्येक दिव्यांग व्यक्तीच्या नशिबात सुधा चन्द्रन यांच्यासारखी प्रसिद्धी किंवा तसा नावलौकिक असणार नाही, पण म्हणून त्याच्या आयुष्याशी चाललेली त्याची लढाई, त्याचा जीवनसंघर्ष अजिबात गौण ठरत नसतो. याआधीच म्हटल्याप्रमाणे, आपण नीट पाहिलं, तर आपल्या आसपासही अशी माणसं सापडतील जी प्रसिद्धीच्या झोतातही नसतात आणि ज्यांच्याकडे प्रचंड पैसाही नसतो. पण त्यांच्याकडे असते ती निसर्गाने केलेल्या अन्यायाशी लढण्याची हिंमत आणि ताकद.

१९७८ सालातही एक सत्य गोष्ट सांगतो, जी रायपूरमध्ये घडली होती. तेव्हा रायपूर हे मध्य प्रदेशातलं एक शहर होतं, आणि आता ते छत्तीसगड राज्याच्या राजधानीचं शहर आहे. या रायपूरमध्ये राहणारं एक कुटुंब तेव्हा खूप

आनंदात होतं. कारण आपल्या भारतीयांचा सगळ्यात मोठा सण समजली जाणारी दिवाळी फक्त दहा दिवसांवर आलेली होती. त्यामुळे नेहमीप्रमाणे, इतर सगळ्या कुटुंबांसारखंच तायडे कुटुंबही दिवाळीच्या स्वागताची तयारी करण्यात गुंतलेलं होतं. या कुटुंबाचं भाग्य आणि भगवान दोघेही या कुटुंबाची एक वेगळीच परीक्षा घेण्याच्या तयारीत होते, याचा या कुटुंबाला अर्थातच मागमूसही लागलेला नव्हता. या कुटुंबात एक छोटं बाळही होतं. दिवाळी, परीक्षा, उत्सव, भगवान अशा शब्दांचे अर्थ समजणंही त्याला शक्य नव्हतं. जेमतेम पावणेदोन वर्षांचाच होणार होता तो, आणि तितक्यात एक गंभीर आजार, स्वत:ची अजिबात चाहूलही लागू न देता, त्याला विळखा घालायला पुढे झेपावत होता. प्रकाशाचा उत्सव समजल्या जाणाऱ्या दिवाळीचं वैशिष्ट्य हे आहे, की ती अमावस्येला साजरी केली जाते. पण तायडे कुटुंबासाठी मात्र त्या वर्षीच्या दिवाळीची रात्र प्रकाशाची रात्र न ठरता, फक्त अमावस्येची काळोखी रात्र ठरली होती. दीपक तायडे नावाच्या या छोट्या मुलाच्या उजव्या पायाला पोलिओ झाला असल्याचं निदान झालं, ते दिवाळी अगदी दहा दिवसांवर आलेली असताना.

या दीपकला मी गेली पंचवीस वर्षं ओळखतो आहे, कारण आम्ही एकाच शाळेत शिकत होतो आणि मित्र होतो. एकाच वर्गात होतो. त्याच्या शारीरिक दुर्बलतेमुळे तो कधी ओशाळलेला, दुर्मुख झालेला मला आठवतच नाही. आणि म्हणूनच आम्ही त्याचे सगळे मित्र, तो आमच्यापेक्षा वेगळा आहे, असं कधीच समजत नव्हतो. गाण्यामध्ये त्याला चांगलीच गती होती. शाळेत अभ्यासाव्यतिरिक्त सुरू असणाऱ्या सगळ्या उपक्रमांमध्ये हा मुलगा त्याला शक्य होईल तेवढा भाग घेत असे. ज्या मुलाला लहानपणीच असा काहीही इलाज नसणारा आजार, कायमस्वरूपी ग्रासून राहिला होता, तोच मुलगा, आज महाराष्ट्रातल्या जळगाव मधील जिल्हा परिषदेत, आरोग्य विभागात एक आरोग्य कर्मचारी म्हणून कार्यरत आहे. आज हाच दीपक आपल्या कुटुंबासमवेत, बायको आणि मुलीसमवेत अगदी सुरळीतपणे इतरांसारखाच जगतो आहे. आणि हो, काही वर्षांपूर्वी त्याने घेतलेली गाडीही तो स्वत: चालवतो.

तर आता या तुलनेत तुमच्या आयुष्याच्या बाबतीत असा कोणता अन्याय झालाय, हे तुम्हीच स्वत:कडे त्रयस्थपणे पाहून, खरेपणाने ठरवा.

पुढच्या वेळी जेव्हा तुमच्या आवडत्या ब्रॅन्डचे बूट खरेदी करताना तुमचा बँक बॅलन्स आडवा येईल, तेव्हा उगीच नशिबाला दोष देत बसू नका. कारण नंतर जेव्हा केव्हा सेल लागेल, तेव्हा 'फ्लॅट ५० टक्के सेल' या योजनेत तेच बूट तुम्ही नक्कीच खरेदी कराल. अशा वेळी ती माणसं आठवा, जे आपला नैसर्गिक पाय आणि त्यातली शक्ती कायमची गमावून बसलेले आहेत. वरच्या

दोन्ही उदाहरणांवरून एक गोष्ट नक्की लक्षात घ्या, की अशी माणसं जर त्यांच्या नशिबाला दोष देत रडत बसण्यात आपला अमूल्य वेळ वाया घालवत बसली असती तर ती आदर्श ठरली असती का?

वर्तमानपत्रातून आपण रोजच कितीतरी दुर्दैवी घटनांबद्दल वाचत असतो. कितीतरी मुलींना स्वत:ची काहीही चूक नसताना, कुणीतरी आकसाने ॲसिड फेकल्यामुळे स्वत:चा मूळ चेहरा कायमचा गमवावा लागतो. स्वत:ची काहीही चूक किंवा स्वत:चा कोणताच दोष नसताना मुली बलात्काराची शिकार बनतात, आणि पुढच्या आयुष्यभरासाठी स्वत:च्या मनाची शांती आणि संतुलन घालवून बसतात. अशा प्रकारचा कुठलाही त्रास आणि दु:ख ज्यांना भोगावं लागलेलं असतं ती माणसं, त्यांना कितीही वाटलं, तरी आधीसारखी सामान्य जीवन जगू शकत नाहीत. आधीसारखं सामान्यपणे वागू शकत नाहीत. तरीही ही माणसं खूप हिंमतीने जगत राहतात. पण आपल्यासारख्यांनी कितीही प्रेरणादायक गोष्टी ऐकल्या किंवा ऐकवल्या तरीही अशा त्रासाची, दु:खाची आणि वेदनांची तीव्रता आपण मोजू शकणार नाही हे नक्की आणि अशा माणसांनाही असं म्हणण्याचा हक्क असतो की – 'बहुत नाइन्साफी है ये ।'

पण तुमच्या माझ्याकडे असं म्हणण्याचं इतकं मोठं एक तरी दु:खद कारण आहे का? ही खरोखरच विचार करण्याची गोष्ट आहे.

या लोकांच्या तुलनेत तुमच्या माझ्यासारख्यांच्या समस्या नक्कीच छोट्या आहेत हे अगदी उघड आहे. म्हणूनच स्वत:च्या आयुष्यात येणाऱ्या लहानसहान समस्यांनी घाबरून जाऊन आणि निराश होऊन, स्वत:च्या भाग्याला आणि त्या परमेश्वराला येताजाता असं सांगू नका की – 'ये बहुत नाइन्साफी है ।'

जरा लक्षपूर्वक आठवून बघा. आजपर्यंत जितके महापुरुष किंवा महान स्त्रिया होऊन गेल्या, त्यांचं आयुष्य कष्टांपासून, दु:खांपासून, चढ-उतारांपासून मुक्त होतं का? या प्रश्नाचं उत्तर नक्कीच 'नाही' असं आहे.

तुलसीदासांनी असं म्हटलंय की –

'नर का क्या बडा, समय बडा बलवान ।

भील लूँटी गोपियाँ, वही अर्जुन, वही बाण ।'

याचं तात्पर्य हे की, काळ सगळ्यात जास्त बलवान असतो. काळ जे चढउतार माणसांच्या आयुष्यात घडवून आणत असतो, त्याचं वर्णन करण्यासाठी तुलसीदासांनी महाभारतातल्या एका कथेचा संदर्भ वापरला आहे. ज्या कोणत्या गोष्टीची सुरुवात झालेली असते, तिचा शेवट होणार हे निश्चित असतं. भगवान विष्णूंनी या पृथ्वीवर जितके अवतार घेतले, त्यातून त्यांनी तो अवतार म्हणजे

एक सामान्य माणूस असल्याचाच साक्षात्कार, अशा अनेक सत्यांमधून घडवून आणला आहे. विष्णूचाच अवतार असणाऱ्या श्रीकृष्णाचा अंतही फारसा सुखद झाला नव्हता. महाभारतातल्या युद्धाच्या आधी आणि नंतर धर्माची पुनर्स्थापना करण्यासाठी, श्रीकृष्णांनी काही अशीही कामे केली होती, जी त्यावेळच्या नियमांच्या विरुद्ध होती, आणि ज्यांच्यामुळे काही लोकांना त्रासही झाला होता. त्या युद्धात स्वत:च्या सगळ्याच्या सगळ्या शंभर पुत्रांना गमावून बसलेल्या गांधारीने श्रीकृष्णावर असा आरोप केला होता, की कृष्ण स्वत: परमेश्वर असल्याने, युद्धामुळे ओढवलेल्या महाविनाशापासून ते लोकांना वाचवू शकले असते. आता असा महाविनाश झाला नसता, तर येणाऱ्या पिढ्या कुठलाच धडा घेऊ शकल्या नसत्या. पण पुढच्या पिढ्या त्यातून खरंच काही शिकल्या आहेत का? शंकाच आहे... असो.

तर गांधारीने आपल्या पातिव्रत्याच्या सामर्थ्याने श्रीकृष्णाला असा शाप दिला होता, की त्याचा आणि त्याच्या संपूर्ण यादवकुळाचा विनाश होईल. कालांतराने ती शापवाणी तर खरी ठरलीच. आणि कृष्णाच्या मृत्यूनंतर सात दिवसाच्या आत त्यांची वैभवसंपन्न द्वारकानगरी समुद्रात पूर्ण बुडून, लयाला जाईल हेही निश्चित होतं. म्हणून त्याआधी शक्य तितक्या जास्तीत जास्त स्त्रिया आणि लहान मुलं यांना सुरक्षितपणे हस्तिनापुराला घेऊन जाण्यासाठी अर्जुन द्वारकेला गेला होता. सगळ्यांना घेऊन परत जात असताना काही जंगली टोळ्यांनी त्यांना पकडलं. पण त्यांच्या तावडीतून अर्जुन कुणालाच सोडवू शकला नाही. याच अर्जुनाने महाभारत युद्धात स्वत:च्या धनुर्विद्येच्या बळावर, पांडवांच्या विजयात महत्त्वाची भूमिका बजावली होती. पण त्या टोळ्यांशी दोन हात करतांना मात्र त्याच्या बाणांची शक्ती दुर्बल झाली होती. त्याचं धनुर्विद्येतलं कौशल्य त्याच्या मदतीला आलं नाही. त्या जंगली माणसांनी खूप लूटमार केली. स्त्रियांना जबरदस्तीने उचलून नेलं. तुलसीदासांनी म्हटल्याप्रमाणे – 'भील लूँटी गोपियाँ, वही अर्जुन वही बाण.' अर्जुन तोच होता, त्याचे बाणही तेच होते, तरीही भिल्लांनी गोपींना पळवून नेलं. यादव कुळाचा विनाश होणार हे ठरलेलंच होतं. त्यामुळे कितीही वाटत होतं, कितीही प्रयत्न चालू होते, तरीही अर्जुन त्या कुळाला वाचवू शकला नाही, आणि शेवटी हताश होऊन त्याला हात हालवत हस्तिनापूरला परत जावं लागलं. तात्पर्य काय, तर... 'नरका क्या बडा, समय बडा बलवान ।'

- श्रीकृष्णाचा दु:खद अंत झाला.
- राजपुत्र असूनही श्रीरामांना चौदा वर्षे वनवास भोगावा लागला.
- वेगवेगळ्या कारणांमुळे श्रीरामांना त्यांची पत्नी, राणी सीता हिच्यापासून वेगळं राहावं लागलं... रावणाशी युद्ध करण्याच्या आधीही आणि

जिंकल्यानंतरही.

- येशू ख्रिस्तांना सुळावर चढवलं गेलं.
- संत मीराबाईंना त्यांच्या कुटुंबीयांनीच विष प्यायला लावलं.
- विसाव्या शतकातले 'महात्मा' आणि भारताला स्वातंत्र्य मिळवून देण्यात अग्रस्थानी असणाऱ्या राष्ट्रपिता महात्मा गांधी यांची, अखेर एका भारतीयानेच गोळी झाडून हत्या केली.

बापूजींना जेव्हा गोळी लागली, तेव्हा स्वातंत्र्यासाठी स्वत: केलेल्या संघर्षाचा हवाला देऊन, ते असं म्हणू शकले असते की – 'बहुत नाइन्साफी है ये ।' पण त्यांनी त्या वेळी काय म्हटलं, तर ... 'हे राम ।'

या सगळ्या आणि अशाच कितीतरी लोकांनी इतका त्रास सहन केला होता, की तो पाहून आपण हा धडा घ्यायला हवा की, आपल्यासारख्यांनी स्वत:च्या लहानसहान समस्यांना कुरवाळत राहून, आपल्याच डोक्यात त्या समस्यांना मोठं होऊ द्यायचं नाही. आता हे पुस्तक लिहिणारा मी आणि वाचणारे तुम्ही, जर वरच्या उदाहरणांमधल्या स्त्री-पुरुषांच्या इतक्या मोठ्या संघर्षाने ग्रासले गेलेले नाही आहोत, तर त्याचा अर्थ उघड आहे की, आपल्या समस्या खूपच छोट्या आहेत.

'तुलसी साथी विपत्तिके, विद्या विनय विवेक ।
साहस सुकृति सुसत्याव्रत, राम भरोसे एक ।।'

– या दोह्यामधून तुलसीदासांनी जे सांगितलं आहे, ते आपल्याला प्रत्यक्ष आचरणात आणायचे आहे. भाग्य आणि परमेश्वर आपल्या बाबतीत अन्याय करताहेत, असं जेव्हा आपल्याला वाटेल, तेव्हा आपण आपलं ज्ञान, बुद्धिमत्ता, विनम्रता, धाडस, सत्कृत्ये, सत्य बोलणे आणि परमेश्वरावरचा विश्वास या सगळ्या गोष्टींच्या आधाराने वाईट काळावर, वाईट परिस्थितीवर मात करायला पाहिजे.

तुम्ही नशीबवान आहात, की तुलसीदासांनी जे जे लिहून ठेवलं आहे ते वाचून, त्यानुसार वागू शकता. पण ज्यांना ते वाचणं शक्य होत नाही, तेसुद्धा त्यानुसार आचरण करतात. आणि त्यामुळे इतरांसाठी फक्त प्रेरणा बनूनच राहत नाहीत, तर माझ्या या पुस्तकाचा आधार बनतात. त्यातलंच एक उदाहरण तुम्हाला सांगतो.

१९९० सालातली ही गोष्ट आहे. ऑस्ट्रेलियातल्या तुरुंगात असा एक कैदी होता, जो स्वत:ला सुधारू इच्छित होता. आणि त्याच्या असाधारण आयुष्यावर एक पुस्तक लिहीत होता. त्याच्या त्या आयुष्यात, 'एक पळून गेलेला कैदी' हाच शिक्का त्याच्यावर मारला गेलेला असताना, तो वेगवेगळ्या देशातल्या तुरुंगांमध्ये आयुष्य कंठत होता. त्यातली दहा वर्षं तो भारतातही राहिलेला होता.

त्यातल्याच एका तुरुंगाच्या वॉर्डनला, एका कैद्याने लेखक बनावं, ही गोष्ट अजिबात मान्य नव्हती. त्याने त्या कैद्याचं हस्तलिखित नष्ट करून टाकलं. पण त्या कैद्याने माघार घेतली नाही आणि तो लिहीतच राहिला. पुन्हा त्या वॉर्डनने त्याचं हस्तलिखित नष्ट करून टाकलं. तिसऱ्या वेळी मात्र त्या कैद्यामध्ये दडलेल्या लेखकाच्या हिमतीपुढे वॉर्डनला नमतं घ्यावं लागलं आणि त्याने त्याचा हट्ट सोडून दिला. कैद्याचं हस्तलिखित पूर्ण झालं. त्याचं पुस्तक छापलं गेलं, आणि ते विकलंही गेलं. आणि इतक्या प्रचंड प्रमाणात विकलं गेलं, की फक्त त्या वर्षात नाही, त्या दशकातलंही नाही, तर सर्वाधिक खपणाऱ्या पुस्तकांच्या यादीत त्या पुस्तकाचा कायमस्वरूपी समावेश केला गेला. त्या पुस्तकाच नाव होतं 'शांताराम.' आणि त्या कैदी लेखकाचं नाव होतं 'डेव्हिड ग्रेगरी रॉबर्ट्स.'

कॉम्प्युटर महाशय, कृपया हे वाक्य 'लॉक' केलं जावं...

'ऑल इंडिया रेडिओने अमिताभ बच्चन यांचा आवाज निवेदक होण्यासाठी अपात्र ठरवला होता. पण त्यांनी त्या वेळी 'बहुत नाइन्साफी है' असा विचार केला नाही. ते परिश्रम करत राहिले, संघर्ष करत राहिले. कालांतराने त्यांचा तोच आवाज त्यांच्या यशाचं प्रमुख कारण ठरला.'

‘‘आज मेरे पास
बिल्डिंग है,
प्रॉपर्टी है,
बैंक बॅलन्स है,
बंगला है,
गाडी है...
क्या है तुम्हारे पास?’’

मेरे पास माँ है

‘‘मेरे पास माँ है’’

मागच्या लेखात आपण पाहिलं की, 'शोले' चित्रपटाला अपेक्षित पुरस्कार मिळू शकले नाहीत. मग हे पुरस्कार मिळाले तरी कुणाला, हा प्रश्न मनात येणं साहजिकच आहे. आणि त्या प्रश्नाचं उत्तर मीच तुम्हाला सांगतो. तोही अमिताभ बच्चन यांचाच चित्रपट होता आणि त्याला फिल्मफेअरचे सगळे पुरस्कार मिळाले होते. सर्वोत्कृष्ट चित्रपट, दिग्दर्शन, कथा-पटकथा-संवाद, ध्वनियोजना आणि पुरुष सहकलाकार, इतके सगळे पुरस्कार या एकाच चित्रपटाला मिळाले होते आणि त्या चित्रपटाचं नाव होतं 'दीवार'.

असं का झालं असेल? या प्रश्नाचं उत्तर कदाचित हे असेल की, 'दीवार' चित्रपटात एक 'माँ' होती, जी 'शोले'मध्ये नव्हती.

अर्थात हे वाक्य मी गंमत म्हणून लिहिलं आहे, हे वेगळं सांगायला नको. 'दीवार' चित्रपटातलेही खूपसे संवाद लोकप्रिय झाले आणि भारतीयांच्या रोजच्या बोलण्यातला एक भाग बनून गेले. 'मेरे पास माँ है।' हाही त्यातलाच एक लोकप्रिय संवाद होता.

मी गंमत म्हणून वर जे काही लिहिलं होतं, तोच धागा पकडून मी पुढे असं म्हणेन की, या संवादाला मिळालेली प्रसिद्धी आणि लोकप्रियता आजही अनुभवायला मिळते आहे. तज्ज्ञांपासून ते विनोदवीरांपर्यंत बरेच जण आजही बोलताना या संवादाचा उपयोग करतात. आईचं महत्त्व सांगणाऱ्या गंभीर चर्चांमध्ये, नवरा-बायको आणि सासू या त्रिकोणाबद्दल चेष्टेने चाललेल्या गप्पांमध्ये, आणि राहुल गांधींसंदर्भात सांगितल्या जाणाऱ्या विनादांमध्येही, अजून या संवादाचा उपयोग केला जातो.

अमिताभ बच्चन आणि त्यांचे चित्रपट यांच्या आधारे लिहिलेल्या या पुस्तकात,

फक्त दोन लेख असे आहेत, ज्यांचं शीर्षक बच्चन यांच्या चित्रपटातलंच आहे. पण तो संवाद किंवा ते गाणं, चित्रपटात त्यांच्या तोंडी नाही. त्यातलं एक शीर्षक याआधीच्या लेखाचं आहे आणि एक या लेखाचं आहे. 'शोले' चित्रपटातली गब्बरची व्यक्तिरेखा, ठाकूर, जय, वीरू, बसंती या सगळ्या व्यक्तिरेखांपेक्षा वरचढ आहे. आणि ही व्यक्तिरेखा चित्रपटातही खूप जास्त वेळा प्रेक्षकांसमोर येते. त्याचप्रमाणे 'दीवार' चित्रपटात विजय (अमिताभ बच्चन), रवी (शशी कपूर) आणि त्यांची आई, हा त्रिकोण – त्या 'माँ'च्या व्यक्तिरेखेमुळे पूर्ण होतो. या बाबतीतही आवर्जून उल्लेख करायला हवा अशी उपहासात्मक गोष्ट ही आहे की, 'दीवार'ला सगळे पुरस्कार मिळाले. पण त्यात 'माँ'ची महत्त्वपूर्ण व्यक्तिरेखा साकारणाऱ्या निरुपा रॉय, यांना मात्र 'सर्वोत्कृष्ट साहाय्यक अभिनेत्री' हा पुरस्कार मिळाला नाही.

आधी म्हटल्याप्रमाणे या चित्रपटातही दमदार म्हणावेत असे आणि लोकप्रिय झालेले बरेच संवाद होते. प्रत्येकाची आवड आणि आधीपासून तयार झालेली मते वेगवेगळी असल्यामुळे त्यातला कुठला एक संवाद सगळ्यात जास्त दमदार आणि लोकप्रिय आहे, यावर तुमचं आणि माझं दुमत असू शकतं. पण हिंदी चित्रपट पाहणाऱ्या सर्वांचं या एका बाबतीत मात्र नक्की एकमत असेल की, स्वतःच्या जवळजवळ चार दशकांच्या दीर्घ करिअरमध्ये शशी कपूर यांचा पडद्यावरचा सगळ्यात जास्त दमदार आणि लोकप्रिय संवाद हाच आहे की – 'मेरे पास माँ है।'

हे वाक्य शशी कपूर यांनी म्हटलेलं असलं तरी, या संवादाची दखल घेतली नसती, तर हे पुस्तक अपुरं वाटलं असतं. अमिताभ बच्चन यांच्याच चित्रपटातला हा संवाद आहे आणि त्या दृश्यात ते स्वतःही आहेत. एका मुलाखतीत त्यांनी स्वतःच असं म्हटलेलं आहे, की पुढच्या पिढीने हा संवाद त्यांच्या नावाशी कसा काय जोडला, हे त्यांनाच समजलेलं नाही. त्यांची सही घेण्यासाठी त्यांचे चाहते जेव्हा केव्हा येतात, तेव्हा त्यांना हा संवाद म्हणायला सांगतात. या संवादात जो एक संदेश दडलेला आहे, त्यानेच मला या पुस्तकात त्याचा समावेश करायला भाग पाडलं आहे.

हा चित्रपट न पाहिलेले जे जरासे कमनशिबी लोक आहेत, त्यांच्यासाठी चित्रपटातल्या 'त्या' सीनबद्दल मला काहीतरी सांगावंच लागेल. समुद्रकिनाऱ्यावरच्या डॉकयार्डमध्ये काम करणारा, पैशाने गरीब असणारा, पण 'बंडखोर' स्वभावाचा विजय (अमिताभ) समाजातला अन्याय आणि असमानता असह्य होऊन एक श्रीमंत गँगस्टर होण्यापर्यंत मजल मारतो. त्याच गरिबीत, त्याच अन्यायकारक परिस्थितीत वाढलेला त्याचा धाकटा भाऊ रवी (शशी कपूर) मात्र पोलीसदलात

भरती होतो. आपल्या मोठ्या मुलाने चुकीच्या मार्गाने पैसा मिळवल्याचं कळताच, त्यांची आई, त्या मुलाच्या घरातल्या सुखाचा, ऐशआरामाचा त्याग करून, मध्यमवर्गीय आयुष्य जगणाऱ्या लहान मुलाकडे निघून जाते. आधी आपण पाहिलं होतं, की शशी कपूर अमिताभ यांच्यासमोर एक पर्याय ठेवतात. या सीनमध्ये नंतर अमिताभ, शशी कपूर यांच्यासमोर एक वेगळाच पर्याय ठेवतात. तो असा की शशी कपूर यांनी ते शहरच सोडून जावं. कारण त्यांच्या इमानदार वागण्यामुळे आणि कर्तव्यनिष्ठतेमुळे, शहरातल्या संपूर्ण गुन्हेगारी जगताचं शत्रुत्व त्यांनी ओढवून घेतलेलं असतं. एक प्रामाणिक पोलीस इन्स्पेक्टर असणारा भाऊ अर्थातच हा पर्याय धुडकावून लावतो. वास्तव जगापासून लांब असणारं त्याचं आदर्शवादी बोलणं ऐकून, अमिताभ त्याला म्हणतात की–

'बघ... बघ... हा तोच मी आहे आणि तोच तू आहेस, ज्यांनी एकत्रच फुटपाथ सोडून पुढे जायला सुरुवात केली होती. पण आज तू कुठे आहेस आणि मी कुठून कुठे पोहोचलो आहे. आज माझ्याकडे बिल्डिंग्ज् आहेत, मोठी प्रॉपर्टी आहे, बँक बॅलन्स आहे, बंगला आहे, गाडी आहे. तुझ्याकडे काय आहे?'

यावर शशी कपूर म्हणजे रवी उत्तर देतो की, 'माझ्याकडे आई आहे!'

हे उत्तर ऐकून अमिताभ निरुत्तर होतात. त्यावर काहीच बोलू शकत नाहीत. आणि सीन संपतो.

तर केवळ तीन-चार शब्द असलेल्या या उत्तरात असं काय होतं, की ज्याने विजय म्हणजे अमिताभ बच्चन प्रत्यक्षातही निरुत्तर झाले होते, आणि हेच वाक्य या प्रेरणादायक पुस्तकाचा प्रत्यक्ष एक भागही झालं आहे.

या एकाच संवादात जो एक संदेश दडलेला आहे, तो असा की, आपली प्राथमिकता काय आहे हे माहीत असणं, आपल्यासाठी काय आवश्यक आहे, हे माहीत असणं. माझ्यासाठी कोणती गोष्ट महत्त्वाची आहे, हे समजणं आणि माझी प्राथमिकता माझ्या मित्रांसारखी, माझ्या शेजाऱ्यांसारखी किंवा माझ्या नातेवाइकांसारखीच असायला पाहिजे, हे तर अजिबातच गरजेचं नाही आणि ज्याला मी अजून प्रत्यक्ष पाहिलेलंही नाही, अशा 'फेसबुक फ्रेन्ड'चा तर या बाबतीत विचार करण्याची गरज नाही. इतकंच नाही, तर चित्रपटातल्या त्या सीनमधून हेही लक्षात येतं की आपली प्राथमिकता म्हणजेच आयुष्यातला प्राधान्यक्रम एकाच घरात लहानाचे मोठे झालेल्या आपल्या सख्ख्या बहीण-भावांसारखाच असण्याचीही अजिबात आवश्यकता नाही. म्हणजे तसं असणं अपेक्षितच नाही.

बऱ्याच वर्षांपूर्वी दूरदर्शनवर कपडे धुण्याच्या साबण-पावडरची एक जाहिरात लागायची. त्यातलं एक गमतीदार वाक्य आजही लोकांच्या लक्षात आहे... 'तिची साडी माझ्या साडीपेक्षा जास्त शुभ्र कशी आहे?'

आता हे वाक्य अगदी सहज, तुलना करण्याची नैसर्गिक मानसिकता म्हणून म्हटलं गेलं असेल तर हरकत नाही. पण त्यात द्वेष, ईर्षा आणि कुठचाही विचार न करता विनाकारण बरोबरी करणे, या भावना जर दडलेल्या असतील तर मात्र तुमचंच नुकसान होईल. अगदी मनापासून विचार करा. कदाचित साडी नेसणं ही कधीच तुमची प्राथमिकता नसतेच. तुम्ही नेहमी सलवार-कमीज किंवा इतर कुठले कपडेच वापरत असता.

म्हणजे फक्त इतर लोक तसं वागतात, म्हणून तुम्हीही तसं वागता. दुसरे लोक तसा विचार करतात, म्हणून तुम्हीही तसाच विचार करता. किंवा मग त्या गोष्टींमुळे इतरांना आनंद मिळतो, एवढ्याच कारणाने, तुम्हालाही आनंदी होण्यासाठी त्या गोष्टी आवश्यक आहेत असं तुम्ही समजून चालता. या लेखात अशा अंधानुकरण करण्याच्या प्रवृत्तीपासून दूर कसं राहायचं, याबद्दलच आपण बोलणार आहोत.

प्रत्येक माणसाच्या आयुष्यात असा एक काळ येतो, की जेव्हा त्याला आपल्या आई-वडिलांपेक्षा आपल्या मित्र-मैत्रिणी जास्त जवळच्या वाटत असतात. बहुतेक वेळा हा काळ वयाच्या विशीनंतरचा आणि तिशीच्या सुरुवातीचा असतो. आणि हाच काळ असा असतो, ज्या वेळी थोड्याफार फरकाने, माणसाच्या करिअरची, त्याच्या आयुष्याची दिशा ठरत असते. पुढे काय करायचं, हा प्रश्न सगळ्यांच्यापुढे पाय घट्ट रोवून उभा ठाकलेला असतो. कुठल्या क्षेत्रात करिअर करायचं किंवा कुठल्या विषयात पदवीधर व्हायचं, अशासारखा प्रश्न असतो हा.

बी.कॉम.ची डिग्री मिळाली, की पुढे एम.बी.ए., सी.ए., सी.एस. यातली कुठली पायरी चढायची, हा विचार कॉमर्सचे विद्यार्थी करतात. इंजिनिअरिंगचे आणि मेडिकलचे विद्यार्थी या संभ्रमात किंवा विंवचनेत असतात की, या दोन्ही क्षेत्रात जे अनेक उपविभाग आहेत, किंवा उपशाखा आहेत, त्यापैकी कुठल्या विभागातली पदवी घ्यायची. खरंतर हा निर्णय तुम्ही परीक्षेत मिळवलेल्या मार्कांवर अवलंबून असतो. आणि 'कट ऑफ'च्या हिशेबानुसार तुम्हाला प्रवेश मिळत असतो. त्यानंतर तुम्ही कितीही विचार केलात तरी त्याचा काही उपयोग नसतो. सांगण्याचा उद्देश हा आहे की, तुम्हाला भरपूर मार्क मिळाले तर उत्तमच आहे. पण तुम्हाला हवं ते क्षेत्र निवडणं, हे फक्त तुमच्या मार्कांवर अवलंबून ठेवू नका. तुम्हाला कुठल्या प्रकारचा डॉक्टर किंवा इंजिनिअर व्हायचं आहे, हे नक्की झाल्यावर, त्या शाखेत प्रवेश मिळवण्यासाठी कमीत कमी किती मार्क मिळवणं आवश्यक आहे, म्हणजेच त्यासाठी सामान्यत: 'कट ऑफ' किती असतो, हे लक्षात घेऊन, त्यानुसार आवश्यक ते सगळे प्रयत्न आणि परिश्रम तुम्ही केले पाहिजेत, हे महत्त्वाचं आहे. पण सहसा असं होत नाही. कारण अशा वेळी

आपल्या मित्रांची आवड आणि आपल्या आई-वडिलांची अपूर्ण राहिलेली स्वप्नं आणि ती आपण पूर्ण करावी ही त्यांची इच्छा, या गोष्टींचा आपल्यावर दबाव असतो.

त्यामुळे एकतर आई-वडिलांची अपूर्ण राहिलेली स्वप्नं, नाहीतर नंतर कॉलेजमध्ये– ही त्याच मित्रांबरोबर राहण्याची इच्छा, आणि तेही नाही, तर 'जो मिल गया उसी को मुकद्दर समझ लिया,' अशाप्रकारचे अदूरदर्शी विचार करत राहून त्या वेळी अतिशय आवश्यक असलेला दूरदर्शी विचार न करताच आपण आयुष्यातला खूप महत्त्वाचा आणि मोठा निर्णय घेऊन टाकतो.

त्यामुळे योग्य वेळीच नीट विचार करा. मर्जी तुमची आहे, कारण आयुष्य तुमचं आहे. गुलाबाबरोबर काटे असणारच. त्यासाठीही तयार रहा. समजा तुम्ही कॉमर्सचे विद्यार्थी आहात आणि सी.ए. करता आहात. ही डिग्री मिळाल्यानंतरही तुमच्याकडे दोन पर्याय असतील... नोकरी करायची? की... स्वतःचा व्यवसाय सुरू करायचा?

जर नोकरी केलीत, तर दर महिन्याला तुम्हाला किती पैसे मिळतील, हे ठरलेलं असेल. तुम्ही जिथे नोकरी करत असाल, त्या कंपनीचा व्यवसाय जरी मध्येच दोन-चार महिने ढेपाळल्यासारखा झाला, तरी तुम्हाला दर महिन्याला तुमचा ठरलेला पगार मिळत राहील. पण नोकरीतसुद्धा पगार आणि पगारवाढ यांना ठरलेली सीमा असते आणि अधूनमधून तुमच्यावर नोकरी बदलण्याची, राहतं शहर बदलण्याची वेळही येऊ शकते. त्याऐवजी तुम्ही स्वतःचाच व्यवसाय करायचं ठरवलंत, तर त्याचा जम बसायला वेळ लागेल. सुरुवातीपासून ठरावीक उत्पन्न मिळेलच असं गृहीत धरून तुम्ही त्यावर अवलंबून राहू शकणार नाही. व्यवसायात जम बसायला पाच-दहा वर्षंही लागू शकतील. पण एकदा जम बसला की मग मात्र अमर्याद पैसे मिळण्याची शक्यता असते. नोकरी करणं हा धोका कमी असलेला मार्ग असतो, जो तुम्हाला 'सिंपल इंटरेस्ट' या पद्धतीचं ठरावीक व्याज, अर्थात, पगार देत राहतो आणि स्वतःचा व्यवसाय हा जास्त धोकादायक मार्ग असतो, जिथे पैसे मिळायला लागले की चक्रवाढ व्याजासारखे सतत जास्त मिळत राहतात. हे सगळं इतकं तपशीलवार सांगण्याचा उद्देश इतकाच आहे की तुम्ही तुमची प्राथमिकता ओळखणं खूप गरजेचं आणि महत्त्वाचं आहे आणि पुढे त्यादृष्टीने योग्य तेच काम तुम्ही करायला हवं. असं असू शकतं, की पैसे मिळवण्यासाठी व्यवसायात जम बसण्याची वाट पाहत थांबण्यासारखी तुमच्या घरची आर्थिक परिस्थिती नसते. तर अशावेळी तुम्ही नोकरी करणंच योग्य असतं. पण जे काही कराल ते तुमच्या प्राथमिकतेनुसारच करा.

हेच उदाहरण घेऊन पुढे जाऊ या, तर आपल्या या पुढच्या गोष्टीतल्या

नायकाला 'विजय' हे नाव देऊ या. बच्चन यांचं पडद्यावरचं सर्वांत लोकप्रिय नाव 'विजय' होतं, हे आठवतंय ना? तर आपल्या या विजयने नोकरी करायला सुरुवात केली. काही वर्षं चांगली गेली. आता तो पंचवीस वर्षांचा झालाय. त्याच्या कामावर खूश होऊन कंपनीने त्याला प्रमोशन दिलंय आणि तो असिस्टंट मॅनेजर झालाय. त्याच्या आसपासचे लोक त्याचं कौतुक करताहेत, आणि त्याबरोबर त्याला असंही सांगताहेत की, 'आता मॅनेजरचं पद मिळालंय, तर आता गाडी घेतलीच पाहिजे.' विजयचा आनंद त्याच्या मनात मावेनासा झालाय. त्याने लगेचच एक अगदी लेटेस्ट मॉडेलची गाडी बुकसुद्धा करून टाकली आहे. एक काळ असा होता की भारताची शान समजली जाणारी ॲम्बॅसिडर गाडी खरेदी करण्यासाठी काही वर्षं आधी बुकिंग करायला लागत होतं आणि लवकर मिळावी म्हणून कोणाचीतरी शिफारस मिळवावी लागत होती. पण आता काळ बदलला आहे. आता तुम्ही फक्त 'हो' म्हणायचा अवकाश, मग डीलर लगेच तुमच्या दारात गाडी आणून उभी करतो. तर त्यामुळे विजयला लगेच गाडी मिळते आणि तितक्याच लगेच गाडीचे मासिक हप्तेही सुरू होतात. आता नोकरी करणारा कोणता तरी माणूस सगळे पैसे एकदम देऊन महागड्या वस्तू खरेदी करू शकतो का? मग विजय तरी याला अपवाद कसा असणार.

आसपासच्या लोकांना वाटतं की, त्यांचं ऐकूनच विजयने हे चांगलं काम केलेलं आहे. पण विजयने हे काम का केलंय हे फक्त विजयलाच माहीत आहे. आणि मलाही... कारण गोष्टीचा लेखक मीच आहे ना. तर त्याचं खरं कारण हे आहे की, विजयचा एक सहकारी आहे. त्याला आपण 'अमित' नाव देऊ या, कारण हे बच्चन यांचं पडद्यावरचं दुसरं लोकप्रिय नाव आहे. तर या अमितने, एका वर्षापूर्वीच, असिस्टंट मॅनेजर हे पद मिळाल्यामिळाल्या गाडी घेतलेली असते आणि विजयच्या मनात तेव्हापासूनच अशी तगमग चालू असते की, त्यानेही लवकरात लवकर असं काहीतरी केलं पाहिजे. तशी संधी मिळताच, त्याने स्वतःचं सामर्थ्य दाखवण्याच्या आणि दिखावा करण्याच्या या खेळात, स्वतःचा डाव खेळून टाकला आहे.

पण हा तोच विजय आहे, ज्याने सी.ए. झाल्यावर स्वतःचा व्यवसाय सुरू केला नव्हता, कारण तेव्हा त्याच्या घरची आर्थिक परिस्थिती व्यवसाय करण्यासाठी अनुकूल नव्हती. त्याचे वडील एक सेवानिवृत्त सरकारी शिक्षक होते. तेव्हा शिक्षणासाठी कर्ज मिळण्याची सोय असल्याने आणि विजयला ते मिळाल्याने तो आपलं शिक्षण पूर्ण करू शकला. त्या कर्जाचे हप्ते तो अजूनही फेडतोच आहे. त्याला एक लहान बहीणही आहे, जी अजून कॉलेजचं शिक्षण घेते आहे. तिला स्वतःच्या पायावर उभं करण्यापासून, ते तिच्या लग्नापर्यंतचा सगळा खर्च विजयलाच

करावा लागणार आहे. दुसरीकडे त्याचा सहकारी अमित, एका उच्चपदस्थ ग्रेड-वन सरकारी ऑफिसरचा मुलगा आहे. वरकमाई होऊ शकेल अशाच ठिकाणी पोस्टिंग मिळवून अमितच्या वडिलांनी प्रचंड पैसा जमा केलेला आहे. गावाकडे त्यांच्या इतक्या जमिनी आहेत, की त्यांचा नक्की आकडाही अमितला माहीत नाही. त्यातूनही 'सोने पे सुहागा' म्हणण्यासारखी गोष्ट म्हणजे तो एकुलता एक आहे. त्यामुळे उघडच आहे की, विजय आणि अमित या दोघांची परिस्थिती एकसारखी नसल्यामुळे, दोघांच्या प्राथमिकताही एकसारख्या असू शकत नाहीत. वर सांगितलेल्या विशेष घटनेवरची दोघांची प्रतिक्रियासुद्धा एकसारखी असणार नाही.

दोन अगदी विरोधी पार्श्वभूमी असणाऱ्यांचं उदाहरण मी इथे दिलेलं आहे. पण एखाद्या लेखकास सगळे लोकच असं शिकवतात की, गोष्टीमध्ये जोपर्यंत 'द्वंद्व' येत नाही, तोपर्यंत त्या गोष्टीत मजाही येत नाही.

तर मग विजयची ही गोष्ट आणखी पंधरा वर्षांनी पुढे नेऊ या. हा विजय आता फायनान्स डिपार्टमेंटमधल्या सर्वांत उच्च पदावर पोहोचला आहे... 'चीफ फायनान्स ऑफिसर' झालाय. त्याची बुद्धिमत्ता त्याला खूप पुढे घेऊन गेली आहे. पण १८-१८ तास काम करूनही, तो स्वत:चं काम पूर्ण करू शकत नाही. त्यामुळे कंपनीचा सी.ई.ओ. त्याच्यावर नाराज आहे. आपलं नेमकं काय आणि कुठे चुकतं आहे, हेच विजयला समजत नाहीये. तुलसीदासांनी म्हटल्याप्रमाणे, त्याच्याही बाबतीत असंच झालं आहे... 'तोच अर्जुन, तेच बाण, पण...'

स्वत: विजय, त्याची बुद्धिमत्ता, त्याचे कष्ट... सगळं होतं तसंच आहे. पण तरीही तो आपलं टार्गेट पूर्ण करू शकत नाही. का? आता ही गोष्ट मी लिहिलेली असल्याने या 'का?' चं उत्तर माझ्याकडे असणारच. तर त्याचं कारण हे आहे की, खूप उच्चपदावर पोहोचल्यानंतरही विजयने त्याची काम करण्याची पद्धत आणि कामातली प्राथमिकता, या दोन्हीही गोष्टी बदललेल्या नाहीत. ज्यांनी नोकरी केलेली आहे किंवा अजून करत आहेत, त्यांना हे माहिती असेलच, की प्रत्येक कामाचं, प्रत्येक पदाचं एक निश्चित असं कार्यक्षेत्र असतं.

प्रत्येक कंपनीचं एक 'vision and mission statement' असतं. म्हणजे त्या कंपनीला नेमकं कुठे पोहोचायचं आहे, आणि तिथेपर्यंत कंपनी कशी पोहोचणार आहे, हे आधीच ठरवलेलं असतं. या दोन्ही निश्चित गोष्टी विचारात घेऊन, कुठल्या कर्मचाऱ्याने काय काम करायचं, हे निश्चित केलेलं असतं. कर्मचाऱ्यांचा वरपासून खालपर्यंत असा क्रम विचारात घेतला, तर खाली पाहता पाहता असं लक्षात येतं की, सर्वांत कनिष्ठ पदावरच्या कर्मचाऱ्याचे शारीरिक कष्ट आणि 'ग्राउंड वर्क,' म्हणजे अगदी प्राथमिक स्वरूपाचं काम इतरांपेक्षा खूप जास्त

असतं. उदाहरणार्थ त्याला अनेक दुकानांमध्ये फिरावं लागतं. किरकोळ विक्रेत्यांपासून ते मोठ्या वितरकांपर्यंत सर्वांना सातत्याने भेटत राहावं लागतं. त्याला नेमून दिलेल्या भागाचे दौरे करावे लागतात. दुसरीकडे माणूस जेव्हा वरच्या पदावर असतो, तेव्हा त्याच्या बुद्धीला जास्त मेहनत करावी लागते. कंपनी आणखी आणखी मोठी, प्रगत करण्यासाठी त्याला नवी नवी धोरणं, नवनवीन योजना तयार कराव्या लागतात. म्हणजे स्वत: प्रत्यक्षपणे काम न करता, तो लोकांकडून काम करवून घेतो.

मी जेव्हा एका टेलिकॉम कंपनीत काम करत होतो, तेव्हा माझे एक सी.ई.ओ. नेहमी असं म्हणायचे की, टेरिटरी मॅनेजरने एका महिन्याचं टार्गेट लक्षात घेऊन काम केलं पाहिजे. झोनल मॅनेजरने तीन महिन्याचं टार्गेट लक्षात घेऊन काम करायला पाहिजे. झोनल बिझनेस मॅनेजरने किंवा एका संपूर्ण ब्रँचच्या प्रमुखाने सहा महिन्यांची योजना आखून काम केलं पाहिजे. आणि एका संपूर्ण राज्याच्या सेल्स हेडने संपूर्ण वर्षाच्या योजनेनुसार काम केलं पाहिजे. पण झोनल मॅनेजरने जर तीन महिन्यांच्या ऐवजी एका महिन्याच्या कामाचं प्लॅनिंग करून त्याप्रमाणे काम केलं, तर या हिशेबाने टेरिटरी मॅनेजर फक्त एकाच दिवसाच्या टार्गेटवर लक्ष केंद्रित करेल आणि कामाचं असं बिघडलेलं वेळापत्रक, बिघडलेलं संतुलन, याचा परिणाम हळूहळू वरिष्ठ पातळीवर होईल. आणि मग कंपनीचा एकूणच व्यवसाय अपेक्षेप्रमाणे वाढणार नाही.

– आणि विजयच्या बाबतीत नेमकी हीच चूक होत होती. तो कष्ट तर करत होता, पण ते योग्य तिथे करत नव्हता. त्याचं पद बदललं, पण त्याबरोबर त्याच्या प्राथमिकता बदलल्या नाहीत. जी कामं त्याने आपल्या कनिष्ठांकडून करून घ्यायला हवी होती, तीही तो स्वत:च करत राहिला होता. आणि कनिष्ठही त्यामुळे तसेच वागत होते. त्यांच्या हाताखालच्या लोकांची कामं ते स्वत:च करत होते. कामाचं सगळं संतुलनच बिघडायला लागलं होतं. आणि त्याचं सगळं खापर एकट्या विजयच्या डोक्यावर फोडलं जात होतं. कारण सी.ई.ओ.ला, त्याने स्वत: कशाला प्राधान्य द्यायला पाहिजे, हे माहिती होतं, आणि म्हणून तो त्याच्यापेक्षा एकच पायरी खाली असणाऱ्याचं म्हणजे अर्थातच विजयचं काम करत नव्हता. म्हणूनच नोकरीसाठी निवड झाली किंवा तुम्ही अभ्यासासाठी योग्य तो विषय निवडलात, की आयुष्यातली प्राथमिकता निश्चितपणे ठरवण्याचं तुमचं काम संपलं, असं कधीच होत नाही. हे काम आयुष्यभर चालूच राहतं... म्हणजे जाणीवपूर्वक चालू ठेवावं लागतं.

आता या गोष्टीतल्या विजयचं वय आपण आणखी वाढवणार नाही. कुठल्याही कथेतला नायक तरुणच असला पाहिजे, असा एक अलिखित नियमच आहे

बहुतेक. त्यानुसार नायक फार तर फार चाळीस वर्षांचा चालू शकतो. तर विजय आता चाळीस वर्षांचा झाला आहे. त्याचा एक 'छोटा परिवार, सुखी परिवार' पण आहे. त्याचा मुलगा अभिषेक याला नुकतंच बारावं वर्ष संपून तेरावं वर्ष लागलं आहे. म्हणजे त्याने आता 'टीनएज' मध्ये प्रवेश केलेला आहे. सहज म्हणून विचारतो की, विजयच्या मुलाचं हे नाव का ठेवलं असावं, हे तुमच्या लक्षात आलंच असेल ना? असो.

तर एक एक्झिक्युटिव्ह ते सी.एफ.ओ. या प्रवासामध्ये विजयला अनेक गोष्टी गमवाव्या लागल्या, अनेक गोष्टींवर नाइलाजाने पाणी सोडावं लागलं, हे तर उघडच आहे. 'कुटुंबासाठी दिला जाणारा वेळ' ही गोष्टही त्यात समाविष्ट आहेच. तो ऑफिसमधून आल्या आल्या, धावत येऊन त्याला मिठी मारणारा त्याचा लाडका मुलगा अभिषेक, आता त्याच्यापासून लांब राहायला लागलाय. आता तो टीव्ही, कॉम्प्युटर, मोबाइल यांच्या विश्वात जास्त वेळ रमायला लागलाय. काही सांगण्याआधीच ऐकणारा आधीचा अभिषेक आता विजयच्या बोलण्याकडे दुर्लक्ष करायला लागला आहे. तारुण्यात दिसणारी बंडखोर वृत्ती त्याच्या वागण्यात हळूहळू डोकवायला लागली आहे. अजूनही विजयने जर शांतपणाने विचार केला, तर त्याला नक्कीच ते पूर्वीचे दिवस आठवतील, जेव्हा अभिषेक पळत पळत त्याच्याजवळ यायचा, पण विजय मात्र घरीसुद्धा ऑफिसचं जास्तीचं काम करत, लॅपटॉप घेऊन बसलेला असायचा. आणि त्या कामात इतका बुडून गेलेला असायचा की, लाडाने जवळ आलेल्या अभिषेकला त्याच्याकडे नजरही न वळवता, दूर करायचा. विजयला अजूनही ती सगळी दृश्यं आठवतील, जेव्हा कितीतरी तासांनी, संध्याकाळी त्या मुलाला त्याचे वडील दिसायचे आणि तो अगदी आनंदून जाऊन, शाळेतल्या दिवसभरातल्या गमती-जमती वडिलांना सांगण्यासाठी उतावीळ झालेला असायचा, तेव्हा फोन कानाला लावूनच विजय घरात यायचा. आणि तो फोन त्याच्या ज्युनिअरला दुसऱ्या दिवशींच्या मीटिंगबद्दल सूचना देण्यासाठी लावलेला असायचा. पण अजूनही वेळ गेलेली नाही, हे विजयने लक्षात घेण्याची गरज आहे. तो स्वत:ला 'शक्ती' चित्रपटातल्या दिलीपकुमार आणि आपल्या मुलाला त्यातल्या अमिताभ बच्चनसारखं बनण्यापासून अजूनही रोखू शकेल, इतका वेळ त्याच्याकडे नक्कीच आहे. या चित्रपटातल्या अमिताभ बच्चन यांनी साकारलेल्या व्यक्तिरेखेत, लहानपणी झालेले गैरसमज इतके खोलवर परिणाम करून बसलेले असतात, की तो आणि त्याचे वडील जिवंतपणी कधीच प्रेमाने, आपुलकीने एकमेकांच्या जवळ येत नाहीत.

विजयने वडील म्हणून असणारी त्याची प्राथमिकता काय आहे हे अजूनही जर लक्षात घेतलं नाही, तर तो 'मुगल-ए-आझम'मधला 'जिल्ले इलाही' म्हणजे

पृथ्वीराज कपूर ठरेल. त्याचा मुलगा अभिषेक हा 'सलीम' म्हणजे दिलीपकुमार ठरेल. मग पुन्हा एका 'अनारकली'साठी त्या दोघांमध्ये संघर्ष सुरू होईल. पण दुर्दैवाने असंही होणं शक्य आहे की, ही 'अनारकली' मधुबालासारखी सुंदर स्त्री नसेल. त्याऐवजी ड्रग्ज, दारू, वाईट संगत, दिशाहीन जीवन आणि आगापिच्छा नसलेली बंडखोर वृत्ती, या सगळ्या गोष्टींमुळे कुरूप दिसणारा चेहरा घेऊन समोर आलेली एखादी मुलगी असेल.

मुळात विजय हा एक संवेदनशील आणि समजूतदार माणूस आहे. कुणीही कधीही जर त्याला विचारलं, की त्याच्यासाठी सगळ्यात महत्त्वाचं काय आहे, तर क्षणाचाही विलंब न लावता तो सांगतो की – 'माझं कुटुंब.'

पण प्रत्यक्षात मात्र त्याचे विचार आणि वागण्यामधल्या प्राथमिकता या दोन गोष्टी खूपच वेगवेगळ्या आहेत.

प्रसिद्ध लेखक स्टीवन आर. कोवी यांचं 'Seven habits of highly effective people' या नावाचं एक बहुचर्चित पुस्तक आहे. या पुस्तकात त्यांनी 'Time management' म्हणजे 'वेळेचे व्यवस्थापन' या विषयासंदर्भाने कामाच्या स्वरूपाचे चार भाग पाडून कुठल्या वेळी कुठल्या कामाला प्राधान्य द्यायचं, हे ठरवण्याबाबत काही गोष्टी सांगितल्या आहेत. ते चार भाग असे आहेत –

- अत्यावश्यक आणि महत्त्वपूर्ण काम (लागलेली आग विझवण्यासारखं कुठलंही काम.)
- महत्त्वपूर्ण पण अत्यावश्यक नाही, असं काम (वेळेचा परिपूर्ण आणि सर्वोत्कृष्ट उपयोग करणे)
- अत्यावश्यक पण महत्त्वपूर्ण नाही, असं काम (म्हणजे तुमची एकाग्रता भंग करणारी कामं – जसं की फोन, ई-मेल, अनावश्यक मीटिंग्ज, इ.)
- महत्त्वपूर्णही नाही, आणि अत्यावश्यकही नाही असं काम (जसं की इंटरनेटवर वेळ वाया घालवणं, कुठल्याही प्रकारच्या सोशल मीडियावर वेळ घालवणं, ज्यामुळे महत्त्वपूर्ण कामं मागे पडतात.)

या जगात आपण अनेक नाती जोडू शकतो, अनेक नाती निभावू शकतो, चांगली काहीतरी योजना आखून त्याप्रमाणे वागू शकतो, विचारपूर्वक एखादं ध्येय ठरवून ते साध्य करू शकतो. आणि हे सगळं तेव्हाच शक्य होऊ शकतं, जेव्हा त्या विशेष नात्याला किंवा विशेष ध्येयाला आपण वरच्या दुसऱ्या भागात समाविष्ट करतो : 'महत्त्वपूर्ण पण अत्यावश्यक नाही असं काम' - आणि असं जर समजलं नाही, तर ते काम पूर्ण होणं शक्य होत नाही.

विजयही त्याच्या मेंदूच्या एका कोपऱ्यात, त्याचा मुलगा अभिषेक त्याच्यासाठी

महत्त्वाचा आहे, असं समजतो, असं मान्यही करतो. पण प्रत्यक्ष वागताना मात्र तो त्या वागण्याला चौथ्या भागात समाविष्ट करतो. त्यामुळे त्याच्याशी आवर्जून जवळिकीने वागणं, त्याला वेळ देणं या गोष्टी त्याला अत्यावश्यकही वाटत नाहीत आणि महत्त्वाच्याही वाटत नाहीत. पण हे असंच जर चालत राहिलं, तर विजयला एक दिवस नक्कीच जाणवेल की, त्याचा मुलगा चौथ्या भागातून एकदम उडी मारल्यासारखा पहिल्या भागात आलाय, आणि त्याच्यासाठी तो महत्त्वाचाही झालाय आणि अत्यावश्यकही झालाय. किंवा मग एक दिवस अचानकपणे त्याच्या लक्षात येईल, की आपल्या मुलाला एखादी वाईट सवय लागलेली आहे किंवा वाईट संगत लागली आहे. किंवा मग या दोन्ही वाईट गोष्टी त्याच्या बाबतीत घडलेल्या आहेत. म्हणजेच पहिल्या भागासाठी दिलेल्या उदाहरणाप्रमाणे, त्या मुलाच्या आयुष्याला आग लागलेली आहे आणि आग लागल्यानंतर ती ताबडतोब विझवणं, हे फक्त अत्यावश्यकच नाही, तर अतिशय महत्त्वाचंही असतं. अजूनही वेळ गेलेली नाही, हे विजयने ताबडतोब लक्षात घ्यायला हवं. आणि एक वडील म्हणून त्याची प्राथमिकता काय आहे हे विचारपूर्वक ठरवायला हवं. पूर्ण आणि व्यावहारिक विचार करून, आपला मुलगा अभिषेक याचा दुसऱ्या भागात समावेश केला पाहिजे.

मी माझ्या आयुष्यात वाचलेलं एक खूप छान आणि अतिशय अर्थपूर्ण वाक्य असं आहे की – 'जे काम तुम्हालाच करायचं आहे, ते तुम्ही अशावेळीच करून टाका, जेव्हा ते कधी करायचं, हे ठरवणं तुमच्या हातात असतं. ते काम करणं अनिवार्यच होण्याची, म्हणजे आता ते काम लगेच करण्याशिवाय गत्यंतरच उरलेलं नाही, असं म्हणण्याची वेळ येईपर्यंत वाट बघत बसू नका.

कॉम्प्युटर महाशय, कृपया हे वाक्य 'लॉक' केलं जावं –

> *'आयुष्यात प्रथम स्थान मिळवण्यासाठी, सर्वांत प्रथम, आपली प्राथमिकता सुनिश्चित करा.'*

मुझे जो सही लगता है, वो मैं करता हूँ

मुझे जो सही लगता है वो मैं करता हूँ।
फिर चाहे वो भगवान के खिलाफ हो,
कानून के खिलाफ हो,
या पूरे सिस्टम के खिलाफ।

'मुझे जो सही लगता है, वो मैं करता हूँ, फिर चाहे वो समाज के खिलाफ हो, पुलिस या कानून के खिलाफ हो, भगवान के खिलाफ हो, या फिर पूरे सिस्टिम के खिलाफ हो ।'

'मला जे योग्य वाटतं ते मी करतो. मग ते समाजाच्या विरुद्ध असू दे. पोलिसांच्या किंवा कायद्याच्या विरुद्ध असू दे. परमेश्वराच्या विरुद्ध असू दे. नाहीतर मग पूर्ण विश्वप्रणालीच्या विरुद्ध असू दे.'

आता हे तर होणारच होतं. मी जर अमिताभ बच्चन यांच्यासारख्या नायकाला या पुस्तकाचा आधारस्तंभ बनवलं आहे, तर मला अशा परिस्थितीसाठी तयार राहायलाच हवं होतं... नाही ना समजलं मला काय म्हणायचं आहे ते? तर माझ्या या म्हणण्याचं तात्पर्य हे आहे की, 'अँग्री यंग मॅन' या नावाने जे ओळखले जातात, आणि ज्यांनी अधिकतर बंडखोर व्यक्तीची भूमिकाच साकारलेली आहे, त्या बच्चन यांच्या अशा एखाद्या संवादाशी कधी-ना-कधी आपली गाठ पडणं हे अगदी स्वाभाविकच आहे. हा संवाद कोणत्या चित्रपटातला आहे, हे ज्या वाचकांच्या लक्षात आलेलं नाही, त्यांच्यासाठी माहिती देतो, की २००५ साली प्रदर्शित झालेल्या 'सरकार' या चित्रपटातलं हे वाक्य आहे. मुंबईतला एक अघोषित, पण 'स्वयंघोषित राजा, सुभाष नागरे, याचं 'larger than life' म्हणावं असं अतिशय प्रभावशाली व्यक्तिमत्त्व अमिताभ बच्चन यांनी या चित्रपटात साकारलं होतं.

आता चित्रपटातली एक व्यक्तिरेखा म्हणून त्यांच्या तोंडी हे वाक्य ठीक होतं. पण एका प्रेरणादायक पुस्तकात, असं समाजविरोधी, कायदा आणि पोलीसविरोधी आणि इतकंच नाही तर, अगदी परमेश्वराच्याही विरोधात असणारं वाक्य वापरण्याचं

कारणच काय? तो परमेश्वर एकवेळ स्वत:च्या लेकरांना माफ करेल. पण कायद्याच्या विरुद्ध बोललं, तर कायदा माफ करणार नाही. आपल्यापैकी जितक्या लोकांनी जुने हिंदी चित्रपट पाहिलेले आहेत, त्यांच्यापैकी बहुतेकांची कायद्याशी प्रत्यक्ष गाठ कदाचित कधीच पडलेली नसेल. पण तरीही त्यांना कायद्याची दोन 'शारीरिक लक्षणं' चांगलीच माहीत असतील. पहिलं लक्षण म्हणजे, 'कायदा आंधळा असतो', आणि दुसरं लक्षण म्हणजे, 'कायद्याचे हात खूप लांब असतात'. इतके लांब की त्या हातांपासून तुम्ही स्वत:ला वाचवू शकत नाही. 'मग तरीही तुम्ही त्याच्याशी वैर का पत्करता आहात?' असा प्रश्न तुमच्या मनात येऊ शकतो.

विद्येची देवी असणाऱ्या सरस्वतीमातेचे वाहन 'हंस' आहे, असं म्हटलं जातं. या हंसाच्या बाबतीत पूर्वीपासून असं मानलं गेलं आहे की, त्याला जर दूध आणि पाणी एकत्र मिसळून दिलं, तर त्यातलं पाणी वेगळं करून, फक्त दूध पिता येणं, हा त्याचा गुणविशेष आहे. त्यामुळे 'ज्ञानाच्या' संदर्भातल्या या पुस्तकात, आपणही हंसाचा हा गुणविशेष आत्मसात करत, या बंडखोर वाक्यातलं, फक्त ज्ञान शोधणार आहोत.

चित्रपटातल्या एका संवादामधलं हे पहिलंच वाक्य आहे आणि आपण फक्त तेवढंच विचारात घेणार आहोत... 'मुझे जो सही लगता है, वो मैं करता हूँ।' हे वाक्य हाच या लेखाचा आधार आहे. हे वाक्य वाचून एव्हाना तुमच्या लक्षात आलं असेल, की हा लेख म्हणजे या आधीच्या लेखांचाच पुढचा विस्तारित भाग आहे.

पुढे जाण्याआधी, 'जस्ट फॉर ए चेंज' आपण अमिताभ बच्चन यांच्या चित्रपटाऐवजी आमीरखान यांच्या एका प्रसिद्ध चित्रपटातील एका दृश्याचा संदर्भ लक्षात घेणार आहोत. डिसेंबर २००९ मध्ये प्रदर्शित झालेला 'थ्री इडियट्स' हा एक असा यशस्वी आणि सार्थ चित्रपट आहे, जो आपल्या शिक्षण पद्धतीबाबत एक अतिशय महत्त्वाचा आणि विचार करायला भाग पाडणारा प्रश्न उपस्थित करतो. आणि आपली शिक्षण पद्धती, ज्ञानाची परीक्षा घेत नाही, तर फक्त स्मरणशक्तीची परीक्षा घेते, हे वास्तव त्यातून स्पष्टपणे ध्वनित होतं. या चित्रपटात करिना कपूर आमीरखानला असं विचारते, की तिच्या भावी नवऱ्याला आमीर 'गाढव' का म्हणत असतो. यावर आमीर असं उत्तर देतो की... 'त्याला गाढव नाही म्हणायचं, तर आणखी काय म्हणायचं? त्याने आधी इंजिनिअरिंग केलं. मग एम.बी.ए. केलं आणि आता अमेरिकेला तो जाऊन एका बँकेत नोकरी करतो आहे. जर त्याला बँकेतच नोकरी करायची होती, तर त्याने इंजिनिअरिंग का केलं?'

थिएटरमध्ये हा संवाद ऐकल्यावर आपण सगळेच हसलो होतो. पण नंतर

मात्र आपण तो संवाद बहुतेक विसरूनही गेलो. कारण एकतर असे प्रश्न स्वत:ला विचारायला आपण घाबरतो, नाहीतर मग असले प्रश्न विचारण्याचं स्वातंत्र्य बहुतेक आपल्याला नसतं.

प्राण्याचं जग आपल्यापेक्षा नक्कीच खूप मागे आहे. पण प्राणी जर आपल्या मुलांशी बोलू शकत असते, तर श्रीमान हत्ती स्वत:च्या मुलांना असं म्हणाले असते का की, 'किती जाड आहेस रे तू. पटपट पळूही शकत नाहीस. आपल्या शेजारच्या त्या चित्ताकाकांकडे बघ. त्यांचा मुलगा आपल्या गल्लीतल्या सगळ्यांपेक्षा जास्त वेगाने पळतो.' आणि एखादी श्रीमती कावळीण बाई आपल्या मुलीला असं म्हणाली असती का, की 'माझं नशीबच फुटकं आहे. एकतर तू इतकी काळी आहेस आणि तुझा आवाजही किती कर्कश आहे. जरा शेजारच्या कोकिळामावशीच्या मुलीकडे बघ. तिचा रंगही काही गोरा नाहीये. पण निदान तिचा आवाज तरी किती गोड आहे.' किंवा मग आपल्या फिल्मी दुनियेतली प्रिय श्रीमती (इच्छाधारी) नागीण आपल्या मुलाला असं म्हणेल का, की 'नागपंचमीच्या दिवशी कितीही दूध पीत असलास ना, तरी आयुष्यभर सरपटतच राहणार आहेस मेल्या तू. दळभद्री कुठला. आम्ही तर कधीच उडू शकलो नाही. वाटलं होतं की आमची मुलं नक्की आकाशाला हात लावून येतील... समोरच्या कॉलनीत राहणाऱ्या घारींसारखी... गिधाडांसारखी. पण कुठचं काय? तू ही मरेपर्यंत सरपटत राहून, आमची स्वप्नं पायदळी तुडवणार आहेस.'

याबद्दल फक्त दिलगिरी वाटू शकते, की या प्राण्यांकडे आपल्यासारखं विज्ञानाचं भांडार नाही. पण त्यांच्याकडे उपजत ज्ञान आहे. ते आपली निसर्गदत्त अवस्था किंवा परिस्थिती ओळखतात आणि त्यानुसारच वागतात. आणखी एक मोठा आणि महत्त्वाचा फरक हा आहे की निसर्गाने आपल्याला सगळ्यांपेक्षा मोठा मेंदू दिला आहे. खूप जास्त बुद्धी दिली आहे. त्यामुळे आपण खूप जास्त विचार करतो. आपण कितीतरी गोष्टींचे कितीतरी पर्याय विकसित केलेले आहेत आणि याआधीच म्हटल्याप्रमाणे प्रत्येक नाण्याला दोन बाजू असतात. त्यामुळेच माणसांचा तो मोठा मेंदू, त्यांच्या मोठ्या समस्यांनासुद्धा कारणीभूत ठरतो. या मुद्द्यावरून तुम्हालाही कदाचित ते गाणं आठवलं असेल, जे मला आत्ता आठवतंय. १९९५ साली आलेल्या आमीर खानच्या 'रंगीला' या चित्रपटातलं हे गाणं मला आठवतंय–

'क्या करें क्या ना करें, ये कैसी मुश्किल हाय
कोई तो बता दे इसका हल ओ मेरे भाई'

नेहमीच्या सरधोपट मार्गाने जाणारा माणूस यशस्वी होतच नाही आणि तो गाढव समजला जातो, असा काही नियम नाही आहे. 'थ्री इडियट्स' मधला तो बँकेत नोकरी करणारा माणूसही चांगला पगार मिळवत होताच की, त्यामुळे तुम्ही

असं सरधोपट मार्गाने वागलात, तरी नेहमीच काही अयशस्वी ठरणार नाही. असंही होऊ शकतं, म्हणजे बरेचदा होतं, की पदवी मिळवल्यानंतर आपण चांगल्या पगाराची नोकरी करायला लागतो. लग्न करतो. आपल्याला मुलंबाळं होतात. थोडक्यात आपलं बस्तान व्यवस्थित बसतं. खरंतर या पृथ्वीवर जन्म घेऊन कधीच कुणी पूर्णपणे 'सेटल' होत नाही. पण आधुनिक विचारसरणीनुसार यालाच 'सेटल' होणं म्हणत असतील, तर मान्य करू या की, तुम्हीही तसेच 'सेटल' झालेले आहात. पण तरीही, तुम्ही तुमच्या मूळ स्वभावानुसार, जन्मजात वृत्तीनुसार जर शिक्षण घेतलं नसेल, किंवा त्यानुसार नसणारी नोकरी तुम्ही करत असाल, तर थोड्या थोड्या दिवसांनी, किंवा अधूनमधून किंवा नेहमीच ही गोष्ट तुमची तुम्हालाच खुपत राहील. मध्येच तुम्हाला असंही वाटेल की, 'काय राव, हे काम करण्यासाठी जन्माला आलो होतो का मी?' पण मग पुन्हा तुमची नजर तुमच्या 'सॅलरी स्लिप'कडे वळेल, जी नेहमीसारखीच असेल, आणि मग तुम्हाला तुमच्या घरासाठी आणि गाडीसाठी घेतलेल्या कर्जाच्या दर महिन्याला भरायच्या हप्त्याची आठवण होईल. हा हप्ता अर्थातच खूप जास्त असतो. अशावेळी तुम्हाला तुमच्या मुलांचे चेहरे डोळ्यांसमोर येतील, ज्यांच्या उच्च शिक्षणासाठी तुम्हाला अजून खूप पैसे साठवायचे आहेत. त्यामुळे जो एक बंडखोर प्रश्न तुमच्या मनात आला होता, तो प्रश्नच त्याचे योग्य आणि समर्पक उत्तर देईल. तुमच्या आई-वडिलांच्या आनंदासाठी जो प्रवास तुम्ही सुरू केला होतात, तोच प्रवास तुम्ही तुमच्या मुलांच्या भविष्यासाठी सुरू ठेवाल. परमेश्वराने तुम्हाला उडण्याची क्षमता देऊन पाठवलं होतं. पण तुम्ही सरपटत का होईना, तुमचा तो प्रवास पूर्ण करून, स्वतःच्या आयुष्याची आणि कर्तव्यांची इतिश्री कराल. आता यामुळे काय फरक पडणार आहे, असा विचार तुमच्या मनात स्वाभाविकपणे येऊ शकतो.

पण फरक पडू शकतो, असं जर तुम्हाला वाटलं, तर आवर्जून वेळ काढून याचा विचार करा, की तुम्ही सध्या जे करता आहात, तेच कायम करावं अशी तुमची खरंच इच्छा होती का? नेहमी आई-वडिलांचीच चूक असते असं नाही. स्वतःच्या भविष्याचा विचार करण्याचं काम, तुम्ही स्वतःच योग्य वेळी केलेलं नसतं आणि म्हणूनच तुम्ही नंतर पश्चात्ताप करत बसलेले असता.

पण या पश्चात्तापातून सुटका करून घेण्याचा काही मार्ग असतो का?

साधारण २००० सालापर्यंत भारतात इंग्रजी साहित्य प्रकाशित करणारे प्रकाशक फक्त शरीराने भारतीय होते. त्यांचा आत्मा तर पूर्णपणे ब्रिटिश आणि अमेरिकन होता. ते ज्या प्रकारचं इंग्रजी साहित्य प्रकाशित करत होते, त्यातली

इंग्रजी भाषा अतिशय कठीण आणि क्लिष्ट होती, जी सामान्य भारतीय माणसं समजू शकत नव्हती. या माणसांमध्ये मी अशाही माणसांना सामाविष्ट करू इच्छितो, ज्यांना त्यांच्या आई-वडिलांनी पुष्कळ पैसे खर्च करून, इंग्रजी माध्यमातून शिक्षण दिलं होतं. खूप मोठ्या शाळांमध्ये आणि कॉलेजांमध्ये शिकलेल्या भारतीयांनाच फक्त ती इंग्रजी समजू शकत होती.

नेमक्या याच सुमारास एक भारतीय माणूस परदेशात राहून भरपूर पगाराची नोकरी करत होता. आय.आय.टी., आय.आय.एम. अशासारख्या संस्थांमधून इंजिनिअरिंग आणि एम.बी.ए. करून त्याने आपली बुद्धिमत्ता दाखवून दिली होती. आणि या पदव्यांनीच त्या माणसाला गलेलठ्ठ पगाराची नोकरी मिळवून दिली होती. यावरून आपल्यापैकी बऱ्याच जणांना त्याचं आयुष्य स्वर्गात राहत असल्यासारखंच होतं, असं वाटून जाणं स्वाभाविक आहे. पण या माणसाला भविष्यात अनेक लोकांसाठी प्रेरणास्थान बनायचं होतं, म्हणूनच की काय तो स्वतःच्या परिस्थितीबद्दल पूर्णपणे खूश नव्हता. त्याच्या मनात लेखक बनण्याची एक खोलवर रुजलेली आस होती, जी राहून राहून मनात उसळ्या मारत होती. एके दिवशी रात्री मित्रांबरोबरच जेवायला जायचं असं ठरलेलं असनूही तो गेला नाही आणि घरी बसून त्याने स्वतःच्या पुस्तकातले पहिले काही शब्द टाइप केले. चार वर्षं अथक परिश्रम केल्यानंतर, ते पुस्तक एकदाचं पूर्ण होऊ शकलं. एखाद्या सामान्य माणसालाही समजू शकेल, अशा इंग्रजीमध्ये लिहिलेल्या या पुस्तकाने खळबळ तर माजवलीच, पण भारतातल्या प्रकाशन व्यवसायाचं पूर्ण स्वरूपच बदलून टाकलं. प्रकाशक उदयोन्मुख लेखकांवर विश्वास ठेवायला लागले. सोप्या भाषेतील पुस्तकेही छापू लागले आणि साहित्यामध्ये मनोरंजनालाही स्थान देऊ लागले. मग प्रतिष्ठा प्राप्त केलेलं साहित्य आणि नवसाहित्य या दोन्हीच्या मधलाच एक प्रकार सुरू झाला, तो म्हणजे लोकप्रिय लेखन किंवा व्यावसायिक लेखन हा. असो, तर वर ज्या लेखकाबद्दल सांगितलं, त्यांचं नाव आहे चेतन भगत आणि त्यांच्या त्या पहिल्या पुस्तकाचं नाव आहे 'Five Point Someone.'

चेतन भगत हे आज फक्त पुस्तकेच लिहीत नाहीत, तर प्रतिष्ठित वृत्तपत्रांसाठीही लेखन करतात, वेगवेगळी सदरे लिहितात. ते एक वक्ताही आहेत, आणि चित्रपट-निर्मातेही आहेत. गलेलठ्ठ पगाराची नोकरी करून चेतन भगत यांनी भरपूर पैसे तर कमावले असते. पण मग आत्ता इतका सन्मान आणि प्रसिद्धी त्यांना मिळू शकली नसती. ते एखाद्या क्रांतीचा झेंडा फडकावणारे ठरले नसते. इथे मी प्रकाशन क्षेत्रात झालेल्या क्रांतीबद्दल बोलतो आहे.

पण या गोष्टीचा हा फक्त एकच भाग आहे. पहिलं पुस्तक प्रकाशित झाल्या झाल्या चेतन भगत यांनी नोकरी सोडून दिली होती का? तर अजिबात नाही.

स्वत:ची आणखी काही पुस्तकं यशस्वी ठरल्यानंतर आणि रॉयल्टी म्हणून कायम स्वरूपी उत्पन्नाची सोय झाल्यानंतर त्यांनी नोकरी सोडण्याचा निर्णय घेतला. उच्चशिक्षित आणि आर्थिकदृष्ट्या स्वावलंबी असणाऱ्या त्यांच्या पत्नीचं योगदानही त्यांच्या या निर्णयासाठी नक्कीच महत्त्वाचं ठरलेलं असणार. यासंदर्भात आपण मात्र एक गोष्ट लक्षात ठेवायला हवी की, चेतन भगत यांना जे असामान्य यश मिळालं, तसं यश अगदी मोजक्याच लोकांना मिळत असतं. त्यामुळे त्यांच्या या गोष्टीतून तुम्ही प्रेरणा नक्की घ्या, पण प्रत्यक्षात ती शब्दश: अवलंबण्याचा प्रयत्न मात्र करू नका.

म्हणजे तुमच्याही आत जर एखादा लेखक अस्वस्थपणे चुळबुळ करत असेल, तर लिखाण करायचं आहे म्हणून स्वत:ची चांगली नोकरी किंवा व्यवसाय लगेच सोडून देऊ नका. त्याआधी एक लेखक म्हणून स्वत:ची ओळख निर्माण करा. विशेषत: जर तुमच्या आयुष्यात बायको आणि मुलं आल्यानंतर तुम्ही असा क्रांतिकारी निर्णय घेण्याचा विचार करत असाल, तर ही गोष्ट नक्कीच लक्षात घ्या. इंग्रजी साहित्य लिहिणारे प्रथितयश लेखक अमिश त्रिपाठी यांनी त्यांच्या पहिल्या तीन कादंबऱ्यांना प्रचंड लोकप्रियता मिळाल्यानंतर स्वत:ची नोकरी सोडली होती. इंग्रजी भाषेतच लिहिणारे श्री. रवी सुब्रमण्यम आणि श्री. अश्विन सांघी अजूनही अनुक्रमे आपली नोकरी आणि व्यवसाय करत आहेत. आता इंग्रजीमध्ये लिहिणारे लेखक जर इतका विचार करून आपले आर्थिक निर्णय घेत आहेत, तर मग मराठी किंवा हिंदीमध्ये लिहिणाऱ्या लेखकांनी तर याबाबतीत आणखीच विचार करायला हवा. त्या लेखकांना मी अजिबात दुय्यम समजत नाहीये. फक्त एवढंच त्यांच्या लक्षात आणून देण्याचा प्रयत्न करतो आहे की, भारतामध्ये इंग्रजी पुस्तकांना बाजारात असणारी मागणी आणि इतर भाषेतल्या पुस्तकांना असणारी मागणी यात खूप जास्त फरक आहे.

म्हणूनच असं सांगावसं वाटतं की, तुमचं मन काय सांगतंय ते तुम्ही जरूर ऐका, पण त्यामुळे आयुष्यातल्या इतर वास्तव गोष्टींकडे, विशेषत: आर्थिक बाबतीतल्या वास्तविकतेकडे अजिबात दुर्लक्ष करू नका.

स्टीव्ह जॉब्ज यांनी असं म्हटलंय की, 'या जगात, तुमच्याकडे असणारा वेळ मर्यादित आहे. तो वेळ दुसऱ्या कुणासारखं तरी जगण्यात वाया घालवू नका.'

तुम्ही अशा एखाद्या व्यवसायात किंवा नोकरीत अडकून पडला असाल, की जो व्यवसाय किंवा जी नोकरी तुम्हाला करायचीच नव्हती, तरच तुमच्या मनाची अशी ओढाताण होईल, असं मात्र अजिबात नाही. अशी मानसिक ओढाताण

तेव्हाही होते, जेव्हा तुम्ही तेच काम करत असता, जे करण्याची तुमची इच्छा आहे. पण त्या कामाची वर्षानुवर्ष अवलंबिली जाणारी जी पद्धत आहे, जो मार्ग आहे, त्यानुसार ते काम तुम्हाला करायचं नसतं. ही गोष्ट जरा विस्ताराने सांगण्यासाठी मला पुन्हा त्याच व्यक्तीची आठवण होत आहे, जो या लेखात आपल्याबरोबरच आहे... हो... आमिर खान.

१९८७ साली प्रदर्शित झालेल्या 'कयामत से कयामततक' या अतिशय यशस्वी चित्रपटाद्वारा आमीर खान यांनी नायक म्हणून चित्रपटक्षेत्रात पदार्पण केलं. त्याआधी त्यांचे वडील आणि काका यांच्या २-३ चित्रपटांमध्ये आमीर यांनी बालकलाकार म्हणून काम केलं होतं. त्या काळात अभिनेते आणि अभिनेत्री एकाच वेळी अनेक चित्रपटांमध्ये काम करत असत. सत्तरच्या दशकात सुद्धा स्वत:च्या आर्थिक गरजा पूर्ण करण्यासाठी शशी कपूर दिवसाला चार शिफ्ट्समध्ये काम करत होते आणि एकाच वेळी अनेक चित्रपट करत होते. त्यांचे मोठे भाऊ राज कपूर त्यांना 'टॅक्सी' या नावानेच हाक मारत असत. कारण चित्रपट आणि त्यातली भूमिका या दोन्ही गोष्टी कशाही असल्या तरी त्यातून पैसे मिळणार असतील, तर एखाद्या टॅक्सीसारखे शशी कपूर आपला मीटर चालू करायचे. जेव्हा आमीर खान नायक म्हणून चित्रपटसृष्टीत आले, तेव्हा बॉलिवूडमध्ये 'ॲक्शन'चा मारा असणाऱ्या सामान्य चित्रपटांची चलती होती. मी तर असं म्हणेन की, ८०चं दशक हे चित्रपटसृष्टीतलं सगळ्यात जास्त सुमार दर्जाचं दशक होतं. पण आमीर यांच्या या चित्रपटाने मिळवलेल्या यशाने लोकांना पूर्वीच्या चित्रपटाचे मधुर संगीत आणि त्यातले प्रेमप्रसंग यांची पुन्हा आठवण करून दिली. त्यानंतर दोन वर्षांनी म्हणजे १९८९मध्ये सलमान खान यांच्या 'मैंने प्यार किया' या चित्रपटाने हाच कित्ता आणखी गिरवला. आमीर खान यांच्याबद्दल आणखी सांगायचं, तर त्यांच्या चित्रपटाने तेव्हाच्या चित्रपटांची दिशा नक्कीच बदलली असली, तरी सुरुवातीला त्यांच्या काम करण्याच्या पद्धतीमध्ये काहीच बदल घडला नव्हता. पहिली ८-१० वर्षं ते तशाच प्रकारचे चित्रपट करत होते, जे तेव्हा प्रचलित होते. त्यांच्या आधीच्या अभिनेत्यांची अभिनयाची जी शैली होती, तीच त्यांनी आत्मसात केली होती. त्यावेळच्या चित्रपट इंडस्ट्रीत काही गोष्टी अगदी ठरून गेल्यासारख्या झाल्या होत्या... जसं की नट नट्यांचं घाईघाईने एका सेटवरून दुसऱ्या सेटवर पोहोचणं, सेटवरच पटकथा लिहिली जाणं, आणि एकाच चित्रपटात काम करणाऱ्या नट-नट्यांनी सेटवरच पहिल्यांदा भेटणं. आणि हो, प्रत्येक भूमिकेत त्यांनी एकसारखंच म्हणजे आधीच्या भूमिकेतल्यासारखंच दिसणं. जर कोणाला आधीच्या चित्रपटातली ओळख बदलायची असेल किंवा लपवायची असेल, तर फारतर फार नायकाची मिशी थोडी बारीक केली जायची किंवा एखादी छोटीशी मस गालावर, कपाळावर,

नाहीतर गळ्यावर लावली जायची. हा तोच नट आहे हे ओळखायला प्रेक्षकांना खरंतर एक क्षणही लागायचा नाही.

८-१० वर्षं अशाच प्रकारचं काम केल्यानंतर, आमीरच्या आत दडलेल्या कलाकाराला असं वाटलं असावं की, 'अरे, हे असं सगळं करायला मी चित्रपट क्षेत्रात नक्कीच आलो नव्हतो, आणि मग त्यांनी एक निर्णय घेतला, ज्याची त्या वेळी लोकांनी खूप टर उडवली होती. स्वत:च्या बुद्धिमत्तेला ते जरा जास्तच महत्त्व देत असल्याचे ताशेरेही त्यांच्यावर ओढले गेले आणि असंही बोललं जाऊ लागलं की, असं वागल्याने ते या क्षेत्रातून बाहेर फेकले जाऊ शकतील.

चित्रपटजगताला 'शो बिझनेस' असंही म्हटलं जातं. जिथे लोकांना आपण दिसत राहणं, त्यांच्यासमोर सतत येत राहणं, खूप महत्त्वाचं असतं. कारण एकच... 'जो दिखता है, वही बिकता है ।' तर या अशा दुनियेत आमीर यांनी असा निर्णय घेतला की एकावेळी ते एकच चित्रपट करतील. आता एक चित्रपट पूर्ण व्हायला कधीकधी दोन-तीन वर्षंही लागतात. पण आपण काय करतो आहोत हे त्यांना नीट माहीत होतं. त्यांच्या निर्णयावर आणि त्या मागच्या त्यांच्या विचारांवर त्यांचा पूर्ण विश्वास होता. त्यांनी असं ठामपणे ठरवलं होतं की, कमी काम केलं तरी हरकत नाही, पण जे काम करायचं ते चांगलंच करायचं. प्रेक्षकांच्या कायमचं लक्षात राहील, अशा दर्जाचं काम करायचं. त्यांना हे माहीत होतं की, काम दर्जेदार होण्यासाठी, आपण साकारत असलेली व्यक्तिरेखा आपल्याला स्वत:मध्ये भिनवता आली पाहिजे. त्यानुसार शरीराच्या हालचालींमध्ये, अंगभूत लकबींमध्ये बदल करावे लागतील. हे सगळं साध्य होण्यासाठी जास्त वेळ द्यावा लागेल. हे सगळं करायचं असेल तर ते एकावेळी फक्त एकच चित्रपट करू शकतील.

या निर्णयात काही धोकेही होते. जर एकावेळी एकच चित्रपट केला, आणि ओळीने दोन-तीन चित्रपट अयशस्वी झाले, तर या इंडस्ट्रीतूनच बाहेर फेकलं जाण्याचा मोठा धोका तर होताच. याव्यतिरिक्त, इतर नायक जास्त चित्रपट करून जे जास्त पैसे मिळवतात तसे पैसे मिळवण्यापासूनही वंचित व्हावं लागणं अगदी साहजिकच होतं. आणि तिसरा धोका होता तो म्हणजे 'शो बिझनेस'मध्ये इतक्या कमी वेळा पडद्यावर दिसल्यामुळे स्वत:ची 'मार्केट व्हॅल्यू' कमी होण्याचा. आणि हे सगळे धोके नुसते कल्पनेतले नव्हते. तर ती एक वास्तविकता होती. पण हा सगळा झाला नकारात्मक विचार. आमीरने आपल्या कामावर लक्ष केंद्रित केलं. कमी काम केलं. पण जे केलं ते इतकं उत्तम केलं, की त्यांनी साकारलेल्या त्या व्यक्तिरेखा लोक आजही विसरू शकत नाही आहेत. या प्रवासात त्यांना एखाद्या वेळी अपयशही आलं. पण त्यांनी आपली कार्यशैली बदलली नाही.

जी इंडस्ट्री सुरुवातीला त्यांची खिल्ली उडवत होती, तीच इंडस्ट्री आज

त्यांना मान द्यायला लागली आहे. त्यांच्यावेळचे कितीतरी नायक अभिनेते, आता त्यांच्या 'एका वेळी एक चित्रपट' या धोरणाचे अनुकरण करत आहेत. आमीर यांनी रूढ झालेल्या कार्यपद्धतीपासून दूर जाऊन विचार करण्याचा आणि स्वत:च्या विचारानुसारच काम करण्याचा, खरं म्हणजे मोठा धोकाच पत्करला होता. पण सगळ्यात महत्त्वाचं हे होतं की, हा धोका त्यांनी पूर्ण विचार करून, व्यवस्थित योजना ठरवून आणि पूर्ण आत्मविश्वास बाळगून पत्करला होता. दुसरी महत्त्वाची गोष्ट ही होती की, सुरुवातीला या निर्णयाला अनेकांनी अनेक प्रकारे विरोध केलेला असतानाही, ते स्वत: ठरवल्याप्रमाणेच वागले आणि त्यामुळे त्यांना यशही मिळालं. उगीच दुसऱ्या कुणाचं तरी पाहून ऐकून त्यांनी तो निर्णय घेतला नव्हता. तर तो निर्णय योग्य वाटला म्हणून त्यांनी तो घेतला आणि त्यानुसार तो अमलातही आणला.

याच आमीर खान यांच्या एकदा असं लक्षात आलं की, चित्रपटसृष्टीत वाजत गाजत जे वेगवेगळ्या पुरस्कारांचं वितरण होत असतं, त्यामध्ये ती पारदर्शकता आणि तटस्थपणा नसतो, जो असणं महत्त्वाचं आणि आवश्यक असतं. म्हणून त्यांनी अशा पुरस्कार-वितरण सोहळ्यांना जाणं आणि ते पुरस्कार स्वीकारणं बंदच करून टाकलं. अशा सोहळ्यांमध्ये पुरस्कार मिळून सन्मानित व्हावं, यासाठी लोक काहीही करायला तयार असतात, हे त्यांना जाणवलं आणि मनापासून खटकलं. आजही या स्वत:च्या निर्णयावर आमीर खान ठाम आहेत. आता त्यांचा हा निर्णय बरोबर आहे की चूक आहे यावर आपण चर्चा करणार नाही. पण त्यांच्या या हकिकतीवरून आपण हे शिकण्याचा प्रयत्न करायला पाहिजे की, आपल्या मनाचं ऐकायचं. याचा अर्थ आपलं कार्यक्षेत्र बदलायचं, या गोष्टीची अजिबात आवश्यकता नाही. प्रस्थापित कार्यपद्धतीपेक्षा वेगळ्या पद्धतीनेही काम करता येऊ शकतं. आमीर यांनी आपला व्यवसाय बदलला नाही. पण त्या व्यवसायात रूढ झालेल्या पद्धती आणि त्या व्यवसायाला व्यापून राहिलेल्या समजुती मात्र नक्कीच बदलल्या. त्यांना मोठं आणि शाश्वत यश यामुळे मिळालं, की त्यांनी इतरांचं अनुकरण करणं सोडून दिलं, आणि त्याच एका वाक्याप्रमाणे ते वागले जे वाक्य माझ्या या लेखाचं शीर्षक आहे... 'मुझे जो सही लगता है, वो मैं करता हूँ ।'

कॉम्प्युटर महाशय, कृपया हे वाक्य 'लॉक' केलं जावं...

'स्वत:शी प्रामाणिक रहा, आणि स्वत:ला कधी फसवू नका.'

मैं आज भी फेंके हुए पैसे नहीं उठाता

मैं आज भी
फेंके हुए पैसे
नहीं उठाता।

‘दीवार’ हा चित्रपट या पुस्तकात बरेचदा डोकावला आहे आणि या चित्रपटाने प्रेरित झालेला या पुस्तकातला हा चौथा लेख आहे. ‘जंजीर’ चित्रपटानंतर या ‘दीवार’ चित्रपटामुळे अमिताभ बच्चन यांच्यावर ‘अँग्री यंग मॅन’ अशी मोहोर उठवली गेली. त्यांचे अधिकतर चित्रपट नायकाच्या बालपणापासून सुरू होत असत. याचं एक कारण बहुतेक असं असावं की त्या व्यक्तिरेखेच्या आक्रोशाची मुळं त्याच्या लहानपणीच त्याच्या परिस्थितीने त्याच्यात रुजवलेली असायची. हा आक्रोश मग संपूर्ण चित्रपटभर जाणवत राहायचा. या आक्रोशाने मुंबईतील चित्रपट जगतावर जवळजवळ दोन दशकं अक्षरश: जादू केली होती. राजेश खन्ना यांच्या संगीतप्रधान आणि प्रणयरम्य चित्रपटांचा बहर ओसरल्यानंतरची या चित्रपटसृष्टीतली दोन दशकं अमिताभ बच्चन यांच्या आक्रोशाने गाजवली. अशा चित्रपटांमध्ये त्यांची बालवयातली व्यक्तिरेखा साकारणाऱ्या बालकलाकारांनाही नेहमीच बरंच मोठं काम करायला मिळत असे आणि त्यांच्या तोंडचा एखाददुसरा संवादही लोकप्रिय होत असे.

‘दीवार’ चित्रपटातल्या एका दृश्यात, त्यातला नायक विजय त्याच्या लहानपणी बूटपॉलिश करण्याचं काम करताना दाखवलेला आहे. त्या कामाचे पैसे देताना एखाद्याने ते पैसे फेकल्यासारखे त्याच्याकडे दिले, तर तसे पैसे घ्यायला नकार देऊन, ‘मी भिकारी नाही’ असं तो ठणकावून सांगत असतो. आणि पैसे नीट त्याच्या हातात द्यायला सांगत असतो. नायक विजय याचा स्वाभिमानी स्वभाव दाखवण्यासाठीच पटकथा-लेखक, सलीम-जावेद यांनी चित्रपटात या दृश्याचा समावेश केला असावा. ‘डावर’ ही व्यक्तिरेखा साकारणाऱ्या इफ्तेकार यांच्या ज्या सहाय्यकाला लहानग्या विजयने हे सुनावलेलं असतं, त्याला त्याचवेळी

इफ्तेकार त्या मुलाचं असं भविष्य सांगतात की, ज्या मुलाचा दृष्टिकोन आणि राग लहानपणीच असा आहे, तो मुलगा मोठा झाल्यावर नक्कीच काही तरी मोठं काम करेल.

जुन्या काळातल्या चित्रपटांमध्ये, सगळ्याच गोष्टी 'आजसे ठीक बीस साल पहले' तरी घडलेल्या असायच्या, नाहीतर 'ठीक बीस साल बाद' तरी घडलेल्या असायच्या. आता 'दीवार' चित्रपटात असा किती वर्षांचा हिशेब होता हे काही नेमकं सांगता येणार नाही. पण विजय तरुण झाल्यानंतर, तोच डावर जेव्हा कामाचे पैसे देताना नोटांचं बंडल विजयकडे फेकतो, तेव्हा विजय डावरला आठवण करून देतो की, तो तोच मुलगा आहे, ज्याच्याकडून गँगस्टर डावर पूर्वी स्वत:च्या बुटांना पॉलिश करून घेत होता. वर डावरला हेही वाक्य ऐकवतो की – 'मैं आज भी फेंके हुए पैसे नहीं उठाता ।'

तुम्ही आता असा विचार करत असाल की, हा लेख 'स्वाभिमान' या गुणविशेषावर आधारित आहे की काय? पण असं अजिबात नाहीये. या विशिष्ट वाक्याबद्दल मी तशाच प्रकारचा विचार करतो आहे, ज्याला इंग्रजीत 'आउट ऑफ दि बॉक्स थिंकिंग' असं म्हणतात.

आता या वाक्याचा अर्थ मराठीत काय असेल? रूढीच्या किंवा मर्यादेच्या बाहेर जाऊन विचार करणं, असा अर्थ असेल का? तर तसं मुळीच नाही. याचा अर्थ असा होऊ शकतो की, 'वेगळा पण गहन विचार'.

वर उल्लेख केलेल्या दृश्यावरून आणि संवादावरून माझ्या मनात असा विचार येतो की, ते पैसे उचलून घेणं विजयसाठी अगदी सोपं आणि लाभदायक असूनही, त्याने स्वत:ची मूळ प्रवृत्ती आणि अंगचा विशेष गुण, म्हणजे स्वाभिमान, सोडला नाही आणि म्हणूनच तो लाभ त्याने दुर्लक्षित केला. गँगस्टर डावर त्याला अशा एका आयुष्याची सुरुवात करण्यासाठी जणू निमंत्रण देतो आणि त्यासाठी आगाऊ पैसेही देतो, जे आयुष्य गुन्हेगारी स्वरूपाचं असतं, पण भरपूर पैसे आणि सदैव भयग्रस्त असणारा भरपूर सन्मान देणारं असतं. विजयने जर या गोष्टीसाठी नकार दिला असता, तर डावरचा अहंकार दुखावला गेला असता आणि त्याने विजयला नोकरी देणं नाकारलं असतं. तो विजयला एकरकमी जितके पैसे देऊ करत होता, तितके पैसे मिळवायला विजयसारख्या डॉक-यार्डमधल्या हमालाला कितीतरी वर्षं लागली असती. कदाचित आयुष्यात कधीही तो तेवढे पैसे कमावू शकला नसता. शिवाय, आयुष्यभर इतरांनी त्याचं शोषण केलं असतं, ते वेगळंच. इतके सगळे धोके दिसत असूनही विजय तेच करतो, जे त्याच्या मूळ स्वभावाला धरून असतं. त्याच्या या उपजत गुणानेच त्याला डावरच्या समोर उभा राहण्यालायक बनवलेलं आहे, हे तो कधीही विसरत नाही

आणि ही गोष्टही अजिबात विसरत नाही की, त्याच्या या गुणामुळेच डावरला असं विवश केलंय की, एका हमालाला तो आपल्या गँगमध्ये सामील होण्यासाठी आमंत्रण देतो.

...मला कल्पना आहे की, हे सगळं वाचून तुमच्या मनात काय विचार येत असतील... असेच ना, की 'लेखक महाशय, उगीच अनर्थातला अर्थ आणि अर्थातला अनर्थ तुम्ही का शोधत बसला आहात? विजय त्या चित्रपटाचा नायक आहे आणि चित्रपटातल्या सगळ्या घटना नायकाच्या बाजूनेच घडलेल्या असणार की. कथा-पटकथा लेखक सलीम-जावेद यांचा महिमा आहे हा. तेव्हा तुम्ही आता यावर काहीच बोलू नका...' अगदी बरोबर आहे तुमचं. नायक चित्रपटातला असो, की खऱ्या आयुष्यातला... सगळ्या गोष्टी त्याच्या बाजूनेच असणार. मलाही नेमका हाच मुद्दा मांडायचा आहे.

'Playing it my way' या आपल्या आत्मचरित्रात, सचिन तेंडुलकर यांनी असं लिहिलंय की, लहानपणी जेव्हा खूप प्रॅक्टिस करून आणि त्यामुळे खूपच दमून जाऊन ते घरी परत जायचे, तेव्हा लगेचच झोपेच्या अधीन व्हायचे. पण ते झोपेत असतांनाही त्यांची काकू त्यांना हळूहळू एक एक घास करत जेवण भरवत रहायची. कारण पुन्हा दुसऱ्या दिवशी तेवढीच मेहनत करता यावी यासाठी त्यांच्या अंगात पुरेशी ताकद आणि ऊर्जा असणं, त्यांच्या दृष्टीने खूप आवश्यक आणि महत्त्वाचं होतं. १९९८ साली ऑस्ट्रेलियाचा संघ भारताच्या दौऱ्यावर आला होता. तेव्हा तो जगातला सर्वश्रेष्ठ संघ होता. सचिन त्यासाठी अतिशय मेहनतीने सराव करत होते. भारतीय संघ शेरास सव्वाशेर आहे, हे आपल्याच देशात होणाऱ्या सामन्यांमध्ये सिद्ध करून दाखवायचं होतं आणि देशाची लाज राखायची होती. भारतीय संघात सचिन होते, तसे ऑस्ट्रेलियाच्या संघात शेन वॉर्न होते. त्यांना जगातील सर्वांत जास्त तरबेज गोलंदाज समजले जात असे. ऑस्ट्रेलियाचं ते 'ब्रह्मास्त्र' आहेत, असं म्हटलं जायचं. सचिन आणि शेन वॉर्न यांच्यात जणू द्वंद्व होणार होतं. त्या बातमीला तिखटमीठ लावून मीडियाने एक ठळक मथळाच बनवला होता. सचिन यांनीही या द्वंद्वात जिंकण्यासाठी कंबर कसली होती. सराव करण्यासाठी त्यांनी वानखेडे स्टेडिअममध्ये खेळपट्टी विचित्र आणि धोकादायक पद्धतीने खणून घेतली होती आणि खडबडीत बनवली होती. त्यांनी रणजी ट्रॉफीसाठी खेळणाऱ्या मुंबईतल्या गोलंदाजांना त्या खेळपट्टीवर सतत गोलंदाजी करायला लावली. शेन वॉर्नच्या फिरकी गोलंदाजीसमोर ठामपणे टिकून राहता यावं, यासाठीचा सराव म्हणून त्यांनी हा सगळा खटाटोप केला होता. शेवटी त्यांच्या या मेहनतीचा कमालीचा उपयोग झाला. भारताने ती मालिका २-१ अशी आघाडी घेऊन जिंकली आणि सचिन यांना 'मॅन ऑफ दि सिरीज' या

पुरस्काराने गौरवण्यात आलं. या मालिकेत सचिन हे वॉर्न यांच्यापेक्षा वरचढ ठरले. त्यानंतर शारजा इथे झालेल्या एकदिवसीय सामन्यांमध्ये तर ते वॉर्न यांच्यापेक्षा इतके जास्त सरस ठरले, की वॉर्न यांनी त्यांचा तो प्रसिद्ध कबुलीजबाब दिला. त्यांनी जाहीरपणे सांगितलं की, 'माझ्या स्वप्नातसुद्धा सचिन माझ्या बॉलवर सिक्सर मारताना मला दिसतो.'

२००७ साली विश्वकरंडक स्पर्धा हरल्यानंतर याच सचिन तेंडुलकरांबद्दल क्रिकेट पंडितांनी नाराजी व्यक्त केली होती. त्यांना संघात घेऊ नये असं मत जाहीरपणे वक्तव्य केलं होतं. ऑस्ट्रेलियाचे माजी खेळाडू आणि खेळ तज्ज्ञ इयान चॅपल यांनी तर असं व्यक्तव्य केलं होतं की... 'आता यापुढेही खेळत राहून, सचिन स्वतःचा आणि स्वतःच्या देशाचाही वेळ वाया घालवत आहेत.' पण ज्या गोष्टीमुळे त्यांना 'क्रिकेटचा देव' समजलं जात होतं, ती गोष्ट करत राहणं त्यांनी सुरूच ठेवलं. ती गोष्ट म्हणजे सराव... सातत्याने सराव, आणि खेळाचा नियमित अभ्यास.

पुढे २०११ साली विश्वकरंडक जिंकणाऱ्या भारतीय संघातही सचिनचा महत्त्वाचा सहभाग होता. संघातल्या तरुण खेळाडूंनी तेव्हा त्यांना आपल्या खांद्यावर बसवून संपूर्ण वानखेडे स्टेडिअममध्ये फिरवलं होतं आणि त्यांच्याबद्दल वाटणारा नितांत आदर सर्वांसमोर व्यक्त केला होता. ते दृश्य भारतातल्या क्रिकेटच्या आणि सचिनच्या चाहत्यांच्या मनात जणू कोरलं गेलंय. त्यानंतर नोव्हेंबर २०१३ पर्यंत सचिन भारतासाठी खेळत होते. बहुधा ते देवाचेही अतिशय लाडके आहेत. म्हणूनच त्यांच्या टेस्ट क्रिकेटच्या कारकिर्दीतला शेवटचा सामना त्यांना त्यांच्या राहत्या शहरात, मुंबईत खेळण्याची संधी मिळाली. आणि भारत सरकारनेही त्यांना 'भारतरत्न' हा सर्वोच्च नागरी सन्मान देण्याचा निर्णय घेतला.

मीही सचिनचा चाहता आहे, हे तर खरंच. पण हे सगळं मी चाहता म्हणून लिहीत नाहीये, तर या पुस्तकाचा लेखक म्हणून लिहितो आहे. आणि या लेखासाठी सचिनचं उदाहरण अतिशय आवश्यक आहे. ते एक प्रसिद्ध व्यक्ती आहेत, एवढंच याचं कारण मात्र नक्कीच नाही. जरा विचार करा. तुम्ही कधी असं घडलेलं पाहिलं आहेत का, की एखाद्या व्यक्तीला एकदा एखाद्या गोष्टीत यश मिळालं, की ज्या गुणामुळे ते मिळालेलं असतं, तो गुणच ती व्यक्ती विसरून जाते? राष्ट्रीय संघात प्रथमच स्थान मिळाल्यानंतर एखादा खेळाडू आपल्या त्या खेळाचा सराव आणि अभ्यास करायचं सोडून देतो का? एखादा प्रतिभावंत गायक कलाकार, एकदा ठळक यश आणि प्रसिद्धी मिळाल्यानंतर, स्वतःच्या रियाजाकडे दुर्लक्ष करतो का? एखादा वैज्ञानिक आयुष्यभर संशोधक म्हणूनच काम करत राहत नाही का?

पण अशी प्रतिभा बहुधा खूप कमी लोकांकडे असते. अधिकतर माणसं असं गृहीत धरतात की आयुष्यभर करण्यासारखी फक्त दोनच काम असतात, एकतर नोकरी करायची, नाहीतर कुठलातरी व्यवसाय करायचा.

पण मग त्याआधी ही माणसं काय करत असतात? उघड आहे की ते शाळा-कॉलेजमध्ये शिक्षण घेत असावेत. पदवीधर असणं ही कमीत कमी पात्रता मानली तरी, काही अपवाद वगळता, माणूस २१-२२ वर्षांचा असताना पदवीधर होतो. पहिलीमध्ये असताना त्याचं वय फारतर सहा वर्षं असतं. त्याच्या आधीच्या दोन वर्षांपासून म्हणजे, वयाच्या चौथ्या वर्षी त्याने शाळेत जायला सुरुवात केलेली असते. एकूण हिशेब असा की, सर्वसामान्य भारतीय माणूस आयुष्यातली अठरा वर्षे शिक्षणात घालवतो, तेव्हा कुठे तो एखादी नोकरी किंवा व्यवसाय करायला लागतो.

आणि मग त्यानंतर काय होतं?

त्यानंतर नोकरी, व्यवसाय आणि एकूणच आयुष्याच्या व्यापात आणि चिंतेत पूर्णपणे गुरफटून जाऊन माणूस शिक्षण आणि पुस्तकांच्या जगाचा कायमचा निरोप घेतो. अर्थात, ज्या शिक्षणाने आणि ज्ञानाने त्याला त्याच्या उपजीविकेचं साधन स्वत:च मिळवण्याइतकी योग्यता प्राप्त करून दिलेली असते, त्या शिक्षणाला आणि ज्ञानालाच तो 'बाय बाय' करतो. आता हीच गोष्ट क्रीडाजगताच्या बाबतीतही घडू शकेल. एकदा राष्ट्रीय संघात समावेश झाल्यानंतर एखादा खेळाडू आपला सराव सोडून देईल आणि स्पर्धांमध्ये फक्त भाग घेत राहील. संगीत क्षेत्रातही असं होऊ शकेल की, एखादा गायक रोजच्या रोज रियाज करणंच विसरून जाईल, आणि फक्त मैफलीत किंवा गाण्याच्या रेकॉर्डिंगच्या वेळीच गाईल. पण या दोन्ही क्षेत्रांमध्ये, किंबहुना आणखी इतरही क्षेत्रांमध्ये असं कधीच होऊ शकत नाही. कारण या क्षेत्रातली माणसं असं करूच शकत नाहीत. आपल्या क्षेत्रात सतत पुढे जात राहण्याचा, प्रगती करण्याचा जर ते मनापासून विचार करत असतील तर त्यांना पक्कं ठाऊक असतं की अभ्यास केला नाही, सराव केला नाही, तर नक्कीच त्यांच्या अंगभूत प्रतिभेची धार बोथट होऊन जाईल.

अशा माणसांनी कदाचित संत कबीरांचे दोहे वाचलेही नसतील किंवा अमिताभ बच्चन यांचा 'दीवार' चित्रपटही पाहिलेला नसेल. पण त्यांच्या सुप्त मनात पुढच्या दोन गोष्टी नक्कीच पुरत्या रुजलेल्या असतात –

'करत करत अभ्यास के जडमति होत सुजान ।' आणि

'मैं आज भी फेंके हुए पैसे नहीं उठाता ।'

त्यांच्या अंगी असणारा तो मूलभूत गुण ते कधीही विसरत नाहीत, ज्या गुणाने जगाने त्यांच्या प्रतिभेला श्रेष्ठ मानावं, इतकी पात्रता, इतकं महत्त्व त्यांना

मिळवून दिलेलं असतं. तोच गुण जर ते विसरून गेले, किंवा त्याकडे त्यांनी दुर्लक्ष केलं, तर लवकरच जगही त्यांना नक्कीच विसरून जाईल, हे त्यांना निश्चितपणे माहीत असतं.

भारतातील पुस्तक प्रकाशनाच्या क्षेत्रातला अनुभव असा आहे की शाळा-कॉलेजची पुस्तकं सर्वांत जास्त प्रमाणात विकली जातात. आणि सव्वाशेहून अधिक कोटी लोकसंख्या असणाऱ्या आपल्या देशाचं दुर्दैव किंवा उपहास करण्यासारखी गोष्ट ही आहे की, पाठ्यपुस्तके सोडून इतर पुस्तकांच्या विक्रीचं प्रमाण खूपच कमी आहे. एखाद्या लेखकाच्या पहिल्या पुस्तकाच्या जेमतेम दहा हजार प्रती जरी विकल्या गेल्या, तरी तो स्वत:च्या त्या पुस्तकाला 'बेस्ट सेलर' म्हणू शकतो. हिंदी मराठी पुस्तकं लिहिणारा लेखक तर अगदी नक्कीच असं म्हणू शकतो. इंग्रजी पुस्तकांच्या बाबतीत हा आकडा 'वीस हजार' धरून चालू या. सव्वाशेहून अधिक कोटी लोकसंख्या असणाऱ्या देशात, काही हजार प्रती खपू शकतील असं तुमचं पुस्तक तुम्हाला 'बेस्ट सेलर' बनवून टाकतं. पण याच देशात, एखाद्या चित्रपटाने १०० कोटींची कमाई केली, हा जर त्याच्या यशाचा मापदंड गृहीत धरला आणि त्याच्या तिकिटाची किंमत अंदाजे २०० रुपये असेल असं मानलं, तर पन्नास लाख लोक तो गाजणारा चित्रपट पाहतात, असा सरळ हिशेब मांडता येतो. बघा... कुठे दहा हजार आणि कुठे पन्नास लाख. माझ्या या म्हणण्यात अतिशयोक्ती आहे, असं तुम्हाला वाटत असेल, तरीही असून असून किती अतिशयोक्ती असणार? दहा हजारांच्या ऐवजी पन्नास हजार पुस्तकं विकली जातात आणि पन्नास लाखांऐवजी तीस लाख लोक एखादा चित्रपट पाहतात, असं जरी गृहीत धरलं, तरीही या दोन आकड्यांमधलं अंतर खूपच जास्त आहे.

असं का होत असेल?

असं का होत असेल की पुस्तकं विकली जात नाहीत?

असं का झालंय की, रामायण-महाभारतासारखे सर्वांत प्राचीन ग्रंथ ज्या भारतात लिहिले गेले आहेत, त्या भारत देशाला आज पुस्तकप्रेमींचा देश असं म्हटलं जात नाही... म्हणजे म्हणताच येत नाही?

असं का होतं की, दोनशे रुपयाचं पुस्तक विकत घ्यायचं, तर आपण वीस वेळा विचार करतो. पण चित्रपट पाहण्यासाठी पाचशे रुपये खर्च करायलाही आपण लगेच आनंदाने तयार असतो.

मग हा दोष आपल्या शिक्षण व्यवस्थेचा आहे का, जिथे सगळ्यांना एकाच काठीने हाकलं जातं? जिथे हत्तीला वेगाने धावायला सांगितलं जातं आणि चित्त्याला सरपटायला सांगितलं जातं? किंवा मग असं होतं की, 'सब घोडे बारह टक्के' या वृत्तीने एकाच काठीने सगळ्यांना हाकलं जात असल्यामुळे, सरसकट

सगळ्यांवरच अभ्यासक्रमाची पुस्तकं अशाप्रकारे लादली जातात, की त्यामुळे शिक्षण घेणं, अभ्यास करणं म्हणजे एक मोठं ओझं उचलण्यासारखं वाटायला लागतं. असं ओझं, की ते डोक्यावरून खाली कधी उतरणार याची वाट बघत राहावं लागतं.

माझ्या या एका पुस्तकाच्या माध्यमातून, मी शिक्षण व्यवस्थेत परिवर्तन करण्याचं क्रांतिकारी काम करू शकेन, असा माझा अजिबातच गैरसमज नाहीये. पण मग या परिस्थितीतून बाहेर पडण्याचा मार्ग कोणता आहे?

मला असं वाटतं की आपल्यामध्ये आयुष्यभर शिकत राहण्याची प्रबळ इच्छा असायला हवी. त्यासाठी मनापासून तळमळ वाटायला हवी, आणि ती दुसऱ्या कुणाच्या फायद्यासाठी नाही, तर स्वत:च्या भल्यासाठीच असायला हवी आणि याची स्वत:ला प्रकर्षाने जाणीव व्हायला हवी. कधी कधी अतिशय कठोर वाटणाऱ्या कार्पोरेट विश्वात एखाद्या बॉसला जेव्हा असं वाटतं की, त्याच्या हाताखाली काम करणारा माणूस खूपच संथपणे आणि हलगर्जीपणे काम करतो आहे, तेव्हा तो त्याला धमकावल्यासारखं सांगतो की – 'Shape up or ship out.'

अर्थ सरळ आहे... 'स्वत:ला सुधार नाहीतर बाहेर हो,' आणि 'नाहीच सुधारलास तर तुला बाहेर काढलं जाईल हे नक्की', हा अर्थही त्यात अभिप्रेतच असतो. तर आत्ता मी शिकत राहण्याबद्दल जे बोलत होतो, त्याचा अर्थ, एखाद्या औपचारिक कोर्ससाठी प्रवेश घ्यावा किंवा एखाद्या नव्या पदवीमागे धावावं, असा अजिबातच नव्हता. तुम्ही एखादी नवी पदवी मिळवलीत, आणखी एखादा कोर्स पूर्ण केलात, तर त्यात वाईट किंवा चुकीचं नक्कीच काही असणार नाही. पण माझ्या म्हणण्याचा अर्थ हा आहे की, जेव्हा तुम्ही 'शेप अप' होण्याचा, म्हणजे स्वत:मध्ये जास्त प्रगती करण्याचा जागरूकपणे विचार करू लागता, तेव्हा तुम्ही रोज नवीन काहीतरी शिकण्यासाठी आणि काळाबरोबर पावलं टाकण्यासाठी सज्ज होत असता.

हे वाचून तुम्ही असा जर विचार करत असलात की, 'आयुष्यातली अठरा वर्षं शिक्षण घेण्यात घालवली आहेत आणि सत्तर वर्षांच्या आयुष्यासाठी तेवढी पुरेशी नाहीयेत, असं तुम्ही कसं म्हणताय? अजूनही शिकत राहावंच लागेल? खूपच अन्याय आहे हा'...

...या प्रश्नाचं मी एकाच शब्दात उत्तर देईन की... 'हो' अजूनही शिकत राहावंच लागेल.

हे उत्तर ऐकून तुम्ही चिडण्याआधी किंवा वैतागाने डोकं हलवत बसण्याआधी, नाहीतर डोकं आपटून घेण्याची तयारी करण्याआधी, मी माझं उत्तर जरा विस्ताराने

सांगतो.

पहिली गोष्ट म्हणजे तुमच्या प्रश्नात शिक्षणाला ओझं समजण्याची भावना प्रकर्षाने डोकावताना दिसली... नाइलाज म्हणून काहीतरी करावं लागल्याची भावना. पण माझ्या म्हणण्याचा अर्थ थोडासा वेगळा आहे. मला मनापासून असं वाटतं की, जी नोकरी किंवा व्यवसाय तुम्ही आपल्या आयुष्यभराचा साथी-सोबती म्हणून निवडला आहे, त्याबद्दल तुम्ही सतत नवीन नवीन माहिती मिळवत राहायला हवी. स्वत:ला 'अप-टू-डेट' करायला हवं आणि 'अपग्रेड'ही करत राहायला हवं. म्हणजेच सतत काळाबरोबर चालायला हवं आणि त्यानुसार स्वत:मध्ये सतत आणखी प्रगती करत राहायला हवी. यासाठी 'पुस्तक' हे एक खूप छान आणि उपयुक्त माध्यम आहे.

वैयक्तिक अनुभवावरून माझ्या असं लक्षात आलंय की, दोन व्यक्तींनी सारखीच पदवी मिळवलेली असली आणि दोघांनीही एकाच वेळी आपलं करियर सुरू केलेलं असलं, तरी त्यांची कामगिरीही एक सारखीच असली पाहिजे, असा काही नियम नाही. या स्पर्धेत त्यातला एकजण कधीकधी खूप पुढे निघून जातो. आणि बहुतेक वेळा त्याचं कारण हे असतं की तो माणूस स्वत:साठी वेळ आणि पैसे यांची आवश्यक ती तरतूद करत असतो. नवनवी माहिती मिळवून आपल्या ज्ञानात भर घालत असतो. अधिकाधिक क्षमता आणि नवीन कौशल्ये आत्मसात करून, स्वत:ला परिपूर्ण बनवण्याचा सतत प्रयत्न करत असतो. उत्तमोत्तम पुस्तकं वाचून आपला नेतृत्वगुण विकसित करतो. पुस्तकं वाचल्यामुळे त्याची भाषा आणि लेखन, या दोन्हींमध्ये प्रगती होते आणि ऑफिसमध्ये काम करत असताना या दोन्ही गोष्टी चांगल्याप्रकारे येत असणं अतिशय आवश्यक असतं. सातत्याने आपल्या कामाच्या कौशल्यात प्रगती करत राहणारा माणूस आणखी उच्च पद आणि जास्त पैसे मिळवतो. जो माणूस फक्त अनेक वर्षांपूर्वी मिळवलेल्या पदवीच्या भरवशावरच काम करत राहतो तो या स्पर्धेत खूपच मागे राहतो.

यावरून एक गोष्ट नीट समजून घेणं अतिशय आवश्यक आहे की, तुम्हाला तुमच्या कारकिर्दीतला पहिला किंवा सुरुवातीचा पगार मिळवून देणं म्हणजेच पहिलं काम मिळवून देणं, एवढंच तुम्ही मिळवलेल्या पदवीचं काम असतं. त्यानंतर स्वत:चं कामातलं कौशल्य आणि क्षमता वाढवण्यासाठी तुम्ही परिश्रम घेणं खूप आवश्यक आणि महत्त्वाचं असतं. त्यामुळेच तुम्ही आणखी एखादी पदवी जरी मिळवली नाही, तरीही सतत स्वत:चा स्वत: आणि स्वत:साठी अभ्यास करत रहा. माझ्या मते, असा स्वत:चा स्वत: अभ्यास करणं, हा सगळ्यात उपयुक्त आणि मोठा अभ्यास आहे.

◗ प्रख्यात अमेरिकन साहित्यिक मार्क ट्वेन हे फक्त पाचव्या इयत्तेपर्यंत

शिकलेले होते. पण ते ग्रंथालयात तासन्‌तास बसून आपला आपणच अभ्यास करत असत.

- अमेरिकेतल्या आत्तापर्यंतच्या सर्वांत श्रीमंत माणसांमध्ये ज्यांची गणना केली जाते, ते प्रसिद्ध उद्योगपती जॉन डी. रॉकफेलर यांनी शालेय शिक्षणही पूर्ण केलं नव्हतं. पण त्यांनी 'बुक-कीपिंग'चा म्हणजेच जमाखर्च लिहिण्याचा एक कोर्स केला होता. ज्याचा उपयोग त्यांना फक्त पहिली नोकरी मिळवण्यासाठीच नाही, तर नंतर त्यांनी सुरू केलेल्या तेलाच्या खूप मोठ्या व्यापारासाठीही झाला. पुढे त्यांनी त्यांच्या रॉकफेलर फाउंडेशनच्या माध्यमातून एक विद्यापीठही स्थापन केलं.
- अमेरिकेचे सर्वांत जास्त प्रसिद्ध झालेले सन्माननीय राष्ट्रपती अब्राहम लिंकन यांनी जे जे ज्ञान मिळवलं होतं, ते सगळं स्वत:चा स्वत: अभ्यास करून मिळवलेलं होतं. त्यांनी अधिकृतपणे कुठलंही शिक्षण घेतलेलं नव्हतं.

मार्क झुकेरबर्ग, बिल गेट्स यांसारख्या व्यक्तींमुळे ही यादी वाढतच राहणार आहे. तर थोडक्यात असं म्हणता येईल की, एखाद्या अधिकृत शैक्षणिक डिग्रीवरून तुमच्या यशाची 'डिग्री' ठरवली जात नाही. आयुष्यभर विद्यार्थीच रहा, या म्हणण्याचा अर्थ असा नाही की, एकापाठोपाठ एक अधिकृत कोर्सेस करत रहा. याचा खरा अर्थ हा आहे की, तुमच्या कार्यक्षेत्राशी आणि आवडीनिवडीशी निगडित असणारा अभ्यास तुम्ही स्वत:चा स्वत: आयुष्यभर करत रहा.

जे लोक एखादा पूर्वापार व्यवसाय धंदा करत असणाऱ्या घरात जन्माला आलेले आहेत, ते असा विचार करू शकतात की – 'आमच्या रक्तातच धंदा आहे. आमच्या आजोबा-पणजोबांच्या काळापासून आमच्या घरी हा व्यवसाय केला जातो आहे. ही तीन-तीनशे पानी पुस्तकं, हे तीन दिवसांचे वर्कशॉप्स किंवा फक्त तीन तासांचे सेमिनार्स काय शिकवणार आम्हाला धंदा कसा करायचा ते?'

पण हा मुद्दा म्हणजे फक्त अर्धसत्य आहे, असं मी म्हणेन. तुम्ही सांगता आहात तोच तुमच्या परिवाराचा इतिहास असणार आहे, हे जरी खरं असलं, तरी त्याची दुसरी बाजूही लक्षात घेणं गरजेचं आहे. आता तुमच्या घरचा व्यवसाय धंदा कितीही मोठा असला, तरी तो 'कोडॅक फिल्म' या कंपनीच्या व्यवसायापेक्षा जास्त मोठा तर असणार नाही. या कंपनीने संपूर्ण विसाव्या शतकभर कॅमेरा आणि कॅमेऱ्याचे रोल या व्यवसायावर अक्षरश: राज्य केलं होतं. १९७६ सालापर्यंत, अमेरिकेमध्ये ८५ टक्के कॅमेरे आणि ९० टक्के कॅमेराचे रोल्स, फक्त कोडॅक

कंपनीचे असायचे आणि २०१२-१३ सालात या कंपनीची अवस्था इतकी वाईट झाली होती की, कंपनीचं दिवाळं निघाल्याचं जाहीर करावं, यासाठी कोर्टात जाणं भाग पडलं होतं. कंपनीला स्वत:कडची कितीतरी पेटन्ट्स विकावी लागली होती. आणि या सगळ्याचं एकमात्र कारण हे होतं की, ही कंपनी बदलत्या काळाबरोबर स्वत:ला बदलू शकली नाही. उत्पादनात वेळोवेळी आवश्यक त्या सुधारणा आणि बदल करू शकली नाही. १८८८ साली मिळवलेल्या 'डिग्री'च्या भरवशावरच तिचं काम चालू होतं. म्हणजे ही कंपनी १८८८ साली सुरू झाली होती, हे वेगळं सांगायला नको. १०० वर्षांपेक्षाही जास्त काळापर्यंत, परिस्थिती या कंपनीला अनुकूल अशीच होती. पण एक वेळ अशी आली की, तिची ध्येयं धोरणं आणि तंत्रज्ञानही जुनाट आणि काहीसं कालबाह्य ठरायला लागलं. डिजिटल तंत्रज्ञानाचं युग सुरू व्हायला लागलं होतं. पण कोडॅक कंपनीचे पदाधिकारी मात्र त्यांच्या पूर्वीच्या यशाच्या धुंदीतच होते. त्यांनी पूर्वी मिळवलेली 'पदवी' अजूनही पुरेशी आहे, अशा भ्रमात राहिले होते. पण तोपर्यंतची त्यांची सगळी कमाई आणि धंद्यात मिळवलेली पत आणि प्रतिष्ठा पुढे हळूहळू धुळीला मिळाली. या दुरवस्थेचं एकच कारण होतं, ते म्हणजे, कोडॅक कंपनीने काळानुसार आपल्या कार्यपद्धतीत, आपल्या उत्पादनात बदल केले नाहीत. सुधारणा केल्या नाहीत. काळही बदलला होता, तंत्रज्ञानही बदललं होतं. पण ते त्यांनी स्वत:हून शिकून घेतलं नाही. कॅमेऱ्याचं तंत्रज्ञान नव्याने जेव्हा उदयाला आलं होतं तेव्हा त्याच्या जोडीने कोडॅक कंपनीचाही जणू पुनर्जन्म झाला होता. त्यानंतर शंभर वर्षांनी कॅमेरा डिजिटल तंत्रज्ञानाकडे वळला. पण आधी इतकी वर्षं जे यश मिळावलं होतं, त्या यशाच्या धुंदीतच राहिल्याने या नव्या तंत्रज्ञानाकडे, कोडॅक कंपनीने पाहिलंच नाही. दिशा चुकली आणि इतकी वर्षं जोरात चाललेली ही कंपनी रस्ता चुकून भरकटत गेली.

माझ्या करिअरमधली अनेक वर्षं मी टेलिकॉम इंडस्ट्रीत काम केलेलं आहे. त्यामुळे आता पुढची गोष्ट त्या इंडस्ट्रीतली आहे. आणि आधीच्या लेखात मी सांगितलं होतं तसंच, म्हणजे माझे वरिष्ठ मला बजावायचे, त्याप्रमाणे 'पॉइन्ट बाय पॉईन्ट', मी ही गोष्ट सांगणार आहे –

१९९५ - भारताचे तेव्हाचे टेलिकॉम मंत्री सुखराम आणि पश्चिम बंगालचे तेव्हाचे मुख्यमंत्री ज्योती बसू, यांच्यामध्ये भारतात सेलफोन सुरू करण्याबाबतची पहिली चर्चा झाली.

१९९८ - 'नोकिया ५११०' मॉडेल... रिंगटोन असणारा भारतातला पहिला हॅन्डसेट आणि रिंग टोन होता... 'सारे जहाँसे अच्छा.'

२००० - नोकियाच्या 'हॅन्डसेट ३३१०' वर 'स्नेक गेम' खेळणं शक्य झालं. या गेमला आजच्या मोबाइल गेमचा पूर्वज म्हणता येईल. 'नोकिया ३२१०'

मॉडेलमध्ये हिंदी भाषा वापरण्याची सोय उपलब्ध झाली.

२००१ - 'नोकिया ७६५०' मध्ये कॅमेऱ्याची भर पडली. स्मार्ट फोनच्या दिशेने पडलेलं हे पहिलं पाऊल होतं.

२००३ - 'नोकिया ११००' या मॉडेलमध्ये टॉर्चची सुविधा उपलब्ध करून देण्यात आली. या मॉडेलमुळे नोकियाच्या बाज़ारातल्या व्यवसायाला आणखी उजेडात आणलं.

२००४ - नोकियाने 'एन ९५००' हा वायफायचा वापर करता येईल असा पहिला फोन बाजारात आणला. नोकिया कंपनीने हिंदी भाषेतून एस.एम.एस. करण्याची सोय भारतात उपलब्ध करून दिली.

२००६ ते ०७ - या काळात भारतामध्ये नोकिया कंपनी यशाच्या शिखरावर विराजमान होती. मोबाइलच्या बाजारातला या कंपनीचा व्यवसाय साठ टक्क्यांहूनही जास्त होता. त्यामुळे या कंपनीने भारतामध्ये श्रीपेरम्बदूर (तामिळनाडू) इथे एक उत्पादन विभाग सुरू केला आणि 'आशा ५०१' हे भारतात तयार झालेलं वैशिष्ट्यपूर्ण मॉडेल बाजारात आणलं.

२००८ - ॲपल कंपनीने भारतात पहिला आयफोन सादर केला. या वेळी नोकियाचे स्मार्ट फोनही होतेच. पण ते फक्त फोन होते. जगाला नंतर ही गोष्ट जाणवणार होती की, आयफोन त्याच्या नावानुसार एक फोनच आहे, पण मुळात तो फक्त फोन नसून, ते एक साधन आहे... एक डिव्हाइस आहे. ग्राहकांना स्मार्ट फोनकडून एका स्मार्ट डिव्हाइसकडे घेऊन जाणारं, ॲपल कंपनीचं हे पहिलं पाऊल होतं.

२००८ - 'मायक्रोमॅक्स'सारखी भारतीय मोबाइल हॅन्डसेट कंपनी सुरू झाली आणि कमी किमतीचे फोन विकण्यावर या कंपनीचा भरवसा होता. याचवेळी 'सॅमसंग' कंपनीनेही आपला 'टचस्क्रीन' सेट बाजारात आणला होता. नोकिया अशा भ्रमात राहिली होती की, हे 'टच स्क्रीन' तंत्रज्ञान ग्राहकांना आकर्षित करू शकणार नाही.

२००९ - एच.टी.सी.ने त्यांची 'अँड्रॉईड ऑपरेटिंग सिस्टिम' बाजारात आणली. ॲपलकडे पहिल्यापासूनच स्वत:ची ऑपरेटिंग सिस्टिम होती. नोकियाने स्वत:कडच्या 'सिम्बियन' या जुन्याच ऑपरेटिंग सिस्टिमचं सॉफ्टवेअर सुधारण्याचा प्रयत्न केला. पण त्यात ती कंपनी अपयशी ठरली. एव्हाना ग्राहक फोनच्या हार्डवेअरपेक्षा सॉफ्टवेअरला प्राधान्याने महत्त्व द्यायला लागले होते, ही गोष्ट बहुधा नोकिया कंपनीच्या ध्यानातच आली नव्हती.

२०१० - सॅमसंग कंपनीने 'गॅलॅक्सी एस' हा आपला पहिला स्मार्ट फोन बाजारात आणला. दर्जेदार उत्पादनाला प्राधान्य देताना त्याच्या किमतीचा विचार

न करण्याऱ्या नोकियाच्या ग्राहकांनाच ॲपल आणि सॅमसंग कंपनीने 'लक्ष्य' केलं होतं. नव्याने सुरू झालेल्या भारतीय कंपन्या आणि चीनी कंपन्यासुद्धा नोकियाचे स्वस्त फोन घेण्याकडे कल असणाऱ्या ग्राहकांना आपल्याकडे आकर्षित करत होत्या. या कंपन्यांचं वापरायला जास्त सोपं असलेलं सॉफ्टवेअर ग्राहकांच्या पसंतीला उतरायला लागलं होतं.

२०११ - नोकियाचा बाजारातला हिस्सा ३२ टक्के इतका खाली आला होता. त्या कंपनीने मायक्रोसॉफ्ट कंपनीबरोबर भागीदारी करण्याचा निर्णय घेतला. पण त्या प्रक्रियेला ८-१० महिन्यांचा वेळ लागला. तोपर्यंत कंपनी आणखीच मागे पडली.

२०१२ - नोकियाचा बाजारातला हिस्सा २०-२२ टक्क्यांपर्यंत घसरला. इतकी वर्षं प्रथम स्थानावर असणाऱ्या या कंपनीचं ते स्थान सॅमसंग कंपनीने पटकावलं.

२०१३ - नोकियाचा बाजारातला हिस्सा फक्त ७ ते ९ टक्के इतकाच उरला.

२०१४ - अखेर नोकियाला आपला हॅन्डसेटचा पूर्ण व्यवसाय मायक्रोसॉफ्ट कंपनीला विकावा लागला.

तर अशी 'अथ' पासून 'इति'पर्यंत पोहोचलेली ही सत्यकथा. मला अजून आठवतंय की, या शतकाच्या पहिल्या दशकात आम्ही जेव्हा ग्रामीण भागातल्या बाजारपेठांचा दौरा करायला जायचो, तेव्हा किरकोळ विक्रेते आम्हाला आवर्जून सांगायचे की, 'ग्रामीण भागातल्या ग्राहकांवर नोकिया या ब्रँडचा इतका पगडा आहे, की दुकानात आल्यावर ते मला फोन घ्यायचाय एवढंच म्हणत नाहीत. तर 'एक नोकिया फोन घ्यायचाय' असं म्हणतात.'

हे सगळं अगदी तसंच आहे, जसं की फोटो कॉपी आता आपल्यासाठी फोटो कॉपी राहिलेली नसून 'झेरॉक्स' कॉपी झालेली आहे. 'झेरॉक्स' हे त्या कंपनीचं नाव आहे, ज्या कंपनीने फोटो कॉपी मशीनच्या निर्मिती क्षेत्रावर काही दशकं अक्षरशः एकछत्री राज्य केलेलं होतं. पण दुसरीकडे ही नोकिया कंपनी जी बरीच वर्षं तिच्या तंत्रज्ञानामुळे प्रसिद्ध झाली होती, नावाजली गेली होती आणि ज्या तंत्रज्ञानाच्या जोरावर तिने प्रचंड कमाई केली होती, तीच कंपनी तंत्रज्ञानाचं बदललेलं स्वरूप न स्वीकारल्यामुळे बाजारातून बाहेर फेकली गेली होती. त्या कंपनीचं सुरुवातीचं जे मूलभूत वैशिष्ट्य होतं, की तंत्रज्ञानात सातत्याने नावीन्य आणणं, तेच वैशिष्ट्य कंपनी विसरली होती.

थोडक्यात सांगायचं तर ती कंपनी 'फेंके हुए पैसे' उचलायला लागली होती.

आता तुम्ही जरी मुळातच व्यापाराशी जोडले गेलेले असाल, तरी तुमचा व्यापार व्यवसाय कोडॅक आणि नोकिया कंपनीइतका मोठा आणि विस्तारलेला तर असणार नाही. मग अशा कंपन्यासुद्धा जर धुळीला मिळू शकतात, तर अशा कुठल्याही माणसाचीसुद्धा अशीच अवस्था होऊ शकते, जो माणूस नवनवीन गोष्टी शिकण्याची आसच हरवून बसलेला असतो. जर असा माणूस, ज्या गुणामुळे त्याचा विकास झालेला आहे, तो मूलभूत गुणच माणूस विसरला, तर त्याचं अध:पतन होईल हे निश्चित असतं.

खरंतर पूर्वी शंभर वर्षात एखाददुसरंच वैज्ञानिक किंवा तांत्रिक परिवर्तन घडून येत असे. पण नंतर विसाव्या शतकात दहा वर्षांत असं परिवर्तन व्हायला लागलं आणि आज एकविसाव्या शतकात अशी परिस्थिती आहे की, दरवर्षी काही ना काही नवीन घडतंय. नवीन तंत्रज्ञान शोधलं जातंय, विकसित केलं जातंय. यामुळे प्रत्येक व्यवसायात फरक पडतोय, बदल घडतोय. डिपार्टमेंटल स्टोअर्स सुरू झाल्याचा अनेक व्यवसायांवर परिणाम झाला. ई-कॉमर्समुळे व्यवसाय करण्याच्या पद्धती बदलल्या. जुन्या पद्धती, जुने मार्ग बंद पडल्यासारखे झाले खरे, पण नव्या शक्यता निर्माण झाल्या. अशा नवनव्या शक्यता जरी निर्माण झाल्या तरी त्यांचा उपयोग करून घेण्यासाठी, त्यांचं पुरेसं ज्ञान असणं आवश्यक असतं. आणि कुठचंही ज्ञान मिळवण्यासाठी सगळ्यात प्राचीन मार्ग किंवा पद्धत आहे 'अभ्यास'... स्वत:हून केलेला अभ्यास.

पुस्तक वाचणं खरंच इतकं अवघड असतं का? एक पुस्तक साधारणपणे तीनशे पानांचं असतं, असं जर गृहीत धरलं, तर आपण रोज जेमतेम दहा पानं वाचाल. तरीसुद्धा एका महिन्यात एक आणि एका वर्षात बारा पुस्तकं तुम्ही वाचू शकाल. आणि त्यायोगे तुमचं ज्ञान, तुमची भाषेवरची पकड, तुमची बुद्धिमत्ता या सगळ्यांचा विकास होईल. इतकंच नाही तर तुम्ही, तुमचं व्यक्तिमत्त्व, आणखी परिपक्व होईल. आणि सुरुवातीला अगदी बारा नाही, तरी कमीत कमी पाच-सहा पुस्तकं तरी तुम्ही वाचू शकताच.

पण यासाठी तुम्हाला छोट्या छोट्या एक-दोन गोष्टींचा त्यागही करावा लागेल. सोशल मीडियावर वाया जाणाऱ्या वेळात काटछाट करावी लागेल. त्याच्याशी संबंधित असणारा तोटाही तुम्हाला सहन करावा लागेल. साईबाबा किंवा हनुमान यांचा तुमच्यावर कोप होऊ शकतो... कारण 'हा मेसेज अकरा लोकांना पाठवा. हा खुद्द देवाचा आदेश आहे'... अशासारखे व्हॉट्सअप मेसेजेस तुम्ही पुढे पाठवू शकणार नाही. असा मेसेज मिळाल्यावर मनात येणाऱ्या भावनेचा अनुभवही तुम्हाला घेता येणार नाही... म्हणजे हा मेसेज पाठवणाऱ्याला तुम्हीच तीन दिवसांपूर्वी तो पाठवला होतात, हे खरं असलं तरी... असेच आणखी काही

तोटेही सहन करावे लागतील, पण त्या तुलनेत फायदे मात्र खूप जास्त होतील.

आपण जेव्हा लहान होतो, म्हणजे तुमच्यापैकी काही जण अजूनही लहान असतील म्हणा, तर तेव्हा आपले आई-वडील आणि शिक्षक आपल्याला असं समजवायचे की, 'बाळा, रोज निदान दोन तास जरी अभ्यासाकडे लक्ष दिलंस, तरी परीक्षेच्या वेळी घाबरायला होणार नाही. भीतीने गाळण उडणार नाही.' या संदर्भात मी असं म्हणू इच्छितो की, जर तुम्ही शिकण्याची आणि स्वत:चा स्वत: अभ्यास करण्याची सवयच लावून घेतलीत, तर आयुष्यात तुम्हाला कधीच घाबरल्यासारखं होणार नाही. तुमची जाण आणि परिपक्वता इतकी वाढेल की, आयुष्यात आलेल्या प्रत्येक कठीण परिस्थितीला तुम्ही शांत डोक्याने तोंड देऊ शकाल.

अमेरिकेतील 'फॉर्च्यून' या मासिकाचे सहसंपादक आणि प्रसिद्ध लेखक असणारे अल्विन टॉफलर यांनी असं म्हटलंय की – '२१व्या शतकात अशी माणसं अडाणी अशिक्षित समजली जाणार नाहीत, ज्यांना लिहिता वाचताही येत नाही. पण सतत शिक्षण सुरू ठेवणं, अनुचित शिक्षण विसरणं आणि नव्या उमेदीने सतत नवीन काहीतरी शिकणं, या गोष्टी जे सातत्याने सुरू ठेवू शकणार नाहीत, अशा माणसांना अशिक्षित समजलं जाईल.'

आता आपण काही 'बिग बी' नाही आहोत. त्यामुळे कमरेवर हात ठेवून थोडासा तोरा दाखवून, भारदस्त आवाजात असं काही तर म्हणू शकणार नाही की – 'मैं आज भी फेंके हुए पैसे नहीं उठाता ।'

पण स्वत:ला आयुष्यभर विद्यार्थी समजून, काखेत एक पुस्तक ठेवून आणि विनम्रपणे हात जोडून आपण असं नक्कीच म्हणू शकतो की – 'मी आजही शिकतोच आहे. मी आजही स्वत:ला एक विद्यार्थी समजतो. नवीन काहीतरी शिकण्यासाठी, आत्मसात करण्यासाठी, मी नेहमीच अगदी आनंदाने तयार असतो.'

कॉम्प्युटर महाशय, कृपया हे वाक्य 'लॉक' केलं जावं.

'आयुष्य आहे तोपर्यंत, स्वत:ला एक विद्यार्थी समजून, स्वत:चा स्वत: अभ्यास करण्याची सवय जडवून घ्या.'

देवियों और सज्जनों

देविओं और सज्जनों

चलिए,

हम और आप मिल

कौन बनेगा करोड़पती।

माणसांच्या एखाद्या समूहाला संबोधित करताना, 'देवियों और सज्जनों' हे तीन शब्द हिंदी भाषिक भारतीय लोक अनेक वर्षांपासून वापरत आलेले आहेत. पण या शतकात, या सर्वसामान्यपणे वापरल्या जाणाऱ्या संबोधनाशीही अमिताभ बच्चन यांनी नातं जोडलं आहे. 'ते कसं?' हा प्रश्न तुम्हाला पडला असेल, तर त्याचं उत्तर असं आहे की, अतिशय लोकप्रिय झालेल्या 'के.बी.सी.' या टीव्ही वरील गेम शोमध्ये अमिताभ बच्चन लोकांशी संवाद साधण्याची सुरुवात याच तीन शब्दांनी करतात.

हे माहीत असलं, तरी या लेखाशी त्याचा काय संबंध आहे, हा प्रश्न बहुतेक तुम्हाला पडला असेल. तर याचं उत्तर मी देतो. मागच्या एका लेखात मी असं म्हटलं होतं की, 'कौन बनेगा करोडपती'ला मिळालेलं यश पाहून, इतर काही चॅनेल्सनी त्याचं अनुकरण करण्याचा प्रयत्न केला होता. वेगळ्या अभिनेत्यांना घेऊन असाच गेम-शो त्यांच्या चॅनेलवर सुरू केला होता. पण ते शोज एक-दोन राउंडस्‌मध्येच बंद केले गेले.

असं का झालं असेल?

याचं पहिलं कारण हेच मनात येईल की इतर अभिनेत्यांपेक्षा अमिताभ यांची उंची खूप जास्त आहे, त्यामुळे त्यांचं व्यक्तिमत्त्व अधिक प्रभावी वाटतं. पण हे कारण दुय्यम आहे. खरं आणि महत्त्वाचं कारण आहे ते हे की, हॉट सीटवर बसलेला स्पर्धक, मंचावर बसलेले इतर उत्सुक स्पर्धक आणि टीव्हीसमोर बसलेले असंख्य प्रेक्षक यांच्याशी अमिताभ याचं समरस होणं, सामंजस्याने इतरांशी जुळवून घेणं, अगदी लहान शहरातून, लहान गावांमधून किंवा अगदी खेड्यापाड्यातून आलेल्या स्पर्धकांच्या मनातही, आपण स्वत:सुद्धा एक महत्त्वपूर्ण व्यक्ती असल्याची

भावना निर्माण करणं, कॅमेऱ्यासमोर भांबावून न जाता, स्पर्धक सहजतेने कसे वागतील, याकडे आवर्जून लक्ष देणं, सर्वसामान्य मध्यमवर्गीय स्पर्धकाला तो त्याच्या घरातच बसला आहे असं वाटावं अशी वातावरण निर्मिती करणं... आणि या सगळ्या गोष्टी अगदी सहजपणे करणारे अमिताभ बच्चन हे त्या स्पर्धकांचे मित्र किंवा नातेवाईक नाहीत तर या शतकातले 'महानायक' आहेत. या शोमध्ये भाग घेणारे अनेक स्पर्धक असे असतात, की ज्यांनी ७०-८०च्या दशकात अमिताभ बच्चन यांच्या अतिशय यशस्वी आणि प्रसिद्ध कारकिर्दीचा धमाका पाहिलेला असतो. अशा लोकांनी तर स्वप्नातही कधी असा विचार केला नसेल, की या सुपरस्टारला ते कधी इतक्या जवळून बघू शकतील, त्यांना स्पर्श करू शकतील, त्यांचा हात हातात घेऊ शकतील. पण अमिताभ बच्चन मात्र असे स्पर्धक आपल्या 'स्टारडम'मुळे भांबावून, गोंधळून जाणार नाहीत याची पुरेपूर दक्षता घेतात.

हे सगळं कसं जमत असेल त्यांना?

इंग्रजी आणि हिंदी या दोन्ही भाषांवर त्यांचं सारखंच प्रभुत्व असल्यामुळे, एकमेकांशी बोलताना कुठलीच अडचण निर्माण होत नाही, हे तर एक महत्त्वाचं कारण आहेच. पण त्याहीपेक्षा मोठं कारण आहे ते म्हणजे या महानायकाचं समोरच्या माणसांशी वागणं, बोलणं आणि त्यांचा विनम्रपणा. यशस्वी माणसं नेहमीच त्यांचे मूड्स, त्यांचा अहंकार, त्यांचा उद्धटपणा आणि रुक्ष वागणं, यामुळे अधिकतर लक्षात राहतात, आणि जे लोक त्यांच्यापेक्षा पैशाने, प्रसिद्धीने आणि सामाजिक प्रतिष्ठेच्या दृष्टीने कमी असतात, अशा लोकांच्या बाबतीत, त्यांचं असं वागणं विशेषकरून लक्षात येण्यासारखं असतं. पण या शोमध्ये बच्चन यांच्या वागण्यात मात्र असं अजिबात दिसून येत नाही. स्वत: इतका मोठा 'स्टार' असूनही, ते असे वागतात, की जणू काही ते त्या स्पर्धकाचे मित्र आहेत किंवा मोठा भाऊ आहेत, असं वाटतं. हे असं व्यक्तिमत्त्व आहे, जे समोरच्याला कधीच कमीपणा वाटू देत नाही. लाइट्स आणि कॅमेरे यांच्या झगमगाटामुळे स्पर्धक घाबरू नये, अस्वस्थ होऊ नये, यासाठी हा माणूस सतत शक्य तितके प्रयत्न करत असताना दिसतो.

एखाद्या अगदी सोप्या प्रश्नाचं उत्तर जरी समोरच्याला देता येत नसलं, तरीही त्याच्या बुद्धीची कमतरता त्याला जाणवेल, असं काहीही ते वागत-बोलत नाहीत आणि हावभावातूनही तसं दर्शवत नाहीत. उलट त्यांचं बोलणं आणि त्यांची देहबोली, समोरच्याचा उत्साह वाढेल अशीच असते.

अशी विनम्रता, हेच या लेखाचं सार आहे. 'विनम्रता' या गुणाचं वैशिष्ट्य हे आहे की, यश मिळवण्यासाठी हा गुण अंगी असणं आवश्यक आहेच. पण यश

मिळाल्यानंतर या गुणाची जरा जास्तच आवश्यकता असते. कितीतरी लोकांनी एकदा यश मिळाल्यानंतर विनम्रता कशी सोडून दिली आणि मग काही काळानंतर त्या यशानेच त्यांचा कसा त्याग केला, याला इतिहास साक्षी आहे.

मागच्या एका लेखात आपण पाहिलं, की मोठं यश एकट्या-दुकट्याच्या प्रयत्नामुळे मिळत नाही, तर टीमवर्कमुळे, अर्थात अनेकांनी एकत्रितपणे केलेल्या प्रयत्नांमुळे मिळतं. जर तुमचा स्वभाव विनम्र नसेल, तर तुम्ही कुठल्याच टीमचा एक भाग बनू शकणार नाही. म्हणजे मला असं म्हणायचं आहे की तुम्ही चांगले टीम मेंबर बनू शकणार नाही. जर तुम्ही एखाद्या टीमचं नेतृत्व करत असाल आणि नम्रपणे वागत नसाल, तर टीममधल्या इतरांबरोबर तुम्ही एकजूट करू शकणार नाही. तुमच्या 'कॅप्टन' या पदामुळे तुमच्या तोंडावर त्यांच्यापैकी कुणीच कदाचित काही बोलणार नाही. पण तुमच्या पाठीमागे मात्र फारसं चांगलं बोललं जाणार नाही. प्रश्न फक्त तुमच्या मताचा, तुमच्या दृष्टिकोनाचा असेल, तर चालू शकेल एकवेळ. पण त्या वेळी तुमच्या वागण्याचा टीमच्या कामगिरीवर थेट परिणाम होणं मात्र अगदीच शक्य आहे. टीम मेंबर्स तेवढंच काम करतील, जेवढं करणं गरजेचं आहे.

अशावेळी माणूस आणि मशीन यांच्यात असलेला खूप मोठा फरक जाणवल्याशिवाय राहत नाही. इंग्रजीत ज्याला 'ह्यूमन एरर' असं म्हणतात, त्यालाही दोन पैलू असतात. मशीन त्याला दिलेल्या 'प्रोग्रामिंगनुसार' अगदी तंतोतंत काम करत असतं. त्यात 'ह्यूमन एरर' होण्याची शक्यता नसते. माणूस मात्र कधी चुकून, तर कधी त्याची मन:स्थिती किंवा मूड ठीक नसल्यामुळे, तर कधी त्याला मनापासून वाटत नसल्यामुळे, उत्तमपणे काम करू शकत नाही. मशीनच्या बाबतीत अशा चुका किंवा अशी कारणं संभवतच नाहीत. मशीनमुळे अशा चुका टाळता येतात, असंही म्हणता येईल. पण मशीनमध्ये तुम्ही कधी 'ह्यूमन अँगल' म्हणजे मानवी दृष्टिकोन आणू शकत नाही. मशीनमध्ये ज्या आणि जेवढ्या कामासाठीचं प्रोग्रामिंग केलेलं असतं, तेवढंच काम मशीनद्वारा करून घेता येतं. पण माणसाच्या बाबतीत असं होत नाही. आपण कितीतरी वेळा असं पाहिलेलं आहे, की कमकुवत वाटणारी किंवा कमकुवत समजली जाणारी टीमही अपेक्षेपेक्षा जास्त चांगली कामगिरी करून दाखवते. १९८३ साली विश्वचषकासाठी झालेल्या क्रिकेट मॅचेसच्या वेळी एकाही क्रिकेटतज्ज्ञाने भारतीय संघ जिंकू शकेल असा विचारही केला नव्हता. पण त्या वेळी आपल्या संघाने ऐतिहासिक विजय स्वत:च्या नावावर नोंदवला. अलीकडेच म्हणजे २०१७ साली झालेल्या महिला विश्वचषक स्पर्धेबाबत कोणीही उत्सुकता दाखवली नव्हती. पण या स्पर्धेत भारताच्या महिला क्रिकेट संघाने खेळाचं अतिशय दमदार प्रदर्शन केलं आणि महिला

क्रिकेटकडे बघण्याचा भारतीयांचा दृष्टिकोन बदलला. आपली टीम अंतिम सामन्यापर्यंत पोहोचली होती आणि इंग्लंडविरुद्ध फक्त ९ धावांनी तिला हार पत्करावी लागली. ही मॅच, भारतीय महिला क्रिकेटच्या इतिहासातील एक निर्णायक सामना म्हणून ओळखली जाईल. कारण या मॅचने भारतातल्या महिला क्रिकेटची स्थिती आणि दिशा दोन्हीही बदलून टाकल्या आहेत.

हे सगळं तेव्हाच शक्य होतं, जेव्हा एखादा संघ अतिशय उत्साही आणि सकारात्मक असतो. त्या संघाच्या लीडरमध्ये दुसरा कुठला गुण असला किंवा नसला तरी विनम्रता नक्कीच असते. या एका गुणाचा जरी अभाव असेल, तरी पूर्ण टीम भरकटल्यासारखी होते.

या विनम्रतेच्या बाबतीत मला सगळ्यात आधी आठवणारी व्यक्ती म्हणजे सचिन तेंडुलकर. भारतासारख्या देशात, फिल्मस्टार आणि क्रिकेटस्टार यांना कुठल्या कुठल्या दडपणाखाली राहावं लागतं, त्याची कल्पनाही आपल्यासारखी सामान्य माणसं करू शकत नाहीत. त्यांच्या प्रत्येक कृतीवर, प्रत्येक हालचालीवर मीडियाची नजर रोखलेली असते. मोबाइल फोनमध्ये झालेल्या क्रांतीमुळे आता प्रत्येक माणसाच्या हातात कॅमेरा आला आहे. कुणीही, कधीही, कुणाचाही फोटो काढू शकतो. त्यामुळे प्रसिद्ध व्यक्तींचा एक क्षणही पूर्णपणे त्यांच्या स्वत:पुरता असा राहू शकत नाही.

ट्विटर, फेसबुक, न्यूज चॅनल्स यावर त्यांच्या प्रत्येक हावभावाचं, त्यांच्या बोलण्यातल्या प्रत्येक शब्दाचं जणू 'पोस्टमार्टेम' केलं जात असतं. अशा वातावरणात, स्वत: सतत संयम पाळणं ही गोष्ट अगदी अशक्य नसली, तरी नक्कीच अतिशय कठीण असते. सचिन तेंडुलकर यांनी मात्र नेहमीच स्वत:वर संयम ठेवला आहे. आणि स्वत:ला कायम विनम्र ठेवलं आहे. वयाच्या जेमतेम सोळाव्या वर्षी त्यांनी जेव्हा आंतरराष्ट्रीय क्रिकेटमध्ये पदार्पण केलं, तेव्हा ते फक्त भारतातच नाही, तर संपूर्ण जगात कुतूहलाचा विषय बनले होते. वीस वर्षांच्या वयातच, संपूर्ण टीमच्या आणि शंभर कोटी भारतीयांच्या आशा-अपेक्षांचं ओझं त्यांच्या खांद्यावर आलं. पुढे जवळजवळ दोन दशकं, त्यांनी प्रचंड संख्येने असणाऱ्या भारतीयांच्या, क्रिकेटबद्दलच्या सगळ्या आशा-आकांक्षांचं ओझं एकट्याने पेललं.

ज्यांनी ९०चं दशक पाहिलेलं नाही, त्यांना हे कधीच समजू शकणार नाही की, एका भारतीयासाठी सचिनची सातत्याने खेळली जाणारी उत्तम खेळी त्या वेळी एखाद्या मलमासारखं काम करत होती. देशाच्या आर्थिक परिस्थितीने घातलेल्या घावांसाठी, ते मलम फक्त उपयोगीच नाही, तर आवश्यक होतं. देशाची आर्थिक परिस्थिती इतकी गंभीर होती की, सरकारला सगळं सोनं गहाण ठेवावं लागलं होतं. देशातल्या राजकीय अंदाधुंदीमुळेच नाही, तर लातूरला झालेल्या भूकंपामुळे

झालेल्या आघातांसाठीसुद्धा हे मलम उपयोगी पडत होतं.

खेळाडू एक आणि त्याच्यावर १०० कोटी लोकांच्या आशा अपेक्षांचं ओझं... 'बहुत नाइन्साफी थी'...

पण सचिनच्या वागण्या-बोलण्यात कधीही कुठल्याही प्रकारचा कडवटपणा आला नाही. देशासाठी इतकं काही केल्यानंतरही, जर एखाद्या वेळी ते अपयशी झाले, तर गल्लोगल्ली, दुकानादुकानांत, चौकाचौकांत अशी चर्चा सुरू व्हायची की, सचिनने तो कुठला एक शॉट असा न खेळता, तो तसा खेळायला हवा होता. आणि अशी चर्चा करणारा प्रत्येक माणूस असा असायचा, की ज्याने कधी साधं गल्ली क्रिकेटही खेळलेलं नसायचं. अशावेळीसुद्धा सचिन यांनी कधीही आपलं भान, आपला संयम सोडला नव्हता.

हे वाचून तुमच्यापैकी काही जणांच्या मनात असा विचार येऊ शकतो की –

'आम्हाला जर अमिताभ बच्चन आणि सचिन तेंडुलकर यांच्याएवढा पैसा आणि प्रसिद्धी मिळाली, तर आम्हीही विनम्रपणे वागू. निदान तसं वागण्याचं नाटक तर नक्कीच करू.'

मी आधी तुमच्या दुसऱ्या विचाराबद्दल बोलतो.

वागण्यात ओढूनताणून विनम्रता आणायची, विनम्र असल्याचं ढोंग करायचं, हे जर इतकं सोपं असतं, तर मग काहीच बोलायची गरज नव्हती. इतिहासात अशी अनेक उदाहरणं आहेत, की अचानकपणे यशस्वी झालेला माणूस, ते यश पचवू शकला नाही आणि या एकाच कारणामुळे त्याचे पतन झाले. असं म्हणतातच ना, की पहिला नंबर मिळवणं अवघड असतंच. पण तो पहिला नंबर कायम टिकवून ठेवणं त्याहूनही जास्त अवघड असतं.

याचं उदाहरण शोधायला फार लांब जाण्याची गरज नाही. सचिन तेंडुलकरांचे बालमित्र विनोद कांबळी यांचंच उदाहरण सांगतो. दोघांनाही विश्वक्रिकेटमध्ये पदार्पण करताना मी स्वत: पाहिलेलं आहे. तेव्हा त्या दोघांमध्ये, म्हणजे त्यांच्या खेळामध्ये फार फरक नव्हता. काही लोकांच्या मते तर कांबळी खेळामध्ये सचिनपेक्षा जास्त हुशार होते. त्या वेळी विनोद कांबळी यांनी टेस्ट क्रिकेटमध्ये दोन वेळा, एकाच मॅचमध्ये डबल सेंच्युरी केली होती. सचिन यांना एकदाही डबल सेंच्युरी करता आली नव्हती. पण नव्याने मिळालेलं यश आणि समृद्धी विनोद कांबळी यांना पेलता आली नाही. क्रिकेटमधल्या कौशल्याच्या जोरावर मिळवलेल्या प्रसिद्धीच्या आणि यशाच्या वलयाने त्यांचे डोळे इतके दिपवून टाकले, डोळ्यांवर यशाची इतकी धुंदी चढली, की हळूहळू त्यांच्या खेळात अधोगती व्हायला लागली. आणि एक दिवस क्रिकेटर म्हणून त्यांचं नाव इतिहासजमा झालं. मागच्या लेखात मी असं म्हटलं होतं की, सारख्याच बुद्धिमान असणाऱ्या दोन व्यक्ती

जोडीने आपलं करिअर सुरू करू शकतात. पण म्हणून त्यांचा पुढचा प्रवासही एकसारखाच असेल, असं नाही.

ज्या एका गुणाने सचिन यांना २४ वर्षं अग्रमानांकित ठेवलं, तो गुण होता त्यांचा विन्रमपणा. ते जरी यशाच्या शिखरावर पोहोचले होते, तरी त्यांनी आपले पाय मात्र जमिनीवरच ठेवले होते. जेव्हा जेव्हा टीकाकारांच्या प्रश्नांना उत्तर देण्याची वेळ त्यांच्यावर आली, तेव्हा त्यांनी कधीच कुठली लांबलचक स्पष्टीकरणं दिली नाहीत. कुठल्याही फोटोग्राफरचा कॅमेरा तोडण्याइतका तोल ढळू दिला नाही. कधीच प्रतिस्पर्धी खेळाडूंना शिवीगाळ केली नाही, त्यांची एका शब्दानेही निंदा केली नाही. जेव्हा जेव्हा वेळ आली, तेव्हा तेव्हा त्यांच्या बॅटनेच उत्तर दिलं. त्यांच्या वतीने नेहमी त्यांची बॅटच बोलली. मोठं आणि विलक्षण म्हणावं अशा यशाचं श्रेय कधी एकट्या कुणाला देता येत नाही. टीमवर्कसंदर्भात लिहिलेल्या लेखातही मी हेच सांगितलं आहे. सचिन यांचे मोठे भाऊ अजित तेंडुलकर यांनी आपलं स्वत:चं करिअर, लग्न, यासारख्या गोष्टी फक्त यासाठीच स्वत:पासून दूर ठेवल्या होत्या, की स्वत:च्या लहान भावाच्या प्रतिभेला पूर्णपणे वाव देता यावा, तिचं चीज करता यावं. सुरुवातीलाच मिळालेल्या यशामुळे जर सचिन यांचा अहंकार उफाळून आला असता, तर कदाचित त्या भावाभावांमध्येच दुरावा निर्माण झाला असता. आपल्या आत्मचरित्रात आपल्या मोठ्या भावाची तारीफ करताना, सचिन यांना शब्द कमी पडतील की काय असं नक्कीच वाटलं असणार, हे ते पुस्तक वाचताना जाणवतं. सचिन यांच्या यशात त्यांच्या मोठ्या भावाने केलेल्या त्यागाचं किती मोठं योगदान आहे, याचा हा पुरावा आहे.

आता तुमच्या पहिल्या विचाराकडे वळू या. तो विचार हा होता की, इतकी समृद्धी, इतकं यश मिळाल्यावर कोणीही विनम्र असायलाच पाहिजे. पण 'आमच्याकडे विनम्र होण्यासारखं आहेच काय?' असा विचार जर तुम्ही करत असाल, तर मी तुम्हाला थोडीशी आकडेवारी सांगतो. गुगलकाकांना विचारलंत, तर तेही तुम्हाला सांगतील –

- 'भूक' हे अजूनही जगातलं मृत्यूचं सर्वांत मोठं कारण आहे. एड्स आणि कॅन्सरसारख्या रोगांचा नंबर त्यानंतर आहे.
- जगभरातली जवळजवळ ८२ कोटी माणसं उपासमारीची बळी ठरलेली आहेत. त्यातली जवळपास एकतृतीयांश माणसं भारतात राहणारी आहेत.
- दरवर्षी भारतातली जवळजवळ २५ लाख माणसं उपासमार झाल्यामुळे मृत्युमुखी पडतात.
- जगभरातली जवळजवळ १० कोटी माणसं बेघर आहेत आणि त्यातली

१७ लाख सत्तर हजार माणसं भारतात आहेत.

- जगभरातले जवळजवळ १०० कोटी लोक १ डॉलरपेक्षाही कमी पैसे कमावतात.
- एकट्या भारतात १३.३५ कोटी कुटुंब अशी आहेत, ज्यांची दरमहा कमाई पाच हजार रुपयांपेक्षाही कमी असते.

या वरच्या यादीतल्या कुठल्याच प्रकारात तुमचं नाव घेता येणार नाही, या विचाराने आता तुम्ही खूश झाला असाल ना? पण याच गोष्टीमुळे तुम्ही विनम्रही व्हायला पाहिजे. आपल्याला निदान आयुष्यातल्या मूलभूत गरजांसाठी तरी संघर्ष करावा लागत नाहीये. परमेश्वराची एवढी तरी कृपा आहे आपल्यावर.

आता स्वत:च्या आवडत्या ब्रॅन्डच्या गोष्टी खरेदी करण्यासाठी, आपण ती 'सेल'ची पाटी लागण्याची वाट पाहतो, हे अगदी खरे आहे. अत्याधुनिक मोबाइल विकत घेण्यासाठी आपल्याला कंपनी बोनस कधी देणार याची वाट पाहावी लागते, हेही खरं आहे. पण तरीही आपल्या मूलभूत गरजा सहजपणे पूर्ण होतातच.

२०१७मध्ये प्रकाशित झालेल्या 'टॉयलेट : एक प्रेमकथा' या अक्षयकुमारच्या चित्रपटाने भारतातली एक अतिशय भयानक समस्या अधोरेखित केली आहे. आज एकविसाव्या शतकातही देशातल्या ४५ टक्के लोकांना शौचासाठी उघड्यावर जावं लागतं, ही ती गंभीर समस्या आहे. या चित्रपटातल्या व्यक्तिरेखा मोबाइल वापरतात, फेसबुक वापरतात. पण शौचासाठी मात्र उघड्यावर जातात. या समस्येला सामोरं जावं लागणाऱ्या महिलांची अवस्था तर खूपच वाईट आहे. एकतर सूर्य उगवण्यापूर्वी किंवा मग मावळल्यानंतर, थोडक्यात अंधारातच त्यांना हे रोजचं काम उरकून घ्यावं लागतं. तुम्हाला, मला, आपल्याला कधी 'शौच'या गोष्टीचा विचार करावा लागतो, तेव्हा तो विचार एवढ्यापुरताच मर्यादित असतो की 'टॉयलेट इंडियन आहे की वेस्टर्न?'

आता तुम्हीच विचार करा की विनम्र होण्यासाठी आणि राहण्यासाठी, तसंच आभार मानण्यासाठी आपल्या सगळ्यांकडे काय काय आणि किती गोष्टी आहेत.

तुमच्यापैकी काही जणांच्या मनात असाही विचार येत असेल की, विलक्षण अशा गोष्टींचं कौतुक करायचं सोडून, मी सामान्य गोष्टींचं कौतुक करतो आहे, त्यात आनंद मानतो आहे. पण असं अजिबात नाही. माणसाने जेव्हा जेव्हा काही प्रगती केली आहे, तेव्हा त्याच्याही पुढे असणाऱ्याकडे पाहून ती केली आहे, मागे राहिलेल्या माणसाकडे पाहून नाही. मला फक्त एवढंच म्हणायचं आहे की, तुमच्यापुढे असणाऱ्याकडून तुम्ही प्रेरणा घ्या. तो आपल्या पुढे आहे याचा त्रास

करून घेऊ नका. 'त्याच्याकडे इतकं काही आहे आणि त्या तुलनेत माझ्याकडे काहीच नाही आहे,' अशा विचाराला मी त्रासदायक विचार समजतो. आपल्या स्वभावातच जर नम्रता असेल आणि आपले पाय जर जमिनीवर असतील, तर आपण आयुष्यात नेहमी पुढेच जाऊ, स्वत:ची प्रगती करून दाखवू.

सेलिब्रिटीजना, अर्थात प्रसिद्ध व्यक्तींना जरासं बाजूला ठेवून, मी आता तुम्हाला अशा एका व्यक्तीबद्दल सांगतो, ते पूर्वी माझे बॉस होते.

साधारणपणे २००४-०५ सालातली गोष्ट असेल ही. एक दिवस मी नेहमीपेक्षा जरा लवकरच ऑफिसला पोहोचलो होतो. त्यामुळे ऑफिसच्या खाली उगीच इकडून तिकडे चकरा मारत आणि कोणाशी तरी फोनवर गप्पा मारत, वेळ घालवत होतो. त्यावेळी आजच्या तुलनेत मोबाइलचे दर खूपच जास्त होते. पण मोबाइल कंपनीतच काम करत असल्यामुळे, आम्हाला मोबाइल फुकटात वापरायला मिळत होता. माझ्यासह आम्ही सगळेच कर्मचारी, ही फुकट मिळणारी सुविधा वापरताना अजिबात कंजूसपणा करत नव्हतो. तर त्या वेळी असाच फोनवर बोलत उभा असताना, माझ्या अगदी जवळ येऊन एक रिक्षा थांबल्याचं, मला डोळ्याच्या कोपऱ्यातून दिसलं. त्या काळात रायपूरमध्ये ऑटोरिक्षा कमीच होत्या. माणसांनी ओढण्याच्या रिक्षा मात्र खूप होत्या. 'कोणती महत्त्वाची व्यक्ती अशा रिक्षाने येणार आहे?' असा सोयिस्कर विचार नकळतच माझ्या मनात येऊन गेला असावा तेव्हा. मी त्या वेळी फक्त सत्तावीस वर्षांचा होतो. वळून त्या रिक्षाकडे बघण्याचे कष्टही मी घेतले नाहीत. काही क्षणातच मागून आवाज आला... 'गुड मॉर्निंग रूपेश.'

मी मागे वळून पाहिलं आणि गडबडूनच गेलो. आमच्या छत्तीसगड ब्रँचचे हेड आणि माझे बॉस असणारे दीप चंदा त्या रिक्षातून उतरत होते. त्यांची गाडी बिघडली आहे, हे माझ्या लक्षात आलं. खरंतर कंपनीच्या खर्चाने एखादी महागडी टॅक्सी बोलावून ते येऊ शकत होते. किंवा स्वत: बॉस असल्याने, हाताखालच्या एखाद्या माणसाला गाडी घेऊन यायला सांगू शकत होते. पण त्यांनी कंपनीचे पैसे आणि स्वत:चं पद या दोन्हींचा गैरवापर केला नाही. अर्थात गैरफायदा घेतला नाही. 'माझ्यासारखा एवढा उच्चपदस्थ माणूस रिक्षात कसा बसू शकेल?' हा विचार त्यांच्या मनात आलाच नाही. आणि त्यांच्या बाबतीतलं हे एकच उदाहरण नाही. प्रदीप सर त्यांच्या टीमशी कधीच हुकूमशहासारखे वागले नाहीत किंवा कुणाशीच कधी कठोरपणाने, रुक्षपणाने बोलले नाहीत. कामाचं टार्गेट देतानाही ते कधी असं म्हणायचे नाहीत की...'हे तुमचं टार्गेट. हे तुम्ही पूर्ण केलंच पाहिजे. नाही तर...' याउलट ते सगळ्या आकडेवारीसह आमच्याबरोबर बसायचे. मार्केटमधली परिस्थिती, कंपनीच्या अपेक्षा, अशा सगळ्या विषयांबद्दल

आमच्याशी तपशीलवार बोलायचे, आम्हाला सगळी माहिती द्यायचे, त्यानंतर सगळ्यांशी चर्चा करून झाली की शेवटी ते टार्गेट पूर्ण करणं ही सगळ्यांप्रमाणे त्यांचीही जबाबदारी असल्याचं सांगत, सगळ्यांना दिलासा देत ते तिथून निघून जायचे. आकडेवारीवर त्यांचं जबरदस्त प्रभुत्व होतं. त्यांच्या त्या अगदी वास्तव, खऱ्याखुऱ्या आकडेवारीपुढे, आम्ही मनात तयार केलेले आकड्यांचे पूर्वग्रह नेहमीच शरण यायचे.

एक प्रसंग तर मी कधीच विसरू शकत नाही. बहुतेक सगळ्या ऑफिसेसमध्ये असंच वातावरण असतं की, एखादा ज्युनिअर आपल्या सीनिअरकडे, दयायाचना करावी तशी रजा मागतो. मीही प्रदीप सरांपुढे अशीच एकदा अगदी गयावया केल्यासारखी रजा मागितली होती. त्या वेळी त्यांनी मला जे काही सांगितलं होतं, ते आजही माझ्या लक्षात आहे. ते म्हणाले होते –

'रूपेश, तू एक समजूतदार माणूस आहेस, असं मला वाटतं. ज्याप्रमाणे महिन्याच्या सुरुवातीलाच, महिनाभराची सगळी गणितं मांडून, कामाचं नियोजन कसं करायचं हे ठरवून पूर्ण कामाची तुझी योजना तू मला सांगतोस, त्याचप्रमाणे एखाद्या महिन्यात तुला रजा हवी असेल, तर ती नेमकी कधी आणि किती हवी हे नीट ठरवून, तू मला त्याबद्दल सांगत जा. तू आपली जबाबदारी ओळखणारा माणूस आहेस. म्हणून तू कधीही आणि कितीही रजा घेतलीस, तरी तू ठरवलेल्या कामात काहीच फरक पडणार नाही, हे तुला नक्कीच कळत असतं. त्यामुळे यापुढे रजेचा औपचारिक अर्ज देऊन, त्यासाठी माझी रीतसर परवानगी मागत जाऊ नकोस. तू कधी रजा घ्यायचं ठरवलं आहेस, तेवढं फक्त मला सांगत जा.' आता तुमचा बॉस जर तुम्हाला काम करताना इतकं स्वातंत्र्य, इतकी मुभा देत असेल, तर तुम्हीही तुमच्या क्षमतेपेक्षा जास्त काम करून, त्यांच्या अपेक्षेपेक्षा जास्त काही करून दाखवाल. 'ह्यूमन अँगल'... 'मानवी दृष्टिकोन' असं जे मी म्हणत असतो, तो हाच असतो.

तर अतिशय व्यावहारिक समजल्या जाणाऱ्या कॉर्पोरेट जगताबद्दल लोक असं म्हणतात की, तिथल्या बॉसला नेहमी त्याच्या टीमला धाकात ठेवावं लागतं, वेगवेगळ्या धमक्या द्याव्या लागतात, नाहीतर टीममधले लोक काम करत नाहीत. पण याच क्षेत्रातली प्रदीपसरांसारखी माणसं मात्र विनम्रता आणि एक वेगळा विचार यांचं उदाहरण दाखवून देतात. आणि अशी माणसं, स्वत: कधीही, कुठल्याही प्रकारे मागे पडत नाहीत. प्रदीप चंदासर २०१७ सालापासून आयडिया सेल्यूलरचे आसामचे 'सर्कल हेड' म्हणून अतिशय यशस्वीपणे त्यांचा कार्यभार सांभाळत आहेत.

आता पुन्हा एकदा बच्चन यांच्याकडे वळू या. विनम्रता हा गुण त्यांच्या

अंगी आधीपासून होताच, पण १९८२ साली 'कुली' चित्रपटाच्या सेटवर झालेल्या दुर्घटनेनंतर त्यांच्या वागण्यात तो आणखी प्रकर्षाने जाणवायला लागला. तो अपघात इतका गंभीर होता, की उपचारादरम्यान काही क्षण त्यांची अवस्था मरण पावल्यासारखी झाली होती. पण जोपर्यंत ते पूर्ण बरे झाले नव्हते, तोपर्यंत त्यांचे कोट्यवधी चाहते, ते लवकर बरे व्हावेत म्हणून प्रार्थना करत होते. अनेकांनी वेगवेगळी व्रतं केली, नवससायास केले. आणि या सगळ्या प्रार्थनांचाच परिणाम म्हणून की काय, अमिताभ बच्चन वाचले.

इतर कुणाला हे पटो किंवा न पटो, पण ते स्वत: नेहमीच आवर्जून हे सांगतात, की त्यांच्या चाहत्यांनी त्यांच्यासाठी केलेल्या प्रार्थनांचा परिणाम म्हणूनच ते त्या दुर्घटनेतून सहीसलामतपणे बाहेर पडले. तुम्हाला कदाचित माहीत नसेल, पण 'कुली' चित्रपटाचा मुळातला शेवट असा होता की, त्यामध्ये अमिताभ बच्चन यांनी साकारलेल्या व्यक्तिरेखेचा मृत्यू होतो. पण दिग्दर्शक मनमोहन देसाई यांनी तो शेवट बदलला, आणि त्याचं असं कारण सांगितलं की, 'ज्या व्यक्तीने प्रत्यक्ष म्हणजे 'रिअल' आयुष्यात मृत्यूला हरवलं आहे, त्याला 'रील लाइफ' मध्ये म्हणजे चित्रपटात मी मरताना कसं दाखवू शकणार?'

परमेश्वर कधीकधी त्याच्या आवडत्या माणसांना भयानक दु:ख अशासाठी देतो की, आपल्यासारख्या सामान्य माणसांना तसं दु:ख प्रत्यक्ष न भोगताही त्यातून काहीतरी शिकता यावं. या अतिशय जीवघेण्या अपघातामुळे, अमिताभ बच्चन यांच्यात स्वभावत:च असणारी विनम्रता आणखीच प्रगल्भ झाली. प्रकर्षाने जाणवू लागली. ही घटना आपल्यालाही असा संदेश देणारी आहे की, आयुष्यात विनम्रता आणि कृतज्ञता या दोन सद्गुणांची साथ कधीच सोडू नये.

कॉम्प्युटर महाशय, कृपया हे वाक्य 'लॉक' केलं जावं.

'आयुष्यात यश कायम टिकून राहावं यासाठी अंगी विनम्रता असणं अत्यंत आवश्यक आहे.'

'मैं और मेरी तन्हाई अक्सर ये बाते करते है
तुम होती तो कैसा होता
तुम ये कहती, तुम वो कहती,
तुम इस बात पे हैरान होती
तुम इस बातपे कितना हँसती
मैं और मेरी तन्हाई अक्सर ये बाते करते है

'मैं और मेरी तन्हाई अक्सर ये बाते करते है
तुम होतीं तो कैसा होता
तुम ये कहती, तुम वो कहतीं,
तुम इस बात पे हैरान होतीं
तुम इस बातपे कितना हँसतीं
तुम होतीं तो ऐसा होता, तुम होतीं तो वैसा होता
मैं और मेरी तन्हाई अक्सर ये बाते करते हैं'

आधीच्या एका लेखात मी असं म्हटलं होतं की, चित्रपटक्षेत्रातले प्रथितयश कथा-पटकथा-संवादलेखक जावेद अख्तर, हे 'सिलसिला' या चित्रपटापासून गीतकार म्हणूनही ओळखले जाऊ लागले. प्रसिद्ध शायर जाँ निसाह अख्तर यांचे ते पुत्र असल्याने शायरी तर त्यांच्या रक्तात होतीच. पण आता ती प्रत्यक्षात फुलताना दिसायला लागली होती. वर लिहिलेले शब्दही त्यांचेच आहेत आणि अमिताभ बच्चन यांनी स्वत: त्या शब्दांना आवाज दिलेला आहे. या चित्रपटातल्या 'ये कहाँ आ गये हम, यूँही साथ-साथ चलते' या लता मंगेशकर यांनी गायलेल्या आणि अजूनही लोकप्रिय असलेल्या गाण्याचाच हा एक भाग आहे.

यातला 'तन्हाई' हा शब्द आणि वरचे एकूणच सगळे संवादात्मक शब्द, एखाद्या प्रियकराच्या डायरीतलेच आहेत, असं वाटतं. या पुस्तकासारख्या प्रेरणादायक पुस्तकाचा तो एक भाग असेल, असं वाटणारही नाही. 'अकेलेपन' आणि 'तन्हाई' हे दोन खरंतर समानार्थी शब्द आहेत. पण 'अकेलेपन' या शब्दात जाणवणाऱ्या नीरस भावनेला, 'तन्हाई' या शब्दात प्रणयभावनेचा मुलामा लावलेला आहे.

त्यामुळे 'या ओळी या पुस्तकात कशा?' अशी शंका तुमच्या मनात येऊ शकते. पण आत्तापर्यंत या पुस्तकातली पंधरा प्रकरणे वाचून झाल्यानंतर, तुम्हाला असा विश्वासही वाटत असेल की, आपण यातूनही यशाशी निगडित असणारी एखादी शिकवण शोधून काढूच.

तर मग या शीर्षकामधून काय शिकण्यासारखं आहे?

एखादा प्रियकर जसा एकटा असताना आपल्या प्रेयसीबद्दल विचार करत असतो, अगदी त्याचप्रमाणे एखादा यशस्वी माणूस अशा एकांताच्या वेळी, आपल्या यशाच्या परिसीमांचा विस्तार करण्याबाबत, आपलं कार्यक्षेत्र वाढवण्याबाबत विचार करत असतो. असं एकटेपण किंवा एकांत त्याच्यावर कुणीही जाणूनबुजून, जबरदस्तीने लादलेला नसतो. तर त्या व्यक्तीने तो एकांत आपणहून शोधलेला असतो. रोजच त्याने अशी एक वेळ निश्चित केलेली असते, ज्या वेळी तो फक्त स्वत:शीच बोलणार असतो.

जगातल्या यशस्वी क्रिकेट कॅप्टन्सपैकी एक असणारे पाकिस्तान संघाचे कॅप्टन इम्रान खान यांनी एका प्रत्यक्ष मुलाखतीत दिलेलं एक उत्तर मला आठवतंय. त्यांच्या यशस्वी कप्तानपदाचं रहस्य काय आहे, असं जेव्हा त्यांना विचारलं गेलं होतं, तेव्हा इतर अनेक गोष्टींबरोबर त्यांनी आणखी एक जी गोष्ट सांगितली, ती लक्षात राहण्यासारखीच आहे. इम्रान खान यांनी तेव्हा असं सांगितलं होतं की – 'आपण बहुतेक वेळा आपल्या अपयशाचं विश्लेषण करत राहतो. आपलं नेमकं कुठे आणि काय चुकलं, हेच शोधत राहतो. पण यश मिळालं की मात्र आपण त्याचं विश्लेषण अजिबात करत नाही. यशाचा आनंद तेवढा अगदी मनापासून साजरा करतो. मी मात्र नेहमीच यशाचं विश्लेषण करतो. असा विचार करत राहतो, की जे काही चांगलं घडलं आहे ते कशामुळे घडलं आहे.'

प्रत्यक्ष बोलतानाचे त्यांचे शब्द कदाचित थोडे वेगळे असतील, पण त्यांच्या बोलण्यातला भावार्थ हाच होता. किती यथार्थ होतं त्यांचं म्हणणं.

दीर्घकाल यशाच्या शिखरावर विराजमान झालेली सगळीच माणसं हे जाणून असतात, की यश त्यांच्या बरोबरीने वाटचाल का करत असतं. ते असं काय करत असतात, ज्यामुळे ते यशस्वी होत असतात. त्यामुळे जेव्हा अपयश त्यांच्या वाट्याला येतं, तेव्हा ते घाबरून जात नाहीत. उलट त्यातून बाहेर पडण्याचा मार्ग शोधतात, उपाय शोधतात. योग्य दिशेने पावलं टाकून यशाला पुन्हा स्वत:कडे आकर्षून घेतात. ते असं करू शकतात, कारण ते स्वत:शीच संवाद साधतात. स्वत:च स्वत:ला समजून घेतात, स्वत:चा अंदाज घेतात. वेळ आल्यावर स्वत:ला शाबासकीही देतात किंवा सल्लाही देतात.

अमेरिकेला यू.एस.ए. असंही म्हणतात. म्हणजे 'युनायटेड स्टेट्स ऑफ

अमेरिका.' वेगवेगळ्या राज्यांना एकत्र आणून हा देश बनवला गेला आहे. आणि या कामात ज्यांनी ज्यांनी योगदान दिलं त्यात बेंजामिन फ्रँकलिन यांच्या नावाचाही समावेश आहे. त्यांना आदरांजली म्हणून अमेरिकेच्या पन्नास डॉलरच्या नोटेवर त्यांच्या छायाचित्राचा अंतर्भाव केलेला आहे. त्यांनी स्वत:साठी तेरा गुणांची एक यादी बनवली होती. त्या तेरा गुणांच्या निकषावर ते स्वत:ला रोजच्या रोज ताडून बघायचे, आणि तो दिवस कसा गेला, हे ठरवायचे. त्यांचा असा दृढविश्वास होता की, जो माणूस स्वत:च स्वत:ला समजून घेऊ शकत नाही, स्वतः स्वत:ची काळजी घेऊ शकत नाही, तो माणूस त्याच्या आसपासच्या समाजासाठीही काहीच करू शकणार नाही.

आणि हे सगळं तुम्ही तेव्हाच करू शकाल, जेव्हा जागरूकपणाने तुम्ही स्वत:साठी वेळ काढाल. तेव्हाच तुम्हाला हे ठरवता येईल की, तुमच्या ध्येयाच्या मार्गावर तुम्ही कुठेपर्यंत पोहोचला आहात. आयुष्यात ज्या वेगाने पुढे जायचं तुम्ही ठरवलं आहे, त्याच वेगाने जात आहात की नाही, याचा विचार तुम्हाला त्या वेळी करता येईल. सगळ्याच क्रिकेटप्रेमींना हे माहीत आहे की, मर्यादित षटकांच्या क्रिकेट सामन्यात, निश्चितपणे माहीत असेललं लक्ष्य पूर्ण करण्यासाठी प्रयत्न करणारी टीम, प्रत्येक षटकात किंवा प्रत्येक चेंडूवर किती धावा काढायला पाहिजेत, याचा हिशेब करत असते. प्रत्येक षटकात कमीत कमी तेवढ्या तरी धावा काढल्या गेल्याच पाहिजेत, यासाठी जागरूक प्रयत्न करत असते आणि फलंदाजी करणाऱ्या त्या टीमने जर असं केलं नाही किंवा जर ती टीम आवश्यक तेवढ्या धावा काढू शकली नाही, तर त्यांचे सगळे प्रयत्न अयशस्वी ठरतात, आणि ती टीम हरते.

आपण जेव्हा एखाद्या ध्येयाचा पाठपुरावा करत असतो, तेव्हा आपल्याही बाबतीत असंच होऊ शकतं. मागच्या लेखात आपण ध्येयाची एक व्याख्या ठरवली होती. पण ध्येय म्हणजे काय? किंवा आपलं स्वत:चं नेमकं ध्येय काय आहे, हे नुसतं ठरवून त्यातून काहीच साध्य होत नाही. त्यासाठी वेळोवेळी ते ध्येय तपासून पाहावं लागतं. त्याचं मूल्यांकन करत राहावं लागतं. असं करणं खूप गरजेचं असतं. पण हे सगळं तेव्हाच जमतं, जेव्हा तुम्ही स्वतः त्यासाठी वेळ काढता. वरचे वर स्वत:लाच विचारता की, 'मला कुठे पोहोचायचं होतं? मी प्रत्यक्षात आता कुठे पोहोचलो आहे? माझा वेग योग्य आहे का? मला आणखी किती लांब जायचं आहे?' आपण जेव्हा मोटारीने एखाद्या लांबच्या प्रवासाला निघतो, तेव्हा निघण्याआधीच हे ठरवून घेतो की, अमुक एका ठिकाणी आपण नऊ वाजेपर्यंत पोहोचू आणि तिथे नाष्टा करू. दुपारी १-२ वाजण्याच्या सुमारास त्या अमुक एका ठिकाणी पोहोचू, आणि तिथे जेवण घेऊ. मग दुपारी

चार वाजेपर्यंत कुठे पोहोचून चहासाठी थांबू शकू? आणि मग रात्रीच्या जेवणाच्या वेळेपर्यंत आपण आपल्या इसिप्त जागी पोहोचू का? आणि समजा नाही पोहोचू शकलो, तर मग रात्री कुठे जेवायचं? जर एका दिवसाच्या प्रवासासाठी आपण इतका बारीक-सारीक विचार करतो, पूर्ण योजना आखतो, तर मग आपल्या आयुष्यरूपी यात्रेसाठी आपण असा सूक्ष्म विचार करून योजना का आखत नाही, हा प्रश्न तुम्ही स्वत: स्वत:लाच विचारला पाहिजे. असं करण्यासाठी, तसंच तुमच्या योजनांचं वेळोवेळी स्वत:च मूल्यमापन करण्यासाठी अर्थातच तुम्ही स्वत:साठी वेळ काढणं अनिवार्य आहे.

इथे मी भारतीय स्त्रियांचा विशेष उल्लेख करू इच्छितो. आपल्या सामाजिक चालीरीती, रूढ सामाजिक तत्त्वं आणि पुरातन विचारसरणी या सगळ्या गोष्टींच्या प्रभावामुळे, भारतीय स्त्रिया स्वत:साठी सोडून, कुटुंबातल्या इतरांसाठी सर्वांत आधी वेळ काढतात. आपली सामाजिक व्यवस्था किंवा रचना म्हणूया, काहीशी अशी आहे की, बहुतेक स्त्रिया स्वत:साठी वेळ काढायचा म्हटलं, की त्या विचाराबरोबर स्वत:च एक अपराधीपणाची भावना उगीचच जोडून टाकतात. आपण स्वत:साठी वेळ काढतो आहोत, म्हणजे काहीतरी पाप करत आहोत, असं नकळतच त्या समजतात. स्वत:च्या घरासाठी, कुटुंबासाठी त्या स्वत:च्या करिअरचा बळी देतात, हे तर आपण खूपदा ऐकलं आहे. पण त्या सगळ्यात जास्त दुर्लक्ष करतात, ते स्वत:च्या प्रकृतीकडे... आरोग्याकडे. इतर सगळ्यांच्या प्रकृतीकडे लक्ष देता देता, स्वत:च्या प्रकृतीचीही काळजी घेतली पाहिजे, हे त्या विसरूनच जातात. त्यांच्या खाण्यापिण्याची, झोपण्याची, झोपून उठण्याची, कुठलीच वेळ निश्चित नसते. पण बेंजामिन फ्रँकलिन यांनी असं म्हटलंय की, 'आपल्या आजूबाजूच्या लोकांची व्यवस्थित काळजी आपण तेव्हाच घेऊ शकू, जेव्हा आपण आधी स्वत:ची काळजी घेऊ.' दीर्घकाळ इतरांची काळजी घेता यावी, यासाठी आधी स्वत:ची प्रकृती ठणठणीत असणं अत्यंत आवश्यक आहे.

प्रकृती किंवा आरोग्य या विषयावरच आणखी थोडं बोलू या. एक काळ असा होता की संपूर्ण जग बॅक्टेरिया म्हणजे जीवाणू या नावाच्या राक्षसाच्या दयेवर जगत होतं. जीवाणूंमुळे होणारे प्लेगसारखे भयंकर आजार जगासमोर प्रचंड संकटे उभी करत होते. जगाची उलथापालथ होईल की काय अशी भीती निर्माण करत होते. चौदाव्या शतकात युरोपमध्ये 'महामारी' म्हणता येईल अशा या भयंकर आजाराचा उद्रेक झाला होता. आणि त्याने युरोपमधल्या जवळजवळ ५० टक्के लोकसंख्येचा अक्षरश: घास घेतला होता. कालांतराने वैद्यकीय चिकित्साशास्त्रात बरीच प्रगती झाली असल्यामुळे, 'जीवाणू' ही आता जगातली तितकीशी मोठी आणि गंभीर समस्या राहिलेली नाही. आत्ताच्या जगातला माणूस

आता दुसऱ्या एका राक्षसाशी लढतो आहे आणि त्या राक्षसाचं नाव आहे 'तणाव'... 'टेन्शन.'

तणाव आणि चिंता या दोन गोष्टी आज जगात सगळ्यात जास्त प्रमाणात पसरलेल्या आजारांच्या 'जनक' ठरलेल्या आहेत. अशा आजारांना इंग्लिशमध्ये 'लाइफ स्टाइल डिसीज' असं म्हणतात... म्हणजे 'जीवनशैलीनिर्मित आजार.' म्हणजे जीवाणूंची जागा आता जीवनशैलीने घेतलेली आहे. रक्तदाब, मधुमेह, हृदयरोग यांसारखे आजार, हे या जीवनशैलीचे सर्वांत जास्त प्रचलित असणारे जणू प्रतिनिधी आहेत.

आयुष्यात सतत करावी लागणारी धावपळ, सगळ्याच बाबतीतली जीवघेणी स्पर्धा, आणि विजेच्या वेगाने बदलत असलेलं आत्ताचं जग, यामुळे तणावग्रस्त होण्याची आणि सतत चिंता करायला लावणारी अनेक कारणं आपल्यापुढे हजर आहेत. जे तंत्रज्ञान आज अत्याधुनिक समजलं जातं, तेच पाच वर्षांनी जुनं समजलं जायला लागतं. माणूस एखाद्या नवीन गोष्टीशी जुळवून घ्यायला शिकतो न शिकतो, तोपर्यंत ती नवीन गोष्ट जुनी होऊन गेलेली असते. उपभोक्तावादाचा अंमल असणाऱ्या या काळात कितीही पैसे मिळवलेत तरी ते कमीच पडत असतात. विस्फोट झाल्याप्रमाणे वाढलेल्या लोकसंख्येमुळे निर्माण झालेल्या समस्यांशी लढत असणाऱ्या या देशात, नोकऱ्या नेहमीच गरजेपेक्षा कमी प्रमाणात उपलब्ध असतात आणि महागाई नावाची चेटकीण सर्वत्र संचार करत असते. आपल्याकडे पैसे भलेही नेहमीच कमी असतील, पण तणावग्रस्त होण्याची, चिंताग्रस्त होण्याची कारणं कधीच कमी नसतात... म्हणजे ती कधी कमी होतच नाहीत. आपल्या पूर्वजांकडे सोयी-सुविधा, साधनसामग्री, संपत्ती या गोष्टी आत्ताच्या तुलनेत जरी कमी होत्या, तरी त्यांच्याकडे मन:शांती, समाधान या गोष्टी आपल्यापेक्षा नक्कीच जास्त होत्या. जीवाणू, त्यामुळे होणारे आजार, अशासारख्या समस्या त्यांनाही होत्या. पण त्यांची जीवनशैली ही त्यांच्यासाठी समस्या नव्हती. आरोग्यतज्ज्ञ असं सांगतात की, आपलं खाणंपिणं सूर्याच्या भ्रमणानुसार असायला हवं. सूर्य आकाशात चढत असतो तेव्हा जास्त आणि सूर्य अस्ताला जात असताना कमी खायला हवं. नाइलाजाने का होईना, पण आपले पूर्वज या म्हणण्याचं पालन करत होते. पण जेव्हा एडिसनने बल्बचा शोध लावून, रात्रीसुद्धा दिवसासारखा उजेड पडण्याची सोय केली, तेव्हापासून लोकांची ती दिनचर्या पार बदलून गेली आहे. तंत्रज्ञान चांगलंही असतं आणि वाईटही असतं. साधकही असतं आणि बाधकही असतं. त्या तंत्रज्ञानाचा आपण कसा उपयोग करतो, यावर ते चांगलं की वाईट, हे अवलंबून असतं. विडंबना वाटावी असं सत्य हे आहे की, टीव्ही, मोबाइल आणि कॉम्प्युटर यांसारख्या, तंत्रज्ञानाचं प्रतिनिधित्व करणाऱ्या साधनांचा

अवेळी आणि अनिर्बंधपणे केला जाणारा वापर, हेच आपण तणावग्रस्त होण्याचं मोठं कारण आहे.

पण तुम्ही जर स्वत:च्या 'तन्हाई'साठी रोज काही वेळ आवर्जून काढण्याची कला शिकलात तर तुम्ही तुमचा तणाव स्वत:चा स्वत:च बराचसा कमी करू शकता.

एखादा शायर किंवा एखादा प्रियकर एकटा असताना आपल्या प्रेयसीच्या आठवणीत रमून गेलेला असतो, असं म्हटलं जातं. मी म्हणतो की तुम्हीही तसंच करायला हवं. पण फक्त तेवढंच नाही, तर आणखी एक पाऊल पुढे टाकून तुमच्या त्या प्रेयसीबरोबर वेळही घालवायला हवा. हो, खरंच सांगतो आहे. आणि तुम्ही माझ्याकडे विचित्र नजरेने पाहताय हेही कळतं आहे. तर जरा उलगडून सांगतो. प्रेयसी तुमची असल्याने तिचं स्वरूप फक्त तुम्हालाच माहीत असणार आहे. पण सर्वसाधारणपणे मी असं म्हणेन की, ती प्रेयसी म्हणजे पुस्तकं असतील, चित्रकला असेल, बागकाम असेल, नाहीतर संगीत असेल, किंवा आणखीही काही असू शकतं. सांगण्याचं तात्पर्य हे की, रोजच्या रोज, अगदी खूप वेळ नाही, पण कमीत कमी अर्धा तास तरी तुम्ही तुमच्या एखाद्या छंदासाठी घालवा. वाचायचा छंद असेल, तर पुस्तकं वाचा. लिहिण्याचा छंद असेल तर काही ना काही लिहीत जा. आणि काहीच सुचलं नाही, तर डायरी म्हणजे रोजनिशी लिहायला सुरुवात करा. माझ्यापुरतं सांगायचं झालं तर, डायरी लिहिणं हे तणावापासून दूर राहण्याचं खूप मोठं अस्त्र आहे. मनातले सगळे विचार, एकही अपवाद न वगळता, तुम्ही तुमच्या डायरीत अगदी नि:संकोचपणे व्यक्त करू शकता. अगदी तुमचा रागसुद्धा, त्याबद्दल डायरीत लिहिलंत तर कमी होऊ शकतो आणि तुम्हाला हलकं वाटायला लागू शकतं. डायरी तुम्हाला कधीच उलट प्रश्न विचारणार नाही... पण हा माझा वैयक्तिक अनुभव आहे. तुम्हाला दुसऱ्या एखाद्या गोष्टीमुळे मन हलकं झाल्यासारखं वाटू शकेल. ताण कमी झाल्यासारखं वाटू शकेल.

पण एक गोष्ट मात्र तुम्हाला कायम लक्षात ठेवायला पाहिजे. एखाद्या गोष्टीला तुम्ही जर तुमचं वेड किंवा ध्यास समजत असाल, तर त्या गोष्टीकडे फक्त एक 'छंद' म्हणून पाहू नका. त्यात स्वत:ला पूर्णपणे झोकून द्या. जर संगीतक्षेत्रात काहीतरी करण्याची तुमची इच्छा असेल आणि संगीत हे तुमचं वेड असेल, तर त्याला छंदासाठी राखून ठेवलेल्या तीस मिनिटांच्या वेळाचं बंधन घालू नका. म्हणजे ते वेड जपण्यासाठी, जोपासण्यासाठी वेळेची मर्यादा ठरवूच नका. नाहीतर तुमची गणना अशा लोकांमध्येच केली जाईल, ज्यांचं नाव फक्त ऑफिसमध्ये अधूनमधून होणाऱ्या पार्ट्यांपुरतंच घेतलं जातं आणि त्यांचं इतपतच कौतुक केलं जातं की – 'सर, हा आपला राजेश खूप छान गाणं म्हणतो. या पार्टीमध्ये याचं

एकतरी गाणं व्हायलाच पाहिजे.' नाहीतर एखाद्या पिकनिकला गेलेले असताना तुमचे मित्र तुम्हाला आग्रह करतील की – 'काहीतरी ऐकव रे राजेश. खूप दिवसात तुझं गाणं ऐकलं नाहीये मित्रा.'

म्हणजेच गाणं हा जर तुमचा केवळ छंद असेल, तर त्यासाठी वेळेचं गणित मांडणं ठीक आहे. पण तुम्ही जर त्याला स्वत:चं वेड किंवा ध्यास मानत असाल, तर मात्र या वेळेच्या बंधनातून तुम्हाला मुक्त व्हावं लागेल आणि त्यासाठी जास्त वेळ द्यावा लागेल.

आधुनिक तंत्रज्ञान हेसुद्धा आपल्या ताणतणावांचं खूप मोठं कारण आहे. सारखी तुलना करण्याच्या माणसांच्या सवयीबद्दल, मागच्या एका लेखात मी उदाहरणादाखल एक वाक्य सांगितलं होतं –

'तिची साडी माझ्या साडीपेक्षा जास्त शुभ्र कशी आहे?'

आजच्या तरुण पिढीला याच अर्थाचं दुसरं वाक्य सांगितलं, तर जास्त चांगलं समजेल – 'त्याच्या फेसबुक पोस्टला आलेले लाइक्स आणि कॉमेंट्स, माझ्या फेसबुक पोस्टला मिळालेल्या लाइक्स आणि कॉमेट्सपेक्षा जास्त कसे काय आहेत?'

हिंदी विषयाच्या शालेय पुस्तकांमध्ये 'अंगूठा दिखाना' या वाक्प्रचाराचा अर्थ 'नाही म्हणणे, नाकारणे किंवा अभिमानपूर्वक नाकारणे', असा आहे. पण फक्त फेसबुकच नाही तर एकूणच सोशल मीडियाचा महिमा किती अगाध आहे पहा. आज आमच्या कुठल्या पोस्टला किती लोकांनी 'अंगठा' दाखवला आहे, तो आकडा आमच्या प्रसन्नतेचं किंवा दु:खाचं कारण ठरतो. जितके अंगठे जास्त, तितका आनंद जास्त. पण आपण कधी तंत्रज्ञानाकडे पाठ फिरवू शकत नाही. तंत्रज्ञानाकडे दुर्लक्ष करून चालणारही नाही. पण तंत्रज्ञानाचा योग्य तो आणि तेवढाच उपयोग करण्याचं स्वाभाविक ज्ञान मात्र आपल्याकडे असलंच पाहिजे. तंत्रज्ञानाच्या जोडीने जर आपण चाललो नाही, तर जगाच्या मागे राहू हे जरी खरं असलं, तरीही तंत्रज्ञानाबरोबर घालवण्याचा वेळ आणि मर्यादा निश्चित ठरवणं खूप आवश्यक आहे.

बाकी काही नाही, तरी याची सुरुवात म्हणून आपण खालील गोष्टी तर नक्कीच करू शकतो –

- झोपण्याआधी कमीत कमी तीस मिनिटे तुम्ही तुमची सगळी यंत्रं, म्हणजे मोबाइल, टीव्ही, लॅपटॉप यांसारख्या वस्तू वापरणं बंद करायचं.
- उठल्यानंतरही कमीत कमी अर्धा तास, वर सांगितलेल्या वस्तू किंवा त्यासारखी कुठलीही यंत्रं वापरायची नाहीत.

- रोजच्या प्रत्येक दिवसासाठी एक तासाची अशी निश्चित वेळ ठरवा, ज्या वेळेत तुम्ही जागरूकपणे या वस्तू वापरणार नाही.

शास्त्रीय शोधही हेच सांगतात की, रात्री झोपेपर्यंत आणि सकाळी अगदी उठल्या उठल्या मोबाइल वापरल्यामुळे आपल्या तणावाचे प्रमाण वाढते. वर सांगितलेल्या गोष्टींपासून सुरुवात करा. मग तुम्हाला खात्रीने असं वाटेल की, आपण काहीतरी योग्य काम करत आहोत. आणि नंतर या गोष्टींपासून दूर राहण्यासाठी आधी ठरवलेली वेळेची मर्यादा तुम्ही स्वतःच वाढवाल. झोपण्यापूर्वी काहीतरी वाचा, पण मोबाइल किंवा लॅपटॉपवरचा मजकूर वाचू नका. तर कागदावर लिहिलेला मजकूर वाचा. ही यंत्रं आपण जितकी जास्त वापरतो, तेवढा आपल्या डोळ्यांवर जास्त ताण पडतो हेही नजरेआड करू नका.

तणाव कमी करण्याचे आणखी दोन रामबाण उपाय आहेत.

- इतरांबरोबर स्वतःची तुलना करणं ताबडतोब थांबवा.
- करायचं असलेलं प्रत्येक काम त्याचवेळी पूर्ण करून टाका, जेव्हा ते कधी करायचं यासाठी इतर पर्याय उपलब्ध असतात.
- कुठचीही दोन माणसं एकसारखं नशीब घेऊन या जगात येत नाहीत.

संत तुलसीदासांनी असं म्हटलंय की –

'जाके पैर न फटी बिवाई, वो क्या जाने पीर पराई।'

'चालत गेल्यामुळे ज्याच्या पायाला भेगा पडलेल्या नाहीत त्याला, पायाला भेगा पडलेल्या माणसाचं दुःख काय समजणार?'

याचा मथितार्थ असा की, जोपर्यंत स्वतःला दुःख किंवा त्रास होत नाही, तोपर्यंत दुसऱ्याच्या दुःखाची किंवा त्रासाची तीव्रता समजूच शकत नाही.

तुलना करण्याच्या या खेळातली समस्या हीच असते की, आपण आपल्या दुःखाची तुलना, दुसऱ्याच्या सुखाशी करतो. पण आपण आपल्या सुखाची तुलना दुसऱ्याच्या दुःखाबरोबर कधीच करत नाही. आणि मग उगीचच स्वतःला तणावग्रस्त करून घेतो. एक गोष्ट नेहमी लक्षात ठेवा की, माणसाने एकदा का या मृत्युलोकात जन्म घेतला, की तो संघर्ष आणि समस्या याशिवाय आयुष्य घालवूच शकत नाही. त्याचे त्रास, त्याचं दुःख, त्याच्या समस्या, इतरांपेक्षा वेगळ्या असू शकतील, पण त्याला काही ना काही अडचण, त्रास असणारच.

आता राहिलेला मुद्दा आहे, काम कधी करायचं हा. एखादं काम कधी करायचं यासाठी जेव्हा पर्याय उपलब्ध असतात, तेव्हाच ते करून टाकण्याचा फायदा हा असतो की, त्यामुळे 'एखादं काम करण्याशिवाय आता गत्यंतरच नाही,' असं म्हणण्याची, म्हणजे अगदी निकराची वेळ कधी येत नाही. असा पर्याय जोपर्यंत उपलब्ध असतो, तोपर्यंत तुम्ही ते काम अतिशय तन्मयतेने,

सर्वांत उत्तम पद्धतीने आणि तुमच्या मनाप्रमाणे पूर्ण करू शकता. पण तेच काम करणं जेव्हा अनिवार्य बनतं, ठरावीक वेळेत ते पूर्ण करण्याचं बंधन, टांगत्या तलवारीसारखं तुमच्या डोक्यावर असतं, तेव्हा एका अनामिक दडपणाखाली, तणावाखाली तुम्ही ते करता.

हीच गोष्ट तुमच्या आरोग्यासाठीही खरोखरच आवश्यक असते. तुम्ही स्वत:च जर स्वत:च्या आरोग्याकडे लक्ष देऊन वेळेत काळजी घेतलीत, तर अगदी नाइलाज झाल्यावर डॉक्टरांकडून तुमच्यासाठी 'डाएट चार्ट' आणि 'एक्सरसाइझ चार्ट' तयार करून घेणं अनिवार्य होण्याची वेळच येणार नाही.

आणि हे सगळं तेव्हाच शक्य होऊ शकेल, जेव्हा तुम्ही अगदी रोज स्वत:साठी, स्वत:च्या 'तन्हाई'साठी, ठरवून वेळ काढाल. म्हणजे स्वत:साठी मुद्दाम 'तन्हाई' निर्माण कराल. तुम्ही रोज अगदी नेमाने जर असं करणं जमवलंत, तर तुम्ही तुमचं ध्येय गाठण्यात नक्कीच यशस्वी व्हाल. आणि तुमच्या मित्रांनी आणि इतर परिचितांनी जर तुमच्या त्या यशाचं रहस्य काय, असं तुम्हाला विचारलं, तर अगदी बच्चन यांच्यासारख्या आवाजात जरी नाही जमलं, तरी तुमच्या स्वत:च्या आवाजात तुम्ही असं सांगू शकाल की – 'मैं और मेरी तन्हाई, अक्सर ये बातें करते हैं...।'

कॉम्प्युटर महाशय, कृपया हे वाक्य 'लॉक' केलं जावं...

'स्वत:साठी अगदी रोजच्या रोज वेळ काढा, आणि त्या वेळेचा अगदी नियोजनबद्ध आणि तुम्हाला काहीतरी भरीव मिळवून देईल, असा उपयोग करा.'

दो और दो पाँच

इस दुनिया की गाड़ी
बेईमानी और रिश्वत के
पहियों पर चल रही है

'दो और दो पाँच' हा १९८० साली प्रदर्शित झालेला, अमिताभ बच्चन आणि शशी कपूर या जोडीचा आणखी एक चित्रपट होता. या चित्रपटात ते एकमेकांचे भाऊ नाही, तर प्रतिस्पर्धी दाखवलेले आहेत. पण ही स्पर्धा कुठल्याही चांगल्या कामासाठी नसते. तर चोरीमारी, फसवणूक, लबाडी अशासारख्या कामांसाठी असते. त्यांच्या अशा एकमेकांशी झुंजण्यामधूनच विनोदनिर्मिती होत राहते. आणि अशाप्रकारच्या चित्रपटाला तुम्ही 'ॲक्शन कॉमेडी' म्हणू शकता. अमिताभ बच्चन जेव्हा लोकप्रियतेच्या शिखरावर होते, त्याच काळातला हा चित्रपट असल्यामुळे, या चित्रपटालाही यश मिळालं, हे उघडच आहे. पण एक गोष्ट मात्र निश्चितपणे सांगता येईल, की या चित्रपटाच्या कथानकातून आपल्याला कोणतीही शिकवण मिळत नाही आणि या चित्रपटाच्या नावाने तर, आपण शाळेत शिकलेल्या नियमांचा पार धुव्वा उडवून टाकला आहे.

२ + २ = ४, असंच शिक्षकांनी आपल्याला शिकवलं होतं.

मग हे २ + २ = ५ कसे काय होऊ शकेल?

'हुई मुद्दत के गालिब मर गया, पर याद आता है
वो हर इक बातपर कहना की, यूँ होता तो क्या होता'

हे असं असतं तर काय झालं असतं, हा एक तात्त्विक विचार गालिब महोदय आपल्याला सांगून गेले आहेत. याच गोष्टीचा आधार आपण या लेखात घेणार आहोत. बहुतेक वेळा असं दिसून आलेलं आहे की, अपराध किंवा गुन्ह्यांच्या दुनियेत अतिशय तल्लख पण दुष्ट बुद्धीचे लोक असतात. कायदा आणि सुव्यवस्था यांना धोका देऊन फसवण्यासाठी हे लोक नव्या नव्या युक्त्या - क्लृप्त्या करत

असतात. चोरीमारी, फसवणूक याच विषयावरच्या बच्चन यांच्या चित्रपटाचं नाव म्हणूनच बहुतेक असं होतं... 'दो और दो पाँच.'

काय झालं असतं जर खरंच २ + २ = ५ झाले असते तर?

लोकांचा उत्साह वाढवायचा आणि त्यांना प्रेरणा द्यायची, या उद्देशाने लिहिलेल्या या पुस्तकात, समाजाशी शत्रुत्व असणाऱ्या आणि कायदा तोडण्याऱ्या लोकांचं गुणगान आपण नक्कीच करणार नाही आहोत. पण हो, नियम तोडणाऱ्यांबद्दल मात्र नक्कीच बोलणार आहोत. थोडासा विचार केलात तर तुमच्या हे लक्षात येईल की, समाजाला आणि एकूणच जगाला अशीच माणसं नवी दिशा देऊ शकली आहेत, ज्यांनी प्रस्थापित नियमांपेक्षा वेगळी अशी एखादी नवी गोष्ट सांगितली आहे.

- 'पृथ्वी हा संपूर्ण सौरमंडळाचा केंद्रबिंदू आहे', हा अनेक शतके रूढ झालेला एक सिद्धान्त होता. पण कोपर्निकस आणि गॅलिलियो यांच्यासारखे शास्त्रज्ञ त्या रूढ नियमांच्या विरोधात जाऊनच, त्यापेक्षा वेगळंच असणारं एक सत्य सिद्ध करून दाखवू शकले.
- कितीतरी शतकं सफरचंद झाडावरून खाली पडतच होती. पण फक्त न्यूटन हेच असा विचार करू शकले, की गुरुत्वाकर्षणाचा सिद्धान्त हेच त्याचं कारण आहे.

निसर्गाने इतर सगळ्या प्राण्यांपेक्षा माणसाला सगळ्यात मोठा मेंदू, अर्थातच सगळ्यात जास्त बुद्धी दिलेली आहे. त्याचाच परिणाम हा आहे की, आपण सगळ्यात आधी आगीचा शोध लावला. मग चाक, म्हणजे गोलाकार फिरणारी वस्तू निर्माण केली... हो 'चाक' हा त्या युगातला खूप मोठा शोध किंवा निर्मिती होती, ज्यामुळे मानवी जीवनाची दशा आणि दिशा दोन्हीही बदलून गेल्या. मग औद्योगिक क्रांतीला सुरुवात झाली. विजेचा शोध लागला. आधी बाबा आदमच्या काळातलं सफरचंद, मग न्यूटनच्या शोधाला कारणीभूत ठरलेलं सफरचंद आणि आता स्टीव्ह जॉब्ज यांचं सफरचंद... म्हणजे 'ॲपल,' इथेपर्यंत या जगाने बरंच परिवर्तन पाहिलं आणि हा सगळा परिणाम माणसाच्या या विचाराचाच होता की – 'हे असं असतं तर काय झालं असतं?'

पण घाबरू नका. हा लेख म्हणजे 'विज्ञानाचं एखादं कंटाळवाणं भाषण' असं आपण होऊ देणार नाही.

केविन सिसटोर्म नावाचा एक जिज्ञासू माणूस कितीतरी दिवसांपासून असं एक ॲप म्हणजे कॉम्प्युटरसाठीचे application तयार करण्याचा प्रयत्न करत होता, जे एक 'Location Sharing Ap' असणार होतं. पण त्यात त्यांना यश येत नव्हतं. मग त्यांनी आपला दृष्टिकोन आणि विचारांची दिशा बदलली. स्वत:लाच

विचारलं की, 'यापेक्षा मी एक सोपं असं फोटो शेअरिंग ॲप' तयार करून बघायला काय हरकत आहे?' आणि त्यांच्या या विचाराचा परिणाम म्हणजे 'इन्स्टाग्राम.'

'हे असं असतं तर काय झालं असतं?'

तर असा विचार ज्याला इंग्रजीत 'out of the box thinking' असं म्हटलं जातं, त्याला आपण 'रचनात्मक विचार' किंवा 'सर्जनशील विचार' असं नाव देऊ या.

अमेरिकन लेखक मार्क ट्वेन यांनी असं म्हटलंय की – 'जे तुम्ही आजपर्यंत नेहमी केलेलं आहे, तेच तुम्ही नेहमी करत राहाल, तर तुम्हाला तेच मिळेल, जे आजपर्यंत तुम्हाला नेहमीच मिळालेलं आहे.'

विज्ञान आणि तंत्रज्ञानापासून थोडं लांब जाऊन, आता क्रीडाजगताबद्दल काही बोलू या. पूर्वी मी सैयद किरमाणी यांना आपल्या संघाचे विकेटकीपर म्हणून खेळताना पाहिलेलं आहे. त्यांचं विकेटकीपिंग किती सुंदर असायचं, याबद्दल त्या काळातले क्रिकेटपटू आजही कॉमेन्ट्री बॉक्समध्ये बसून आठवणीने बोलतात. बॉल पकडून ते आपल्या हाताचा 'स्विंग' कसा पूर्ण करायचे, याबद्दल अजूनही आवर्जून बोललं जातं आणि त्यामुळे कीपिंगच्या कलेला जणू सौंदर्याचं एक वलय प्राप्त होतं. महेन्द्रसिंह धोनी यांचंही नाव विकेटकीपर म्हटल्यावर लगेचच आठवतं, चेंडू पकडल्यापकडल्या स्टम्प्स उडवण्यासाठी त्यांची जी घाई चाललेली असते, ती आपण सगळ्यांनीच पाहिलेली आहे. क्रिकेटचे शिक्षक आणि क्रिकेट शिकवणारी पुस्तकं यांनी काहीही शिकवलेलं असलं, तरी त्यांच्यासाठी विकेटकीपिंग सुंदर असण्यापेक्षा कौशल्यपूर्ण असणं जास्त महत्त्वाचं आहे. म्हणूनच आपल्या हाताचा 'स्विंग' पूर्ण करण्यासाठी ते १-२ सेकंदांइतकाही वेळ वाया घालवत नाहीत, कारण ती १-२ सेकंदही त्यांच्यासाठी खूप महत्त्वाची असतात. अशाप्रकारे ते जेव्हा एखाद्याला रन आउट करतात किंवा स्टम्प उडवून आउट करतात, तेव्हा क्रिकेटप्रेमी लोक आणि कॉमेन्ट्रेटरसुद्धा त्यांची भरभरून प्रशंसा करतात. हेही एक रचनात्मकतेचंच उदाहरण आहे.

'हे असं असतं तर काय झालं असतं?'

क्रिकेटसंदर्भातच आणखी एक उदाहरण सांगण्यासारखं आहे. सचिन तेंडुलकर या खेळात स्थिरावण्याआधी, फलंदाज जास्त करून आपली बॅट तळहाताच्या वरच्या भागात पकडत असत. प्रशिक्षक आणि क्रिकेट शिकवणारी पुस्तकेही हेच शिकवत होते. पण सचिनने फलंदाजीत मिळवलेल्या यशामुळे 'बॉटम हॅन्ड ग्रिप' म्हणजे बॅट तळहाताच्या खालच्या भागात पकडण्याची पद्धत प्रचलित झाली. आपल्या आधीचे लोक गोष्टी नेहमी ज्या पद्धतीने करायचे, त्याच पद्धतीने आपणही

नेहमी त्या करत राहणं, अजिबात आवश्यक नसतं. विज्ञान असं सांगतं की, आपण अजूनही आपल्या मेंदूचा पूर्ण वापर करायला शिकलेलो नाही. आपण मेंदूचा किंवा आपल्या बुद्धीचा म्हणू या, खूप कमी उपयोग करतो. जी माणसं आपल्या बुद्धीचा जास्त उपयोग करतात किंवा वेगळ्या पद्धतीने उपयोग करतात, तीच माणसं यशस्वी ठरतात, यात अजिबात शंका नाही. अशी माणसं आपल्या कल्पनाशीलतेचा भरपूर उपयोग करतात.

अशी रचनात्मकता किंवा सर्जनशीलता माणसात उपजतच असते, की माणसाला स्वत:हून तिचा विकास करता येतो?

या बाबतीत चांगली गोष्ट ही आहे की, आपण आपल्यातल्या अशा सर्जनतेला विकसित करू शकतो, आणखी व्यापक करू शकतो. त्यासाठी फार मोठं किंवा खूप कठीण असं काम करावं लागत नाही. संशोधनातून असं सिद्ध झालेलं आहे की, अगदी छोट्या छोट्या गोष्टीसुद्धा आपल्यातली सर्जनशीलता वाढवतात. जसं की –

- नियमित व्यायामामुळे तणाव कमी होतो आणि सर्जनशीलता वाढते.
- पुस्तकं वाचल्यामुळे सर्जनशीलता वाढते.
- स्वनिर्मित एकटेपणा... तनहाई... ज्याबद्दल आपण मागच्या लेखात बोललो होतो, तीसुद्धा सर्जनशीलता वाढवते. हा एकटेपणाचा वेळ असा असतो, जेव्हा आपण जागरूकपणे एखादा नवा विचार, नव्या कामाबद्दलचा विचार, नव्या गोष्टींचा विचार किंवा जुन्याच गोष्टीचा नव्याने विचार करू शकतो.
- जेव्हा आपण स्वत: आपल्या हाताने, चित्र काढतो, विणकाम करतो, किंवा माती वापरून त्यातून काहीही बनवतो, तेव्हा असे काम आपल्यातली सर्जनशीलता वाढवते.
- एकाच प्रश्नाची अनेक समाधानकारक उत्तरं शोधण्याची सवयही आपल्याला या कामात मदत करू शकते.
- नियमितपणे आणि जागरूक होऊन लांबवर चालत जाण्याच्या सवयीमध्येही आपली सर्जनशीलता वाढवण्याचं कौशल्य असतं.
- आपले अनुभव, आपले विचार रोजच्या रोज डायरीत लिहिल्यानेही आपण जास्त सर्जनशील बनतो.

ही यादी आणखी कितीतरी मोठी होऊ शकते. प्रत्येक माणसालाच वेगवेगळ्या गोष्टींमधून प्रेरणा मिळत असते. माझ्या स्वत:च्या बाबतीत मी असं म्हणेन की, माझ्यात जी काही थोडीफार सर्जनशीलता आहे, ती म्हणजे माझ्या पुस्तकं वाचण्याच्या

आणि काही ना काही लिहीत राहण्याच्या मनापासूनच्या आवडीचा परिणाम आहे. तुमच्यासाठी आणखी एखादी गोष्ट हे काम करू शकेल.

मागच्या लेखात आपण स्वत:साठी वेळ काढण्याबाबत बोललो होतो. हा लेख म्हणजे त्याच लेखाचा पुढचा किंवा थोडा विस्तारित भाग आहे, असं म्हणता येईल. तर जेव्हा तुम्ही स्वत:साठी वेळ काढाल आणि त्या वेळेचा सदुपयोग कराल, तेव्हा तुमच्या व्यक्तिमत्त्वाचा विकास होईल, हे उघड आहे. आणि जेव्हा तुमचं व्यक्तिमत्त्व विकसित होईल, तेव्हा यश मिळवण्याची आशाही वाढेल.

वर सांगितलेल्या मुद्द्यांपैकी तिसरा जो मुद्दा आहे, त्यामध्ये विचार करण्यासाठी वेळ काढणे, याबद्दल सांगितलेलं आहे. त्यावरून मला एक गोष्ट आठवते आहे. तेव्हा मी २३-२४ वर्षांचा होतो. आमच्या कंपनीचे सर्वांत वरिष्ठ अधिकारी, जे मध्य प्रदेश आणि छत्तीसगड या राज्यातल्या शाखांचेही प्रमुख होते, त्यांचा एक झंझावती दौरा चालू होता. पण त्याचवेळी त्यांना वेगवेगळ्या कर्मचाऱ्यांशी वेगवेगळ्या वेळी आणि वेगवेगळ्या ठिकाणी भेटून आणि चर्चा करून, जास्तीत जास्त कर्मचाऱ्यांच्या आणि एकूणच पूर्ण ऑफिसच्या कामकाजाबद्दल जाणून घेण्याची इच्छा होती... किंवा गरज होती. त्यामुळे बऱ्याच जणांना वेगवेगळ्या वेळेत, त्यांना भेटण्यासाठी त्यांच्या हॉटेलवर जावं लागत होतं. मी जेव्हा त्यांना असं भेटण्यासाठी गेलो, तेव्हा नेमका त्यांना एक महत्त्वाचा फोन आला, जो त्यांना घ्यायलाच हवा होता. त्यांचा फोन संपेपर्यंत अर्धा तास गेला. जे खरे मोठे लोक असतात ते माफी मागण्यात कंजूसपणा करत नाहीत. त्यांनीही माझी माफी मागितली आणि वर असंही म्हटलं की, 'माझी वाट बघत तुम्हाला अर्धा तास ताटकळावं लागलं. खूप दमला असाल ना तुम्ही?' मग मीही त्यांना इम्प्रेस करण्यासाठी म्हटलं की, 'सर, ऑफिसमध्ये असतो तर काम करत राहिलो असतो, आणि जास्त दमलो असतो. आत्ता तर नुसतं बसून फक्त तुमची वाट पाहत होतो.' यावर त्यांनी जे काही मला सांगितलं, ते मी अजूनही विसरलेलो नाही. ते म्हणाले, 'रूपेश, जर जीवनात तुला पुढे जायचं असेल, स्वत:ची सतत प्रगती करायची असेल, तर कधीही नुसता बसून राहत जाऊ नकोस. त्याऐवजी सतत कुठला ना कुठला सकारात्मक आणि सर्जनशील विचार करत रहा.'

लहानपणी मला या एका गोष्टीचं नेहमी आश्चर्य वाटायचं की, मजूर नेहमीच जास्त कष्ट करतात. पण त्यांच्यापेक्षा जास्त पैसे मात्र तेच लोक कमावतात, जे ऑफिसमध्ये नाहीतर दुकानात बसतात, असं कसं? मोठा झाल्यावर कळलं की एखाद्या व्यक्तीची किंमत म्हणजे त्याच्या शारीरिक शक्तीची किंमत नसते; तर ती त्याच्या मेंदूच्या, म्हणजेच बुद्धीच्या शक्तीची किंमत असते. आणि असं

म्हणतातच ना की, मेंदू, स्नायू आणि स्मरणशक्ती या गोष्टींचा जितका जास्त उपयोग कराल, तितक्या त्या जास्त मजबूत होतात. जरा आठवून बघा, की मोबाइल अस्तित्वात येण्याआधी आपल्याला अशा सगळ्यांचे फोन नंबर तोंडपाठ असायचे, ज्यांना आपण बरेचदा फोन करायचो. मग मोबाइलमध्ये नंबर 'सेव्ह' करण्याचा पर्याय उपलब्ध झाला आणि आपण आपल्या स्मरणशक्तीचा उपयोग करणं बंदच करून टाकलं. स्मरणशक्तीची धार जणू बोथट झाली. आता तर परिस्थिती अशी आहे की, आपल्याच घरात राहणाऱ्या आपल्या माणसांचे नंबरही आपल्याला कधीकधी आठवत नाहीत. कारण आजच्या भाषेत सांगायचं तर, लक्षात ठेवण्याचं काम आपण मोबाइलसारख्या यंत्रांकडे 'आउटसोर्स' करून टाकलेलं आहे. म्हणूनच स्मरणशक्तीची धार बोथट होऊ न देणं, आता जास्त महत्त्वाचं ठरत आहे. आणि सर्जनशीलतेच्या बाबतीतली वैशिष्ट्यपूर्ण गोष्ट ही आहे की, तिचा जितका जास्त उपयोग कराल, तितकी ती वाढतच जाते. कधीच कमी होत नाही. तर्क करण्याला मर्यादा असू शकते. पण विचार आणि कल्पनांना कुठलीच मर्यादा नसते, कुठलंच बंधन नसतं.

'जे न देखे रवी, ते देखे कवी'... अशी एक उक्ती आहे.

जाणकारांनी खूप पूर्वीच असं म्हटलेलं आहे की, जिथे सूर्याचा उजेडही पोहोचत नाही, तिथे माणसाची कल्पना क्षणार्धात अगदी सहज जाऊन पोहोचते.

फक्त वैज्ञानिक, क्रिकेट खेळाडू किंवा एखाद्या प्रख्यात व्यक्तीकडेच सर्जनशीलतेचं पेटंट असतं, असं अजिबात नाही. आपल्यासारख्या सर्वसामान्य माणसांमध्येही ती ताकद असते. कला, साहित्य, संगीत किंवा बौद्धिक क्षेत्रातली क्षमता फक्त कवी, चित्रपटाचे कथालेखक, सर्व क्षेत्रातले कलाकार किंवा इतर साहित्यकार, अशा विशेष लोकांमध्येच असते, असा विचार तर मुळीच करू नका. अतिशय साध्या सामान्य वातावरणात राहणारे, अगदी साधारण अशी नोकरी करणारे माझ्या तुमच्यासारखे लोकही ही सर्जनशीलता आत्मसात करू शकतात.

कोणती नोकरी किंवा कोणतं काम तुम्हाला सर्जनशील होण्यासाठी वाव देतं, असं मी तुम्हाला विचारलं तर?

या प्रश्नाचं कुठलंही उत्तर तुम्हाला सुचू शकेल. पण 'वाहतूक पोलिसाची नोकरी' हे ते उत्तर तर नक्कीच नसेल. आणि हे मी निश्चितपणे सांगू शकतो. 'वाहतूक पोलीस' म्हणजे 'ट्रॅफिक हवालदार...' म्हणजे जो दिवसभर, रस्त्याने जाणाऱ्या येणाऱ्यांना दिशा दाखवण्याच्या अगदी पुरातन नियमांनुसार, हातवारे करून आणि तोंडातल्या शिट्टीचा वापर करून, दिशा दाखवण्याचं काम करत राहतो तो माणूस. आणि हे काम करून त्याला मिळतं काय? गाड्यांच्या धुरामुळे होणारं प्रदूषण, आणि तो धूर

कसा? तर जणू काही भारतातलं ऊन आणि धूळ यांच्या संमिश्र पाकात बुडवून काढलेला... त्यावर भारतातल्या उष्ण हवामानाचा वर्ख चढवल्यासारखा... आता या सगळ्या सामग्रीमधून बनलेला तो धूररूपी पदार्थ हवाहवासा आणि गोड तर कधीच असणार नाही. आणि आणखी एक गोष्ट म्हणजे एक 'घटकपदार्थ' सांगायचा राहिलाच... आपण अशा देशात राहणारे आहोत, जिथे ट्रॅफिकचे नियम धुडकावून लावणं ही लोकांना कौतुकास्पद गोष्ट वाटते. इथल्या माणसांना, लाल सिग्नल तोडून, नाहीतर मग दुचाकीवर तिघा-तिघांना बसवून, स्वत:ला 'हिरो' समजण्याची अत्यंत आवड किंवा छंद असतो... तर एकूण या सगळ्याचा निष्कर्ष असा आहे की, जिथे स्वत:ची सर्जनशीलता दाखवता येईल, अशा कामांच्या यादीमध्ये ट्रॅफिक हवालदाराच्या कामाचा समावेश होणार नाही.

पण असा विचार तुम्ही तोपर्यंतच कराल, जोपर्यंत रणजितसिंह नावाच्या व्यक्तीशी तुमची ओळख होणार नाही. मध्य प्रदेशाची आर्थिक राजधानी असणाऱ्या इंदोर शहरात अनेक चौकांमध्ये हे महाशय ट्रॅफिक पोलिसाच्या रूपात दिसत असतात. पण मग ते विशेष असं काय करतात, ज्यामुळे आपण इथे त्यांचा आवर्जून उल्लेख करतो आहोत? तर आपल्या साधारण अशा आणि कंटाळवाण्या नोकरीत थोडासा विरंगुळा म्हणून, आणि येणाऱ्या-जाणाऱ्यांच्या चेहऱ्यावर आनंद दिसावा म्हणून हे गृहस्थ 'मूनवॉक' करतात... हो... बरोबर वाचताय तुम्ही... 'मूनवॉक.' म्हणजे मायकल जॅक्सन यांची नृत्यातली एक प्रसिद्ध अदाकारी. या व्यतिरिक्त, काम करता करता ते नृत्यातल्या इतरही काही स्टेप्स करत असतात. असं केल्यामुळे त्यांना नोकरीत पदोन्नती किंवा जास्तीचे पैसे मिळणार नाहीत, हे नक्की. पण त्यामुळे ते आता 'सोशल मीडिया स्टार' नक्कीच बनले आहेत, आणि त्यांच्या कनिष्ठांसाठी 'आदर्श'सुद्धा. त्यांना ज्युनिअर असणारे ट्रॅफिक पोलीसही त्यांचे नृत्य पाहून पाहून आपल्या ट्रॅफिक कंट्रोलच्या कामाबरोबर तसंच नृत्य करायला लागले आहेत. रस्त्याने जाणाऱ्या येणाऱ्यांना दिशा दाखवण्याचं काम ट्रॅफिक पोलीस खरंतर अगदी यंत्रवत् करत असतात. पण आता इंदोरमधली परिस्थिती अशी आहे की, जेव्हा जेव्हा एखादा फिल्मस्टार इंदोरमध्ये जातो, तेव्हा स्वत:च्या चित्रपटाची प्रसिद्धी करण्यासाठी, तो या रणजितसिंह यांच्याबरोबर नृत्य नक्कीच करतो.

तर आपल्या अशा एका वेगळ्याच आणि सर्जनशील विचारामुळे रणजितसिंह यांनी एका कंटाळवाण्या वाटणाऱ्या कामालाही मनोरंजक करून टाकलं आहे. भविष्यात एखाद्या वेळी असं घडणं शक्य आहे का की, ट्रॅफिक पोलिसांनी नृत्य करणं ही गोष्ट अनिवार्य ठरवली जाईल? हो मला कळतंय की मी जरा जास्तच 'आउट ऑफ दि बॉक्स' विचार करतोय. पण सर्जनशील होण्याच्या दृष्टीने हा

माझा एक प्रयत्न होता. असो.

कॉम्प्युटर महाशय, कृपया हे वाक्य 'लॉक' केलं जावं.

'आपल्या विचारांना 'हे असं असतं तर काय झालं असतं?' या दिशेला प्राधान्याने वळवा. हा असाच विचार प्राधान्याने करा.'

'इंग्लिश इज ए फन्नी लँग्वेज'

'यू सी सर,
आय कॅन टॉक इंग्लिश,
आय कॅन वॉक इंग्लिश,
आय कॅन लाफ इंग्लिश...
बिकॉज इंग्लिश इज
ए फन्नी लँग्वेज'

असं म्हणतात की, चित्रपटाचा शेवट जर चांगला असेल, तर त्यात मध्येच येणारा आणि डोक्याला, मनाला पेलायला जड वाटणारा भाग विसरून माणूस आनंदाने थिएटरमधून बाहेर पडतो. बाहेर आल्यावर त्या चित्रपटाबद्दल सकारात्मक मत व्यक्त करतो. पुस्तकातल्या या शेवटच्या लेखाचा विषय असाच काहीसा आहे. यासारख्या एका प्रेरणादायक पुस्तकातल्या शेवटच्या लेखासाठी याहून चांगला विषय असूच शकणार नाही, असं मला वाटतं.

तर मग काय आहे हा विषय?

आपल्या महान देशात घडलेल्या दुःखदायक, त्रासदायक अशाही काही गोष्टी नक्कीच आहेत. त्याच यादीतलं एक जितंजागतं दुःख हे आहे की, इंग्रजी भाषा शिकणं ही गोष्ट आपण फक्त त्या भाषेचं ज्ञान मिळवणं, इतकीच मर्यादित ठेवलेली नाहीये. त्या भाषेला आपण इतकं वरचं स्थान देऊन टाकलंय की इंग्रजीचं ज्ञान असणं, हा बुद्धिमत्तेचा आणि बुद्धिवादाचा महत्त्वाचा मापदंड आहे, असंच आपण समजायला लागलेले आहोत. याचं त्यामानाने अलीकडचं उदाहरण सांगतो. शाहरुख खान यांनी कॉलेज ॲडमिशनसाठी भरलेला फॉर्म सोशल मीडियावर 'व्हायरल' झाला होता आणि ट्विटरवरून त्यांच्याबाबत खूप उलटसुलट बोललं गेलं होतं... थोडक्यात त्यांची खिल्ली उडवली गेली होती. आणि त्याचं कारण फक्त एवढंच होतं की, त्यांना इंग्रजी विषयात सर्वांत कमी मार्क मिळाले होते. इंग्रजीला सर्वश्रेष्ठ समजण्याच्या आपल्या मानसिकतेचचं हे द्योतक आहे. २०१७ साली इंग्रजी आणि हिंदी या दोन भाषांमध्ये पडलेल्या अदृश्य भिंतीवर चर्चा करणारा एक खूपच रोचक चित्रपट आला होता, ज्याचं नाव होतं 'हिंदी मीडिअम' त्यातल्या नायिकेच्या तोंडी असं एक वाक्य होतं की –

'हमारे देशमें इंग्लिश एक भाषा नहीं, बल्कि एक क्लास है ।'

म्हणजे आपल्या देशात इंग्लिश ही फक्त एक भाषा एवढाच अर्थ घेतला जात नाही. तर इंग्लिश लिहिता-वाचता-बोलता येणाऱ्यांचा 'एक विशेष वर्ग' असल्याचं मानलं जातं आणि हे खरंही आहे. जेव्हा अशा वर्गातला एखादा माणूस, दुसऱ्या कुणाला तरी, हा 'कमी शिकला-सवरलेला आहे' असं म्हणू इच्छित असतो, तेव्हा त्यासाठी तो 'हिंदी मीडिअम' हा शब्द वापरतो. आणि हा शब्द अशा पद्धतीने उच्चारला जातो, की त्यातली तिरस्काराची भावना स्पष्टपणे लक्षात येते. तुमच्या माझ्यासारख्या अनेकांसाठी हिंदी ही भारताची अधिकृत भाषा तर आहेच, पण त्याचबरोबर अनेक भारतवासीयांची ती मातृभाषाही आहे. आणि एक विरोधाभास असाही आहे की इंग्रजी हीसुद्धा भारताची अधिकृत भाषा आहे. बरंचसं सरकारी कामकाज इंग्रजी भाषेतून चालतं हे तर आपण जाणतोच. म्हणजेच आपल्याकडे या दोन्ही भाषा सारख्याच महत्त्वाच्या, बरोबरीने वापरल्या जाणाऱ्या आहेत. पण त्याच इंग्रजी भाषेला 'Queen's language'... महाराणीची भाषा असंही म्हटलं जातं. आता आपल्या मध्यमवर्गीय आईची तुलना जर महाराणीशी केली गेली, तर त्या महाराणीच्या प्रभावापुढे आईचा निभाव लागू शकणारच नाही, आणि आज भारताच्या बाबतीतली हीच सत्य परिस्थिती आहे.

अमिताभ बच्चन यांचे या दोन्हीही भाषांवर जबरदस्त प्रभुत्व आहे. म्हणूनच बहुतेक ते सर्वसामान्य जनतेशी सहज संवाद साधू शकतात. या लेखाचं शीर्षक म्हणजे त्यांनीच बोललेलं एक वाक्य आहे. जेव्हा जेव्हा त्यांच्या विनोदी दृश्यांबद्दल बोललं जाईल, तेव्हा तेव्हा 'नमक हलाल' चित्रपटातल्या या दृश्याची आठवण आल्याशिवाय राहणार नाही, हे नक्की.

आठवतंय का काही तुम्हाला?...

'यू सी सर, आय कॅन टॉक इंग्लिश, आय कॅन वॉक इंग्लिश, आय कॅन लाफ इंग्लिश, बिकॉज इंग्लिश इज ए फन्नी लँग्वेज।'

ज्यांना इंग्रजी समजतं, त्यांच्या हे लक्षात आलं असेल की, या व्यक्तिरेखेला इंग्रजी बोलता येत नाही. अमिताभ बच्चन यांनी या चित्रपटात ज्या माणसाचं पात्र साकारलं होतं, तो माणूस एका पंचतारांकित हॉटेलमध्ये नोकरी मागायला आलेला असतो आणि त्या हॉटेलच्या मॅनेजरला आपलं इंग्रजीचं ज्ञान पाजळून प्रभावित करू पाहत असतो. त्या माणसाचं इंग्रजीचं हे मोडकंतोडकं ज्ञान पाहून प्रेक्षक हसून हसून बेजार होतात.

आता हा तर एक चित्रपट होता. त्यातली अमिताभ बच्चन यांची 'कॉमेडी' खूप गाजली आणि 'नमक हलाल' हा १९८२ सालच्या सर्वांत जास्त कमाई करणाऱ्या चित्रपटांपैकी एक चित्रपट ठरला. पण प्रत्यक्ष जीवनात जर आपण

चुकून एखादा इंग्रजी शब्द चुकीचा उच्चारला, तर ऐकणारा माणूस खूश होऊन हसत नाही, तर उपरोधाने हसतो. आपल्या देशात उपरोधिक म्हणावी अशी आणखी एक गोष्ट ही आहे की, ज्याचं इंग्रजी कच्चं आहे, त्याच्या प्रगतीची गाडी, अपेक्षेपेक्षा कमी वेगाने चालते. 'अनेकतेत एकता' असा अभिमान बाळगणाऱ्या आपल्या या देशात आणखी एक विशेष बाब अशी आहे की, आपली राष्ट्रभाषा असणारी हिंदी, देशवासीयांची मूळ भाषा, म्हणजे पहिली किंवा निदान दुसरी तरी भाषा असली किंवा नसली, तरी इंग्रजी ही विदेशी भाषा मात्र जास्तीत जास्त लोकांची दुसरी भाषा नक्कीच आहे. आणि हे सत्य कटू वाटलं तरीही ते सत्यच आहे.

'मी इंग्रजीच्या विरोधात आहे,' असा दावा मी स्वत:ही करत नाही. माझ्या आई-वडिलांनी मला इंग्रजी माध्यमातून शिकू दिलं, यासाठी मी नेहमीच आभार मानतो. एक लेखक म्हणूनही या पुस्तकासकट माझं सगळंच लिखाण हिंदी आणि इंग्रजी या दोन्ही भाषांमध्ये करावं, अशी माझी इच्छा असते. वर्तमान जगात आणि त्याचप्रमाणे भारतातही इंग्लिश भाषेचं महत्त्व आणि गरज नाकारणं हा मूर्खपणा ठरेल.

तात्पर्य काय तर आपण आपल्या आईवर म्हणजे हिंदी भाषेवर कितीही प्रेम करत असलो, तिच्याबद्दल आपल्या मनात कितीही आदर असला, तरीही, महाराणीच्या राजमहालात जाऊन तिला, म्हणजेच इंग्रजी भाषेला नमस्कार तर करावाच लागेल. असं केलं नाही, तर एक वेगळी जगन्मान्य भाषा शिकायची राहून जाईलच, पण त्याहीपेक्षा अनेक बाबतीत यशाच्या शर्यतीत तुम्ही मागे पडाल. मग हे टाळायचं असेल तर काय करायला पाहिजे? इंग्रजी नीटसं येत नाही या कारणाने जो माणूस स्वत:लाच कमी लेखतो, त्याने करायचं तरी काय?... यावर उपाय आहे. हल्ली लहानातल्या लहान शहरामध्येही झटपट इंग्रजी शिकवणारे अनेक जण क्लास सुरू करताना दिसतात. आता ते स्वत: त्यात किती वाकबगार असतात, हे मला माहीत नाही. तुम्हाला त्यांच्याकडे जायला सांगण्याचा माझा उद्देशही नाही. आधीच्या एका लेखात मी जे म्हटलं होतं त्याप्रमाणे, माझ्या दृष्टीने सगळ्यात महत्त्वाचं आणि मोठं शिक्षणाचं साधन म्हणजे 'स्वाध्याय.' इंग्रजी भाषा न येण्याच्या या समस्येवरही मी तोच सल्ला देईन, तोच उपाय सांगेन. माझा वैयक्तिक अनुभव तर असा आहेच, आणि शास्त्रीयदृष्ट्याही या गोष्टीला पुष्टी मिळालेली आहे, की तुम्हाला जर एखाद्या भाषेवर प्रभुत्व मिळवायचं असेल, तर त्यासाठी तुम्हाला तीन गोष्टी करायला पाहिजेत –

- त्या भाषेतलं लिखाण भरपूर वाचा.
- त्या भाषेतलं भरपूर लिखाण वाचा.

- त्या भाषेतलं लिखाण भरपूर वाचा.

जर एखाद्या भाषेत बोलण्याची कला तुम्हाला आत्मसात करायची असेल, तर त्यासाठीही तीन उपाय आहेत –

- त्या भाषेत भरपूर बोला.
- त्या भाषेत इतरांशी भरपूर संवाद साधा.
- त्या भाषेत भरपूर बोला.

पण एखाद्या डॉक्टरच्या प्रिस्क्रिप्शनसारखी असणारी माझी ही 'उपायांची' यादी इथेच संपणार नाहीये. यानंतरही माझ्याकडे तुमच्यासाठी तीन सल्ले आहेत–

- वरचे दोन्ही अभ्यास रोजच्या रोज करा.
- रोजच्या रोज वरचे दोन्ही अभ्यास करा.
- वरचे दोन्ही अभ्यास रोजच्या रोज करा.

आपल्या देशात, इंग्रजी नावाची समस्या असणारे तीन प्रकारचे लोक आहेत –

- काही लोक एकदम फाडफाड इंग्लिश बोलतात, पण त्यात व्याकरण कशाला म्हणतात, हे त्यांना माहीतच नसतं... म्हणजे त्यांना इंग्लिश व्याकरणाशी काही देणं-घेणं नसतं.
- काही लोकांचं व्याकरण चांगलं असतं, पण इंग्लिशमध्ये बोलायचं म्हटलं की ते गडबडून जातात.
- काही लोकांना इंग्रजी व्याकरणही माहीत नसतं आणि इंग्रजीत बोलताही येत नसतं.

या समस्यांवरचे उपायही आहेतच –

- ज्यांना वरची पहिली समस्या आहे त्यांच्यासाठी मी सांगितलेला पहिला उपाय आवश्यक आहे... त्या भाषेतल्या लिखाणाचे भरपूर वाचन करणे.
- ज्यांना वरची दुसरी समस्या आहे, त्यांच्यासाठी मी सांगितलेला दुसरा उपाय आवश्यक आहे... त्या भाषेत बोलणं.
- ज्यांना वरची तिसरी समस्या आहे, त्यांना वरचे दोन्ही उपाय एकत्रपणे करावे लागतील.
- पण वरच्या तीनांपैकी कुठलीही समस्या असली, तरी त्यावरचे उपाय त्या त्या लोकांनी न चुकता रोजचे रोज करायलाच हवेत.

काही लोकांना मी सुचवलेले हे उपाय खूपच जास्त साधे-सरळ वाटू शकतील. त्यात विशेष असं सांगण्यासारखं काय आहे, असा विचारही त्यांच्या मनात येऊ शकतो. पण काही लोकांना मात्र माझे उपाय खूप कठीणही वाटू शकतात. पण कुणाचा कसाही विचार असला, तरी एक गोष्ट मी अतिशय आत्मविश्वासाने सांगू

शकतो की, हा माझ्या स्वत:च्या अनुभवांचा परिपाक आहे... इंग्रजीत सांगायचं तर ...'tried and tested.'

इंग्रजी सोडून इतर कुठल्याही भाषेच्या माध्यमातून शिकलेल्यांनाच इंग्रजीची समस्या आहे, असं मात्र अजिबात नाही. जे लोक इंग्रजी माध्यमातून शिकलेले आहेत, त्यांनाही ही समस्या आहेच. आधीच्या एका लेखात आपण आपल्या शिक्षण व्यवस्थेबद्दल असं बोललो होतो की, या व्यवस्थेत शिकणाऱ्याच्या शिकण्याच्या क्षमतेवर भर देण्याऐवजी त्याच्या स्मरणशक्तीवर जास्त भर दिला जातो... पाठांतर... यानंतर ...गमतीने ज्याला 'रट्टम रट्टे रट्टानी' असं म्हटलं जातं... थोडक्यात घोकंपट्टी.

जर तुम्ही वाचन करायचं ठरवलंत, तर वर्तमानपत्र किंवा मासिकं यातल्या सोप्या लिखाणापासून सुरुवात करा. मोठमोठ्या आणि जाडजूड पुस्तकांपासून सुरुवात करू नका. उगीचच एखाद्या क्लिष्ट इंग्रजी पुस्तकापासून सुरुवात करून, वाचण्याचा उत्साह सुरुवातीलाच घालवून टाकू नका. जर तुम्ही बोलायचं ठरवलंत, तर त्याची सुरुवात तुमच्या एखाद्या जवळच्या माणसापासून करा, ज्याच्याशी तुम्ही न अवघडता, सहजपणे बोलू शकाल.

पण या संपूर्ण विषयातला जो सगळ्यात मोठा मुद्दा आहे, तो आहे तुमच्या मानसिकतेचा. तुमच्या इंग्रजीच्या ज्ञानाची पातळी कुठलीही असू दे. पण तुम्ही तुमच्या मानसिकतेवर, अपराधीपणाच्या भावनेची काजळी मात्र अजिबात चढू देऊ नका. विविधतेने भरलेल्या या देशाची आणखी एक विडंबना ही आहे की, आपल्याला आपल्या मातृभाषेचं किंवा आपण जिथे राहतो, तिथल्या प्रचलित भाषेचं पुरेसं ज्ञान नसलं, तरीही त्यासाठी आपल्याला अपराधीपणाची भावना वाटत नाही. पण एखाद्या परकीय भाषेचं फारसं ज्ञान नाही, या कारणाने आपण अपराधीपणाची भावना आणि शरम यामध्ये स्वत:ला जणू गाडून घेतो. कारण नसताना, स्वत:ला कमीपणाच्या भावनेची शिकार बनवतो. तेव्हा स्वत:च्या मनाशी अशी खूणगाठ बांधा की, तुम्ही कधीही स्वत:ला मूर्ख समजणार नाही आणि निराश होणार नाही. एक काळ असा होता, जेव्हा ब्रिटिश राजवटीवरचा सूर्य कधीच ढळत नाही, असं म्हटलं जायचं. त्यामुळे, इंग्रजी भाषा जगात सगळीकडे सगळ्यांत जास्त पसरलेली आहे. जिथे जिथे ब्रिटिश राज्याचा झेंडा फडकला, तिथे तिथे त्यांची भाषा फैलावली. पण फ्रान्स आणि जर्मनी यांसारख्या युरोपीय देशातले लोक मात्र त्यांच्या मनातल्या इंग्रजांबाबतच्या ऐतिहासिक द्वेषामुळे स्वत:ची भाषा सोडून इंग्रजीत बोलणं मान्य करत नाहीत. म्हणूनच एक गोष्ट कायम लक्षात ठेवायला पाहिजे की, प्रत्येक गौरवर्णीय माणूस इंग्रजी भाषेवर प्रेम करणारा किंवा त्या भाषेची वकिली करणारा नसतो. हे आवर्जून सांगण्याची गरज यासाठी

आहे की वसाहतवादाच्या दोनशे वर्षांच्या इतिहासाचा परिणाम म्हणून, आपण बहुतेकवेळा तेच करतो, तसेच वागतो, जे आणि जसे गोरे लोक करतात, वागतात.

या वसाहतवादाच्या पगड्यामुळेच आपल्या 'योग' शब्दाला 'योगा', 'राम'ला 'रामा' आणि 'कृष्ण'ला 'कृष्णा' करून टाकलेलं आहे. इंग्रज लोक आपल्या संस्कृतमधले किंवा इतर स्थानिक भाषांमधले शब्द नीट उच्चारू शकत नव्हते, हेच बहुतेक याचं कारण असावं. याच कारणामुळे बऱ्याच शहरांची नावेही बदलली होती. पण या गोष्टीचं आपण वाईट वाटून घेतलं नाही, आणि त्यांच्याशी जुळवून घेण्याच्या नादात, आपणही 'योग'च्या ऐवजी 'योगा' म्हणायला सुरुवात केली. त्यामुळे तुम्ही जर कधी चुकून इंग्रजी शब्दाचा चुकीचा उच्चार केलात, तर त्यासाठी तुम्हाला लाजिरवाणं किंवा अपराधी वाटण्याची अजिबात गरज नाही. कारण तुम्ही परकीय भाषेतले शब्द उच्चारताना अडखळत असता, स्वत:च्या भाषेतले नाही. उच्चारात सुधारणा नक्की करा, पण त्यासाठी लज्जित अजिबात होऊ नका. आणि आणखी एक गोष्ट तर कधीच विसरू नका...' इंग्लिश इज ए फन्नी लँग्वेज' ... हो... हे अगदी खरं आहे.

काही दिवसांपूर्वी मी माझ्या सहा वर्षांच्या मुलीला इंग्लिश शिकवत होतो. ती आठवून आठवून शब्दांचं स्पेलिंग मला सांगत होती. 'कप' या शब्दाचं स्पेलिंग तिने 'के यू पी' असं सांगितलं. मी तिला हटकलं आणि सांगितलं की ते स्पेलिंग 'सी यू पी' असं असतं. त्यावर तिने विचारलं की 'कप' म्हणजे 'के' पासून सुरू व्हायला पाहिजे ना पण?' तेव्हा मला हीच ओळ आठवली...

'इंग्लिश इज ए फन्नी लँग्वेज।'

तर अशा स्वत:च गोंधळून गेलेल्या भाषेमध्ये, आपण अधूनमधून अडखळून, गोंधळून गेलो, तर काय फरक पडणार आहे?

अमिताभ बच्चन यांचाच 'चुपके-चुपके' चित्रपट आठवून पहा. १९७५ सालच्या या चित्रपटात भरपूर कॉमेडी होती. त्यातल्या एका दृश्यात धर्मेन्द्र विचारतो की...

'टी ओ अगर टू होता है
डी ओ अगर डू होता है
तो जी ओ... क्यों नहीं होता'
समजलं ना तुम्हाला?

तर अशा या स्वत:च गोंधळून गेलेल्या 'फन्नी' भाषेची मजा तुम्ही लुटत रहा. पण इंग्रजी भाषा नक्की शिका. भाषेचं ज्ञान हे खूप मोठं ज्ञान असतं. एखादी नवी भाषा शिकल्यामुळे, त्या भाषेत लिहिलेलं साहित्य तुम्ही वाचू शकता,

ज्यामुळे तुमचं ज्ञान आणि आकलन, या दोन्ही गोष्टीत भर पडते. शिवाय त्यामुळे तुम्ही काळाच्या बरोबरीने चालू शकाल... अप टू डेट राहू शकाल, हे वेगळंच.

पण जे लोक इंग्रजीच्या मोहात पडून स्वतःच्या भाषेचा तिरस्कार करतात, त्यांच्यासाठी मी असं सांगू इच्छितो की, 'इंग्लिश' नावाच्या वैश्विक समजल्या जाणाऱ्या भाषेचा डगला अंगावर चढवण्यापूर्वी, एवढी तरी पक्की खात्री करून घ्या की तुम्ही तुमच्या भाषेची अंतर्वस्त्रं घातली आहेत की नाही. मला त्या वेळी रागमिश्रित दुःख होतं, जेव्हा मी मासिकांमध्ये असं वाचतो की, हिंदी भाषेतल्या चित्रपटांमधून कोट्यवधी पैसे आणि प्रसिद्धी मिळवणारे आजच्या काळातले 'फिल्मस्टार' स्वतःच्या चित्रपटांची पटकथा किंवा संवादसुद्धा रोमन भाषेत लिहून घेतात. कारण देवनागरी लिपी त्यांना सोयीची वाटत नाही. म्हणजे देवनागरीमध्ये लिहिलेलं वाचणं त्यांना सहजपणे जमत नाही. रोमन, म्हणजे इंग्रजी लिपीमध्ये लिहिलेले हिंदी शब्द... वा!

भारत हा खरोखरच विविधतेने आणि उपरोधिकतेने परिपूर्ण असलेला देश आहे. पण स्वतःच्या समाधानासाठी, सन्मानासाठी आणि समृद्धीसाठी, इंग्रजी शिकण्याकडे तुम्ही जागरूकपणे आणि सकारात्मक दृष्टीने बघा. जर कधी त्या भाषेमध्ये तुमची काही गडबड झाली, तुम्ही अडखळला तर लाज वाटून घेऊ नका. उलट असा विचार करून खूश व्हा की –

'आफ्टर ऑल इंग्लिश इज ए फन्नी लँग्वेज।'

कॉम्प्युटर महाशय, कृपया हे वाक्य 'लॉक' केलं जावं –

इंग्रजी भाषेतली मजा, 'फन' म्हणजे आनंद घेत शिका.